மழைக்குப் பின் புறப்படும் ரயில் வண்டி

நெடுங்கதைகள்

மழைக்குப் பின் புறப்படும் ரயில் வண்டி

நெடுங்கதைகள்

எஸ். செந்தில்குமார்

மழைக்குப் பின் புறப்படும் ரயில் வண்டி
Mazhaikku Pin Purappadum Rayil Vandi © 2020 S. Senthilkumar

First Edition: 2010
Second Edition by Ezutthu Prachuram: August 2020
(An imprint of Zero Degree Publishing)
ISBN: 978 93 88860 84 0
Title No. EP: 132

Zero Degree Publishing
No. 55(7), R Block, 6th Avenue,
Anna Nagar,
Chennai - 600 040

Website : www.zerodegreepublishing.com
E Mail   : zerodegreepublishing@gmail.com
Phone   : 98400 65000

Cover Art : Humshini
Layout: Creative Studio

உள்ளே

முன்குறிப்பு

எ**ன்னுடைய** சிறுகதையில் அதன் இறுதி வடிவம் முடிவானதும் வெளியேற்றப்பட்ட வாக்கியங்களை விட பெரும்பாலும், உதிரியாக இருக்கும் கதாபாத்திரங்களும் அவர்களின் கிளைக்கதைகளுமே என்னை நெடுங்கதைகள் எழுதத் தூண்டியவை. சிறுகதையின் கச்சிதத்தன்மை, சிறுகதையின் குணத்திற்கு நேர் எதிராக அமையப் பெற்ற இக்கதைகள் ஒரு போதும் சிறுகதையாகாது. துணை கதைகளும் கிளைக்கதைகளுமாக இந்த நெடுங்கதை தன்னை விரிவுப் படுத்திக்கொள்ள முனைந்தபடியிருக்கிறது. அடுத்த நகர்வு நாவலை நோக்கியும், அதன் மையப்புள்ளியைத் தொட்டுவிடும் பதட்டத்திலுமே முடிவடைந்திருக்கிறது. என்னுடைய பதட்டமும் அதுவே. என்னுடைய சௌகர்யத்தை முன்னிட்டே இக்கதையை நிறுத்தியுள்ளேன். நெடுங்கதையின் சாரம் முழுமையாக உள்வாங்கப்பட்டு எழுதப்பட்ட கதைகள் அல்ல இவைகள். தத்துவங்களையும் இலக்கணங்களையும் படித்துவிட்டு எழுதவேண்டிய நிர்ப்பந்தம் எனக்கு ஒருபோதும் வாய்க்கவில்லை. அவசியமுமில்லை. கதையை வாசித்தல் என்ற நிகழ்வு சரித்திரத்தைப் படிக்கும் மனோபாவத்திற்கு நிகரானது என்று மட்டும் கூறவிரும்புகிறேன்.

என்னுடைய சிறுகதையில் வடிவம் சார்ந்த சிக்கல்கள் ஏற்பட்டதை நண்பர்களுடன் விவாதிக்க முடிந்தது. அதன் காலம் சிறுகதையின் அழகை மீறி சென்றுவிட்டதாக பலரும் குற்றஞ்சாட்டினார்கள். மூத்த எழுத்தாளர்கள் பலருக்கும் ஏற்பட்டிருக்கிறது. ஜெயமோகன், எஸ். ராமகிருஷ்ணன், சுரேஷ்குமார் இந்திரஜித் ஆகியோர் தங்களது கதைகளை சில நேரங்களில் சம்பிரதாயமான கச்சிதத் தன்மையை மீறி தங்களுக்கான சிறுகதையாக சிலவற்றை எழுதியிருக்கிறார்கள். அவைகள் தொகுப்பில் சிறுகதையென்றே வெளியாகியுள்ளது.

தங்களது படைப்புகளை அவர்கள் தங்களுக்கான வடிவமாக தேர்ந்தெடுத்து மாற்றமடையச் செய்வதைத் தொடர்ச்சியாக வாசிக்கமுடிகிறது. அவர்களது படைப்புலகை விவாதிக்கும் அடுத்த இளம்தலைமுறை எழுத்தாளர்களும் அவர்களைப் போலவே வடிவ ரீதியாகவும், மொழிரீதியாகவும் சந்திக்கும் சிக்கல்களுக்குள் ஒன்று தான் சிறுகதையின் வடிவத்தை மீறுவதும், அதனை ஒட்டி எழுத முடியாமல் பதட்டமடைந்து தங்களது கதை சொல்லல் வடிவத்தை தேர்ந்தெடுப்பதும்.

ஆரம்பகாலங்களில் குறுநாவல் எழுதுவதற்கான அனுபவங்களும், எழுத்துப்பயிற்சியும் இல்லாமலோ, அல்லது ஆர்வத்தில் சிறுகதையின் வடிவத்திலேயே ஒரு குறுநாவலுக்கு உண்டான குணங்களைக் கொண்ட கதையை எழுதுவதோ ஏற்படுகின்ற ஒரு சிருஷ்டி பூர்வமான செயல்பாடு தான். என்னுடைய மூன்று சிறுகதை தொகுப்பிலும் ஒரு நெடுங்கதை வெளியாகியிருக்கிறது.

கதைகளைச் சுற்றி பின்னப்படும் துணைக்கதைகளும், கிளைக் கதைகளும், கதாபாத்திரங்களுக்கு ஏற்ப துணைவரும் துணை கதாபாத்திரங்களும் கதையின் வடிவத்தைத் தீர்மானம் செய்வதாக நினைக்கிறேன். இவ்வகையில் இக்கதைகள் நெடுங்கதைகள் என்று சொல்லிக்கொள்ளலாம். ஒரு நாவல் தனது உள் முகத்தை மேற் சொன்ன அம்சங்களின் துணைகளோடு தான் விரிவுபடுத்தியபடி தனது சிறகுகளை குறுக்குவதோ, விரித்துப் பறப்பதோ சாத்தியமாகி யிருக்கிறது. கதைகளின் சுவாரஸ்யமான நகர்வுக்கு ஒரு போதும் துணை கதை அமைந்துவிடாது. பதிலாக அது கதையின் காலத்தை மறைமுகமாகவும் அல்லது நேரிடையாகவும் பிரதிபலிக்கக் கூடியதாக உள்ளதாக அமைந்திருக்க வேண்டும் என்பதே எனது ஆர்வம். அவ்வகையில் இந்த நெடுங்கதைகள் தனது முகத்தை ஒரு நாவலுக்குரிய தோற்றத்தோடு கொண்டுள்ளதாக வாசிக்கும் போது உணர்ந்து கொள்ள முடிகிறது. ஏன் இவற்றை நாவலாக வளர்த்தெடுக்கமுடியவில்லை என்கிற எனது வருத்தத்தை யாரேனும் வாசகர்கள் புரிந்து கொள்ளமுடியும் என்று நம்புகிறேன்.

தமிழ் சூழலில் நெடுங்கதைகள் எழுதப்படாத இக்காலகட்டத்தில் இக்கதைத் தொகுப்பிலுள்ள நெடுஞ்சாலை ஆகாயத்தின் நிறம் என்கிற கதை பிரசுரம் செய்த உயிர்மை ஆசிரியர் மனுஷ்ய புத்திரன் அவர்களுக்கு எனது நன்றி.

2009ம் ஆண்டிற்கான இளம் படைப்பாளிக்கான சுந்தரராமசாமி விருது எனக்கு அறிவித்த போது 'நெடுஞ்சாலை ஆகாயத்தின் நிறம்' என்கிற கதை உயிர்மையில் பிரசுரம் கண்டிருந்தது. அக்கதையைப் பற்றி மனுஷ்யபுத்திரன் தன்னுடைய கருத்துகளை என்னிடம் பகிர்ந்து

கொண்டார். நண்பர்கள் காலபைரவன், என்.ஸ்ரீராம், கோவை. கருணாகரன் ஆகியோர் இக்கதையை குறித்த தங்களது விமர்சனங்களை என்னோடு பகிர்ந்து கொண்டார்கள். தொடர்ச்சியாக பல நண்பர்கள் இக்கதையைப் பற்றி தங்களது எண்ணங்களை என்னுடன் பகிர்ந்து கொண்டது மேலும் நெடுங்கதைகள் எழுதுவதற்கான சூழலை உருவாக்கியது. ஏற்கனவே உலகின் கடைசி வீட்டோருக்கான கடிதம், பகலில் மறையும் வீடு, ஆகிய கதைகள் பிரசுரம் கண்டிருந்த போது, அக்கதைப் பற்றிய கருத்துகளோடு வடிவம் சார்ந்த சிக்கல்களையும் இணைத்தே தான் விவாதித்தனர். இக்கதைகள் பரவலாக அறியப்பட்டு விவாதிக்கப்பட்டது. இதன் மூலமே தொடர்ந்து நெடுங்கதைகள் எழுதுவதற்கான உற்சாகம் எனக்கு கிடைத்தது. விருது வாங்குவதற்காக நாகர்கோவில் சென்றிருந்தபோது அங்கு சந்தித்த சுகுமாரன், அரவிந்தன் ஆகியோரும் இக்கதையை குறித்து என்னுடன் பேசினார்கள். தேவிபாரதி இக்கதையைப் பற்றித்தான் பேசினார். அவரும் நானும் நெடுங்கதைகள் குறித்தும் அது சார்ந்து எழுத்தாளன் சந்திக்கும் பிரச்சனைகள் குறித்து பகிர்ந்து கொண்டோம். அவர் என்னிடம் பத்திரிகைகளுக்காக எழுதுவதை நிறுத்திக்கொள்ளுங்கள் என்று சொன்னார். நம்மை பத்திரிகைகள் தின்றுவிடும். நம்மை காப்பாற்றிக்கொள்ளாமல் போய்விடும் என்றார். தமிழில் பத்திரிகைகள் ஒரு கதையை வெளி யிடுவதன் இன்றைய அரசியல் எழுத்தாளனை விட ஒரு வாசகனுக்குத் தெளிவாகத் தெரிந்திருக்கிறது.

சிறுகதைகளின் வடிவம் எப்போதும் அதன் பிறப்பான காலத்திற்கு இணக்கமாக இருப்பவை. காலத்தை மீறி செயல்படும் பட்சத்தில் அதன் வடிவம் திசை தப்பிவிடுவது சகஜமாகிவிடுகிறது. உலகின் கடைசி வீட்டோருக்கான கடிதம் என்கிற கதையைப் படித்த பலரும் குறுநாவல் என்றே தீர்மானித்திருந்தனர். அக்கதையை சித்திரபுலி சிறுகதை தொகுப்பில் சேர்க்கப்பட்டுத் தொகுப்பாக வெளிவந்தது. அதே போல பகலில் மறையும் வீடு வெளியான போதும் அதனை நீள்கதை என்று தீர்மானம் செய்திருந்தேன். நெடுங்கதை என்று கூட பெயரை மாற்றிச்சொல்லலாம். என். ஸ்ரீராமுடன் பேசிக்கொண்டிருந்த போது அவரும் இதே கருத்தைத்தான் என்னிடம் பகிர்ந்து கொண்டார்.

தமிழில் பா. வெங்கடேசனின் ராஜன்மகள், மற்றும் தேவிபாரதியின் பிறிதொரு இரவு ஆகிய தொகுப்புகள் தமிழின் கதை வடிவத்தை மாற்றி அமைக்கக் கூடியவையாக இருக்கிறது. அதே போல எஸ். ராமகிருஷ்ணனின் ஆம் கடல் நம்மை பார்த்துக்கொண்டு தானிருந்தது, ஜெயமோகனின் ஊமைச்செந்நாய் ஆகிய கதைகளைச் சொல்லலாம். வடிவம் என்பது என்னளவில் எது சார்ந்தது என்ற கேள்வியை எனக்குள் கேட்டுக்கொள்கிறேன். பக்கத்தின் அளவு ஒரு

போதும் கதையின் வடிவத்தை தீர்மானிப்பதில்லை என்பதை நான் உணர்ந்துதான் இருக்கிறேன். கதையுள் இயங்கும் காலமும் வெளியும் தான் படைப்பை அதனளவில் வடிவரீதியாகவும், மொழி ரீதியாகவும் உருவாக்கிறது என்பதில் எனக்கு உடன்பாடு உள்ளது.

கதைக்கான வாசகர்கள், நாவலுக்கான வாசகர்கள், கவிதைக் கான வாசகர்கள் என்று இத்தமிழ் இலக்கிய உலகில் தனித்தனியாக யாரும் இல்லை. ஊமைச்செந்தாய் வாசித்த வாசகர் தான் ஜெய மோகனின் அனல் காற்று புத்தகத்தையும் படிக்கிறார்கள். இலக்கிய வாசகர்கள் ஒரு போதும் குறுநாவல் மட்டுமே படிப்பான், நாவல் மட்டுமே வாசிப்பேன் என்று சபதம் எடுத்துக் கொண்டிருப்ப தில்லை. நாவலுக்கான வாசகர்கள்தான் அதிகம் என்று ஒரு முறை மனுஷ்ய புத்திரன் சொன்னது இப்போது ஞாபகத்தில் வருகிறது. நாகர்கோவிலிலிருந்து வந்ததும் குறுநாவல் பற்றியும் அது சார்ந்து தமிழில் வந்துள்ள கட்டுரைகள் குறித்தும் படித்துக்கொண்டேன். ஜெயமோகனின் நாவல் என்ற கட்டுரை புத்தகத்தைத் தவிர வேறு எதுவும் கதை சார்ந்த வடிவத்தை பேசக்கூடியவையாக இல்லை.

இந்த நீள்கதையின் வடிவம் அதனதன் காலத்தையும் வெளியையும் தன் வசத்தில் களமாக கொண்டிருக்கிறது என்பதை எழுதி முடித்த போது தெரிந்து கொள்ளமுடிந்தது. எழுதும் போதிருந்த மனநிலை வெகுவாக மாறி கதைப்படிக்கும் மனநிலைக்கு வந்த போது எனக்குள் மாறி யிருந்த எண்ணம் சரியாக அமைந்தது. ஒரு போதும் கதையை அதன் இயல்பிலிருந்து மாற்றிவிட எப்போதும் முயன்றதில்லை. அதன் வசம் தப்பிவிடக்கூடாது என்பது தான் எனது கவலை. மாறாக, கதையையும் அதன் குரலையும் இறுக்கிப் பிடித்துவிட்டால் உயிரை கொன்றதற்கு சமமாகிவிடும். கதையை ஒரு போதும் அது இயங்கும் காலத்திலிருந்தும், வெளியிலிருந்தும் தப்பிக்கச் செய்வதில் உடன்பாடில்லை. இந்த நான்கு நெடுங் கதைகளும் என்னளவில் மாபெரும் நாவலாக விரிந்திருக்க வேண் டியது. தமிழ் இலக்கியவாதிகளின் துரதிருஷ்டம் எப்போதும் அவனது உப்பு, புளி மிளகாய் பிரச்சனைக்கே சிந்திப்பதில் நேரத்தில் சரிவர கழித்துவிடுகிறது.

பெயர் நீக்கச் சான்றிதழ், கதையை வாசித்து தங்களது கருத்துக் களைப் பகிர்ந்து கொண்ட கே.என்.செந்தில் மற்றும் தேவிபாரதி ஆகியோருக்கு எனது நன்றி. நெடுஞ்சாலை ஆகாயத்தின் நிறம் கதையை பிரசுரத்திற்கு முன்பாக படித்து தனது கருத்தை பகிர்ந்த நண்பர் சமயவேல் அவர்களுக்கு எனது நன்றி. இத்தொகுப்பிலுள்ள நான்கு கதைகளில் நெடுஞ்சாலை ஆகாயத்தின் நிறம் என்கிற கதை மட்டுமே பிரசுரம் கண்டிருக்கிறது. மீதமுள்ள கதைகள் மூன்றும் முதன் முதலாக அச்சாக வெளிவருகிறது.

நாவல் என்கிற வடிவம் தனது விரிவாக்கம், காலத்தை மறை முகமாகவோ அல்லது நேரிடையாகவே அடுக்கிக்கொள்ளல், ஆகிய வற்றினால் சாத்தியமாவது போல தான் இந்த நெடுங்கதைகளும் காலத்தையும் அது சார்ந்த வெளியையும் தனக்குள் வைத்திருக்கிறது. தமிழில் வெளிவந்திருக்கிற புகழ் பெற்ற நாவல்கள் அனைத்துமே நீள்கதையின் முகத்தையே தனக்குள் வைத்திருக்கிறது. நாவல் என்கிற கருத்தியல் ரீதியான குணம் அதற்கு கிடையாது. பதிலாக சிறுகதைகள் என்று பிரசுரம் கண்டிருக்கிற சில கதைகள் நெடுங் கதையின் தன்மையை கொண்டிருப்பது ஆச்சரியமாகயிருக்கிறது. பா. வெங்கடேசன், தேவிபாரதி ஆகியோரின் கதைகள் சிறுகதை என்று பிரசுரமாகி வந்திருக்கிற படைப்புகள் உண்மையிலேயே நெடுங்கதைகளே.

இத்தொகுப்பிலுள்ள கதைகள் நான்கும், வெவ்வேறு முகங்களையும், குணங்களையும் கொண்டிருக்கிறது. ஒரு வகையில்தான் தேர்வு செய்த கதாபாத்திரங்களின் முழு வாழ்க்கையைக் கொண்டிருக்கிறது. இதுவரை எனது கதைகளில் காணக்கிடைக்கும் நிலக்காட்சிகளும் இக்கதைகளின் நிலத்திற்கும் ஏராளமான வித்தியாசம் உள்ளது. ஒரு பிராந்தியத்தின் நிலக்காட்சியை பரிபூரணமாக எழுதிவிட வேண்டுமென்ற தவிப்பு என்னிடம் இருக்கிறது. இக்கதைகளில் ஓரளவு அத்தவிப்பு அடங்கி யிருக்கிறது என்று சொல்லலாம். இந்த வகையில் எனக்கு கிடைத்த திருப்தி வெற்றிகரமான துவக்கம் மட்டுமே என்பதை அறிந்து கொண்டுள்ளேன்.

இத்தொகுப்பிலுள்ள நான்கு கதைகளில் இயலாமையும், நிராக ரிப்புமே பிரதானமான குணமாகவும் அதன் நிறமாகவும் காட்சி தருகின்றன. இயலாமையையும், புறக்கணிப்பையும் அடைந்த கதா பாத்திரங்கள் தன்னை ஸ்தாபிதப்படுத்திக் கொள்ள தனது கருத்தி யலை விட்டும், தனது வாழ்நாளில் சேகரித்து வந்த புனிதத்தையும் கழற்றியெறிந்து அலையத்தொடங்குவது நடந்திருக்கிறது. யாருக்காக தனது இருப்பும், எதற்காக தனது உறவும் என்ற தவிப்பு மறை முகமாக கதாபாத்திரத்திற்குள்ளாக விவாதிக்கப்படுகிறது. ஏனெனில் நேரிடையான விவாதம் என்பது தத்துவத்தின் மொழி என்பதால் புனைவாக்கம் அடையும் போது அதற்கான மறைமுகமான மொழி ஒன்று தேவைப்படுவது அவசியமென்றே கருதுகிறேன். வெங்கட், சீனிஆசாரி, சம்பத், காஞ்சனா ஆகியோர் எதன்பொருட்டு எதனாலோ நிராகரிக்கப்பட்டுத்தான் வாழ்கிறார்கள். அவர்கள் ஒருவகை சமூகத்தின் பிரதிநிதிகள் மட்டுமே. எதன்பொருட்டு இவ்வகையான வாழ்வை வாழ நேரிடுகிறோம் என்ற பதட்டம் அவர்களுக்கு உண்டாகவில்லை. அவர்களது வாழ்க்கை அவர்கள் வாழ்கிறார்கள்.

(2010ஆம் ஆண்டு வெளியான முதற்பதிப்பின் முன்னுரை)

நெடுஞ்சாலை ஆகாயத்தின் நிறம்

நெடுஞ்சாலையில் யாருமற்ற அதிகாலை நேரத்தில் சற்று கூடுதலான வேகத்தோடு தனது சைக்கிளை ஓட்டிச் சென்றான் புருஷோத்தமன். அவனிடம் புதியதாக இரண்டு சினிமா பட கேசட்டுகள் இருந்தன. ஹோட்டலில் வேலை செய்யும் பணியாட்கள் வேலையில்லாத நேரங்களில் படம் பார்ப்பதற்கென அவனிடம் புதியப் படங்களை வாங்கிவரச் சொல்லியிருந்தார்கள். புருஷோத்தமன் ஹோட்டலுக்குத் தின்பண்டங்களை விநியோகம் செய்ய தினமும் செல்வான். கூடவே அவர்கள் கேட்கும் பொருட் களையும் வாங்கிக் கொண்டுப் போவான். அவன் நகரத்திலுள்ள சினிமா தியேட்டர்களுக்கும் சிறிய கடை களுக்குமாகத் தின்பண்டங்களை விநியோகித்து வந்தான். தினமும் பொருட்களைத் தந்துவிட்டு வாரத்தின் இறுதி நாட்களில் பணத்தை வசூலித்து வந்தான். அவனுக்குப் போட்டியாக சிலம்பு மட்டும் தான் ஹோட்டலுக்குப் பொருட்களை சப்ளை செய்து கொண்டிருந்தான். சிலம்பு ஏஜென்ஸியில் வேலைப் பார்த்து விட்டு இப்போது தனியாக தின்பண்டங்கள் விநியோகித்து வந்தான்.

நெடுஞ்சாலையிலிருந்த ஹோட்டலில் இரவு நேரத்தில் கூடுதலான வியாபாரம் நடக்கும். புருஷோத்தமன் பிஸ்கட்டும் பாக்கெட் தண்ணீரும் சப்ளை செய்து வந்தான். சிலம்பு வியாபாரத்திற்கு வந்த பிறகு அவன் தான் சப்ளை செய்யும் பொருட்களை மாற்றி கொண்டான். அந்த உணவு விடுதி நகரிலிருந்து 16ஆவது கிலோ மீட்டரில் இருந்தது. மூணாறு செல்லும் தேசிய நெடுஞ்சாலையில் வேறு ஏதும் கடைகள் இல்லை. 16ஆவது கிலோமீட்டரிலுள்ள திருப்பத்தின் புல்மேட்டில் உணவு விடுதியும் அதற்கு எதிரே சுக்கு மல்லி காப்பிக்கடையும் இருந்தது.

புருஷோத்தமன் மூணாரில் மிட்டாய் வியாபாரம் பார்த்தபோது

உணவு விடுதியைக் கடந்து பேருந்தில் சென்றிருக்கிறான். மிட்டாய் வியாபாரம் நன்றாக நடந்த சமயத்தில் அவனுக்குத் திருமணம் செய்து வைத்தார்கள். அதற்கு பிறகு அவனது வாழ்க்கையில் ஊடாடிய சம்பவங்கள் எதுவும் அவனுக்கு சாதகமாகவே இல்லை. மூணாறுக்குச் செல்வதை நிறுத்தி விட்டு ஊரிலேயே சிறிய கடைகளுக்கு மிட்டாய் சப்ளை செய்து வந்தான்.

சிலம்பின் போட்டி தான் இப்போது அவனுக்கு பிரச்சனையாக இருந்தது. சிலம்பு எந்தப் பொருட்கள், எங்கெங்கு விற்கும் என்பதை தெரிந்து வைத்திருப்பதில் நிபுணனாக இருந்தான். மண்டைவலி மற்றும் வயிற்றுவலி மாத்திரைகளை வாங்கிக் கொண்டு ஹோட்டலுக்கு முன்னிருந்த ஸ்டாலுக்கு சப்ளை செய்தான். அவனது வியாபாரத் தந்திரமே தினுசாக இருந்தது. சப்ளை செய்த பொருட்களுக்கு பணமே வாங்கிக் கொள்வதில்லை. மொத்தம் சேரவிட்டு கடைக்காரர்கள் தாங்களாகவே தரும்படி செய்து விடுவான். ஹோட்டல் காப்பி மாஸ்டர் அவனுக்கு ஸ்ட்ராங் காப்பிப் போட்டுத் தருவார். இதையெல்லாம் விட சமையலறைக்கு உள்ளே போய் உட்கார்ந்து கொள்ளும் அளவிற்கு அவனுக்குப் பழக்கம் இருந்தது.

ஹோட்டலின் சமையலறையில் தான் காஞ்சனா இருந்தாள். அவள் தோசை சுடும் போது ஒரே பாட்டை பல பாடல்களின் ராகங்களில் பாடுவதில் கெட்டிக்காரி. சிலம்புடன் பிரியமாக பேசுவாள். அவனும் அவளுக்கு நாப்கின் மற்றும் சில பொருட்களைத் தனியாக வாங்கித் தந்தான். அவன் தரும் சரக்கு களை மட்டும் ஹோட்டல் பணியாட்கள் ஆர்வத்துடன் வாங்கி யதில் புருஷோத்தமனுக்குச் சந்தேகமாக இருந்தது. புருஷோத்தமன் சப்ளை செய்யும் பொருட்களை வெறுப்போடு தான் வாங்கி மூலை யில் போட்டார்கள். ஆனால் பணத்தை மட்டும் வாரம் தவறாமல் கொடுத்து விடுவார்கள். அவனும் அங்கிருந்த ஊழியர்களுக்கு வேண்டியப் பொருட்களை வாங்கித் தந்தபடி தான் இருந்தான். காஞ்சனா அதைப் புரிந்தவளாக கண்டும் காணாமல் இருந்தாள். பிறகு அவனைப் பற்றி விசாரித்துத் தெரிந்துக் கொண்டாள். சிலம்பு வாங்கித் தருவதை விட அவனிடம் அவள் அதிகமாக எதிர்ப் பார்த்தாள். சிலம்பின் முன்னால் புருஷோத்தமன் வாங்கித் தருகிறப் பொருட்கள் குறைச்சலாகத் தான் இருந்தது.

நெடுஞ்சாலையிலிருந்த ஹோட்டலை காஞ்சனாதான் நடத்திக் கொண்டிருந்தாள். அவளது சொந்த ஊர் எதுவென்று யாரும் தெரிந்திருக்கவில்லை. அவள் தனது கணவனை விட்டுவிட்டு ஹோட்டலிலேயே இருந்தாள். அவளது பணியாட்கள் எப்போதும் சிரிப்பும் கேலியுமாக இருந்ததைப் பார்த்து சிலம்பு கூட தான் இங்கு வந்து வேலைக்குச் சேர்ந்துவிடலாமா என யோசித்திருக்கிறான்.

சிலம்புக்கு தினமும் சைக்கிளில் வந்து சரக்குகளை சப்ளை செய்துவதில் சலிப்பிருந்தது. வேறு ஏதேனும் வேலை அல்லது இப்போதிருக்கும் வருமானத்தை விட கூடுதலானதாக ஏதேனும் அமையுமெனில் இதனை விட்டுவிட்டு சென்றுவிடலாம் என்று நினைத்துக் கொண்டிருந்தான். அவன் புருஷோத்தமனையும் அவன் கொண்டு வரும் சரக்குகளைப் பற்றியும் எந்த சிந்தனையும் இல்லாமல் ஹோட்டலுக்கு வந்து சென்றான்.

புருஷோத்தமன் புல்மேட்டில் சைக்கிளிருந்து இறங்கிக் கொண் டான். சைக்கிளை ஸ்டாண்டுப் போட்டு நிறுத்தி விட்டு அருகா மையிலிருந்தப் புதர் பக்கம் சென்று உட்கார்ந்து கொண்டான். அவனது புட்டத்தில் புற்களின் மற்றும் சில செடிகளின் நுனிகள் உரசின. நுனிகளிலிருந்த ஈரம் ஜில்லென்று இருந்தது. வயலட் நிறத்தில் சில பூச்சிகள் பறந்து கொண்டிருந்தன. வயலட் நிறத்தைப் பார்க்கும் பொழுதெல்லாம் தன் மகளின் பிறந்த நாளும் அன்றைய தினத்தில் தன்னால் எடுத்துத்தர முடியாத உடையும் தான் அவனது ஞாபகத் திற்கு வரும். புருஷோத்தமனின் மகளுக்கு ஏழு வயது முடிந்து விட்டது. அவளை பள்ளிக்கூடத்தில் சேர்த்திருந்தார்கள்.

பிரியாவின் முதல் பிறந்த தினத்திற்கு அவனுக்கு வியாபாரம் மும்முரமாக இருந்தது. மூணாறுக்கும் வீட்டிற்குமாக அலைந்து கொண்டிருந்தான். மூணாரிலும், பூப்பாறையிலும், நெடுங்கண்டத் திலும் வியாபாரத்திற்குப் போய் வந்த போது தான் பஸ்ஸில் ரங்க நாதனின் பழக்கம் ஏற்பட்டது. அவனும் மூணாறுக்குத் தான் அடிக்கடிச் சென்று வந்து கொண்டிருந்தான். ரங்கநாதனின் முதலாளி எஸ் டேட்டில் வேலை செய்பவர்களுக்கு வட்டிக்குத் தந்து வாங்கிக் கொண்டிருந்தார். வாரத்தில் இரண்டு மூன்று நாள் அங்கு போய் பணத்தை வசூலித்து வந்தான். எஸ்டேட் பணியாளர்களுடன் அவனுக்கு பழக்கமிருந்தது. ரங்கநாதனின் பேச்சுக்கு மறுப்பு ஏதும் இல்லாமல் கேட்டுக் கொண்டார்கள். அவனை வைத்து ஏதாவது செய்ய வேண்டுமென புருஷோத்தமன் சில திட்டங்களை மனதில் உருவாக்கிக் கொண்டிருந்தான்.

தனது மனைவியின் நகைகளையெல்லாம் விற்றுப் பணத்தை எஸ்டேட் பணியாளர்களுக்கு வட்டிக்குத் தரலாமா என்று அவனிடம் கேட்டான். ரங்கநாதனும் தனது முதலாளிக்குத் தெரியாமல் கொஞ்சப் பணத்தை வட்டிக்குத் தரலாம் என்று நினைத்துள்ளதாக அவனிடம் சொன்னவன், பிறகு இரண்டு பேரும் சேர்ந்து செய்யலாம் என்று கூறினான். உடனே சரி என்றான் புருஷோத்தமன். அப்போது பிரியா பிறந்து சில மாதங்கள் கழிந்திருந்தது. கிருஷ்ணவேணி அவன் மேலிருந்த அதிகமான அன்பினால் அனைத்தையும் கழற்றித் தந்துவிட்டாள். ரங்கநாதனுக்குப் பழக்கமான கடையில் நகையை விற்று பணமாக்கிக்

கொண்ட போது புருஷோத்தமனின் மனம் முழுக்க தான் ஒரு வட்டிக்கடைக்காரன் என்றும் இனி எந்த கடையின் முன் நின்று பத்து ரூபாயுக்கும், இருபது ரூபாயுக்கும் காத்திருக்க வேண்டியதில்லை என்ற சந்தோசம் மனம் முழுக்க நிறைந்திருந்தது.

புருஷோத்தமனின் வாழ்வில் அதற்குப்பிறகு எந்த மகிழ்ச்சியும் நிரந்தரமாக உண்டாகவில்லை. சோகத்தையும், வேதனையையும் தந்த சம்பவங்கள் தான் நடந்து முடிந்தது. ரங்கநாதன் பழக்கி வைத்திருந்த எஸ்டேட் பணியாளர்கள் சிலர் வேலை பிடிக்கவில்லையென்று யாரிடமும் சொல்லாமல், வட்டிக்கு வாங்கியப் பணத்தைக் கூட திருப்பித்தராமல் விலகி போய் விட்டனர். அவர்களைத் தேடி யானை இறங்கலுக்கும், உடுப்பாஞ்சோலைக்கும், மூணாறுக்குமாகப் போய் வந்தார்கள். ஆள் சிக்கவில்லை . ரங்கநாதன் தான், முதலாகப் போட்டிருந்தப் பணத்தை ஆரம்பத்திலேயே வசூலித்து எடுத்து விட்டான். முதலாளி அவனை வேலையை விட்டு நிறுத்திய பிறகு மூணாரில் பார்க்க முடியவில்லை. வீட்டிற்குத் தேடிச் சென்ற போதிலும் ஆளைப் பிடிக்க முடியவில்லை. அவன் வீட்டிற்குப் பக்கத்திலிருந்தவர்கள், ரங்கநாதன் ஊரை காலி செய்து விட்டு அத்திகுத்து, அகமலைப் பக்கம் போய் விட்டதாகச் சொன்னார்கள். அங்கு காப்பித்தோட்டத்தில் கங்காணி வேலைக்குக் குடும்பத்தோடு சேர்ந்து விட்டதாகவும் அடுத்த சித்திரை திருவிழாவிற்குத்தான் வருவார்கள் என்று சொல்லியதும் புருஷோத்தமனுக்கு ஏமாற்றமாக இருந்தது. கிருஷ்ணவேனி அழுகையும் புலம்பலுமாக தனது பிறந்த வீட்டிற்குப் போய் சகோதரனையும், அப்பாவையும் அழைத்து வந்து விட்டாள். அவர்கள் அகமலைக்குச் சென்று வரலாம் என்று அவனை அழைத்தார்கள். புருஷோத்தமன் தான் வரவில்லையென்று சொன்னதும் மாமனார் கஷ்டப்பட்டு சம்பாதித்திருந்தால் தானே பணத்தின் அருமை தெரியும் என்று அவனை திட்டினார். கிருஷ்ணவேனி அழுது கொண்டே இருந்தாள். அவளுக்கு தனது நகைகள் முழுதும் போய் விட்டதே என்ற வருத்தம் இன்று வரை தொடர்ந்தபடிதான் இருந்தது.

புருஷோத்தமன் எழுந்து கூழாங்கல் ஒன்றை எடுத்து துடைத்துக் கொண்டான். சைக்கிளை கொஞ்ச நேரம் உருட்டியபடி நடந்தான். அந்த காலை நேரத்தில் நடப்பதற்கு அவனுக்குப் பிடித்திருந்தது. வெளிச்சம் இன்னமும் கூடவில்லை. காற்றும் குளிராகத்தான் வீசியது. பறவைகளின் ஓசை குழப்பமாக ஒலித்த போதும் கேட்பதற்கு உற்சாகமாக இருந்தது. புல் மேல் நடக்க நடக்க கால்கள் ஈரமானபடி இருந்தது. ஹோட்டல் இருக்கும் இடம் வரை நடந்து செல்லலாமென நடந்தான். அவனுக்கு இன்னமும் ரங்கநாதனின் மேல் கோபம் இருந்தது. அவன் தொழில் தொடங்குவதற்கு முன்பாக பஸ்ஸில் வைத்து சொன்னது இப்போது

கூட ஞாபகத்திற்கு வந்தது.

"லாபத்தில் எப்படி சரி பாதியோ, அதே போல தான் நட்டத்திலும் நாம் ஆளுக்கு பாதிப் பாதி ஏத்துக்கிறனும்."

"சரி ரங்கநாதா நீ என்னைய ஏமாத்தமாட்டேயில்லை."

"நான் எதுக்கு உன்னைய ஏமாத்துறேன். நீயும் தானே என் கூட வசூலுக்கு வரப்போறே. பணத்தை நாம் இரண்டும் பேரும் சேர்ந்துதான் நோட்டுப் போட்டு எழுதித் தரப் போறோம்."

இப்படி சொன்னவனை எப்படி நம்பாமல் இருக்க முடியும். அவனை முழுதாக நம்பினான். ரங்கநாதனுக்குத் தெரிந்த இரண்டு மூன்று பேருக்கு மொத்தமாக அவர்களிடமிருந்தப் பணத்தைப் பிரித்துக் கொடுத்தார்கள். அவர்கள் தான் சில தினங்களுக்குப் பிறகு ஊரை விட்டுச் சொல்லாமல் போனது. புருஷோத்தமனும் யாருக்கும் தெரி யாமல் அவர்களைப் பற்றி விசாரித்தான். அவர்கள் மேகமலைக் காரர்கள் என்றும், எப்போது எங்கிருப்பார்கள் என்று தெரிந்து கொள்வது கஷ்டம் என்றும் அவர்களுடன் வேலை செய்தவர்கள் சொன்னார்கள். பிறகு அவர்களாகவே என்ன ஏது என்று விசாரித் தார்கள். புருஷோத்தமன் விஷயத்தைச் சொன்னான். மேகமலைக் காரர்களும் ரங்கநாதனும் கூட்டாக கூட இப்படிச் செய்திருப் பார்கள். அவனது முதலாளியையே பல தடவை ஏமாற்றி விட்டு மேகமலைக்காரர்களுடன் ஒளிந்து கொள்வான் என்று சொன்னதும் மனம் நொந்தவனாக மலையை விட்டு ஊருக்கு வந்தான். அதற்குப் பிறகு அவனைப் பார்க்க விருப்பமில்லா தவனாக இருந்தான். இனி தனக்கு மிட்டாய் வியாபாரம் தான் என திரும்பவும் வியாபாரத்திற்குக் கிளம்பினான்.

2

சிலம்பு ஹோட்டலின் முன்பாக உட்கார்ந்திருந்தான். பால் காரனின் பால் கேன் ஸ்டால் வாசலில் இருந்தது. இரண்டு சிவப்பு நிற டாட்டா சுமோ மட்டும் நின்றிருந்தது. வெள்ளைக்காரர்கள் அருகாமையிலிருந்த கடையில் பிளாஸ்டிக் டம்ளர்களில் சுக்குமல்லி காப்பிக் குடித்துக் கொண்டிருந்தனர். சிலம்பு ஏனோ உற்சாகமற்றவனாக இருந்தான். அவனுக்கு வெள்ளைக்காரர்களைப் பார்க்கப் பார்க்க எரிச்சலாக இருந்தது. அவர்கள் வாங்கும் பொருட்கள் எதையும் தன்னால் சப்ளை செய்ய முடியாதபடி உள்ளதே என்று கோபமாக இருந்தான். ஹோட்டலை ஒட்டியிருந்தக் கழிப்பறையிலிருந்து இரண்டு பெண்கள் வெளியேறி அவனை நோக்கி வருவது தெரிந்தது. அப்பெண்கள் அவனிடம் மூணாறுக்கு இந்நேரம் போன மாட்டுப்பெட்டி டேம்முக்கு

17

பஸ் இருக்குமா என்று கேட்டார்கள். சிலம்பு அவர்களை கடையிலிருந்த ஆளிடம் கேட்கச் சொன்னான். அவனுக்கு அன்று அதிகாலையிலேயே எரிச்சலாகவும் கோபமாகவுமிருந்தது. ஹோட்டலின் பின்பாக சென்று வரலாமென நடந்து சென்றான்.

காஞ்சனா தூரத்தில் குத்தவைத்து உட்கார்ந்திருப்பது தெரிந்தது. அவளைச் சுற்றி பழைய மரக்கட்டைகளும் தகர தார் டின்களும் கருநிறத்திலிருந்தன. ஹோட்டலில் கிரைண்டர் சத்தம் பலமாக கட்டிடமே அதிர்வது போல ஓடிக்கொண்டிருந்தது. சிலம்பு முகத்தைத் திருப்பிக் கொண்டு வேறுப்பக்கம் பார்ப்பது போல நின்றான். ஹோட்டலுக்கு நேர் எதிரே வெயிலோடு மலை தெரிந்தது. மலைப் பாதை வளைவுகளில் பேருந்து கீழிறங்கி வருவது காலை நேர வெயிலின் வெளிச்சத்தில் தெரிந்தது. புல்மேட்டிலிருந்த மாடுகள் மேய்ச்சலை விட்டு நிமிர்ந்து வேறு திசையில் நோட்டம் கொண்டிருந்தது. வெயில் படராத இடத்தில் புற்களின் மேலிருந்த கரும் பச்சை நிறத்திலிருந்த பூச்சிகள் மெதுவாக ஊறிக்கொண்டிருந்தன. காற்றில் மெதுவாக அசையும் காய்ந்த இலைகளின் சத்தம் மெலிதாகக் கேட்டது. காஞ் சனா எழுந்து வந்தாள். அவள் கையில் வேப்பங்குச்சி இருந்தது. அவள் சேலையைத் தூக்கி இடுப்பில் சொருகியிருந்தாள். சிலம்புவைக் கடந்து சென்ற போது மட்கிய எண்ணெய் வாசம் அவள் மேலிருந்து வந்தது. சிலம்பு பழைய தகர டின்னுக்குப் பக்கத்தில் நின்று கொண்டு பாக்கெட்டிலிருந்த சிகரெட்டை எடுத்துப் பற்ற வைத்தான். புகையை ஊதியபடி ஹோட்டலின் பின்புறத்தைப் பார்த்தான். தானும் இதே போல ஏதேனும் இடத்தில் ஹோட்டல் வைத்து நடத்தலாமா என்று யோசனையாகவே இருந்தான். பணம் எவ்வளவு தேவைப்படும். பணத்தை யாரிடம் வாங்கலாம். பிறகு அதனை எப்படி திரும்பத் தருவது என்ற குழப்பம் தான் அவனுக்குத் தயக்கத்தை உண்டாக்கியது. காஞ்சனாவிடம் தான் சீக்கிரமாக இன்னொரு வியாபாரம் துவங்கப் போவதாகச் சொல்லி யிருந்தான். அவளும் அவனுடன் வியாபாரத்தைப் பற்றி ஆர்வமாக பேசியிருக்கிறாள்.

சிலம்பு ஹோட்டலுக்கு வந்தான். மாட்டுப்பெட்டிக்குப் போக வழிக்கேட்டப் பெண்கள் நாற்காலியில் உட்கார்ந்து தோசை சாப் பிட்டுக் கொண்டிருந்தனர். அவர்கள் சப்தமாக பேசிய போதிலும் என்ன பேசுகிறார்கள் என்று புரிந்து கொள்ள முடிய வில்லை. சமையலறைக்குள் சென்று அடுப்புக்குப் பக்கத்தில் நின்றான். அவள் இன்னமும் சேலையை கீழே இறக்கிவிடாமல்தான் இருந்தாள். அவளது குதிங்கால்களில் வெடிப்பு உண்டாகி, பிளவுகளுக்கு உள்ளே மண்ணேறி கிடந்தது. தோசை சட்டியில் தண்ணீர் தெளித்துக் குச்சி விளக்குமாறில் தேய்த்தாள். இரும்பு சட்டியிலிருந்துப் புகை கிளம்பியது. மண் அடுப்பில்

இரண்டு மூன்று இடம் உடைந்து போயிருந்தது. அவள் கிண்ணத்தில் மாவை எடுத்து சட்டியில் இழுத்துவிட்டாள். அவள் தோசையை வட்டமாக இழுத்துவிடாமல் கோழிமுட்டை சைஸில் தேய்த்தாள். "காலங்காத்தாலே இரண்டு பேரு வந்து தோசையா திங்குறாளுக. இதுவரைக்கும் ஆளுக்கு நாலு தோசையை சாப்பிட்டிருப்பாங்க. அவளுக ரெண்டு பேரு யாருன்னு உனக்குத் தெரியுமா." தோசைக்கு எண்ணெயை உளற்றியபடி அவனிடம் கேட்டாள். அவனும் சமையலறையை விட்டு எட்டிப் பார்த்துவிட்டு தனக்குத் தெரியவில்லையென்றும் ஆனால் தன்னிடம் மாட்டுப்பெட்டி டேம்முக்கிற்கு வழி கேட்டதை அவளிடம் சொன்னாள்.

பிராத்தல் பார்ட்டி மாதிரி தான் தெரியுது. வீட்டுப் பொம்பளைக மாதிரி தெரியலையே என்றாள். தோசையைத் திருப்பிப் போடாமல் சுருட்டி எடுத்துத் தட்டில் போட்டாள். சப்ளையர் வந்து எடுத்துக் கொண்டு போன போது அவனிடம் வெள்ளைக்காரங்க சுக்குமல்லி கடையை விட்டு வரமாட்டேங்குறாங்களா என்று கேட்டாள். சப்ளையர் கேட்டுக் கொண்டதாகவேத் தெரியவில்லை. அவர்களாகத் தான் பேசிக் கொள்கிறார்கள் என்று அறையை விட்டுப் போனான். காஞ் சனா அடுப்பு மேட்டில் இருந்த கடுங்காப்பியை எடுத்துக் குடித்தாள். பிறகு அவனிடம் இந்த இடத்தில் ஹோட்டல் வைக்கவே ஒன்றரை லட்சமாகி விட்டது. அப்புறம் சரக்கு வாங்கவும் வேலைக்காரர்களுக்கு சம்பளம் தரவும் வியாபாரமாகும் பணம் சரியாகப் போய்விடுகிறது. இந்த இடத்துக்காரர் இடத்தை பிளாட் போட்டு விற்கப் போகிறாராம். நேத்து ராத்திரி வந்து சொன்னாரு. என்ன செய்யுறதுன்னு தெரியலை. பேசாமல் ஹோட்டலை எடுத்துட்டு ஊர் பக்கம் போய் அத்தக்கூலி வேலைக்கு போகவேண்டியது தான் என்றாள்.

சிலம்பு அவள் சொன்னதற்கு பதிலேதும் பேசவில்லை. அவள் அதற்குப் பிறகு ஒன்றும் பேசாமல் தோசை சுடுவதிலேயே கவனமாக இருந்தாள். சிலம்புதான் திரும்பவும் அவளிடம் இந்த இடத்தை விலை கொடுத்து வாங்கி விடலாமா என கேட்டான். அவள் முகத்தைத் திருப்பாமலேயே "ஒன்றரை லட்சத்திற்கே நான் பட்டபாடு எனக்குத் தான் தெரியும். விலைக்கொடுத்து வாங்கணுமினா" மிச்சப் பணத் திற்கு என்ன செய்யுறது எரிச்சலாக பதில் பேசினாள். சிலம்புவிடம் அவள் பணத்தை எதிர்பார்ப்பது போல காட்டிக்கொள்ளவில்லை. பரமசிவன் கோவில் திருவிழாவிற்கு ஹோட்டல் போடலாமான்னு யோசிக்கிறேன் என்றாள். சிலம்பு உற்சாகமானவனாக அவளிடம் நானும் உங்க கூட சேர்ந்துக்கிறேன். எவ்வளவு பணம் போடணு மின்னு சொல்லுங்க என்றான். அவளும் சரி என்பது போல முகத்தை வைத்துக் கொண்டு திரும்பிப் பார்த்தாள். சிலம்பு சமையலறையை

விட்டு வெளியே வந்து ஸ்டாலில் உட்கார்ந்து கொண்டான். பால் காரன் மேட்டில் சைக்கிளை உருட்டிக் கொண்டுச் செல்வது தெரிந்தது. மேட்டைக் கடந்து வயல் வேலைக்கு வந்து கொண்டிருந்தப் பெண் களின் பேச்சு சப்தம் மெல்ல மெல்ல கேட்கத் தொடங்கியது.

புருஷோத்தமன் சைக்கிளை நிறுத்தி விட்டு கேரியரிலிருந்த தண்ணீர் பாக்கெட்டுகளையும் பாட்டில்களையும் எடுத்து ஸ்டாலில் தந்தான். சிலம்பின் முகம் வாழைப்பழத்தாருக்குப் பின்னால் இருந்ததால் புருஷோத்தமன் அவனை சரியாகப் பார்க்கவில்லை. ஏதேச்சையாகத் தான் பார்த்தான். அவனைப் பார்த்ததும் அவனுக்கு பயமும் பதட்டமும் கூடியது. சிகரெட் பெட்டி அட்டையில் கணக்குகளை எழுதி வைத்துக் கொண்டான். அண்ணேப் பணத்தைக் கொடுங்க. அடுத்த வாரம் பரமசிவன் கோவில் திருவிழாவிற்கு கடைப் போடப்போறேன். கவுன்சிலருக்குப் பணம் தரனும் என்று சொல்லிவிட்டு ஹோட் டலுக்குள் போனான். சிலம்பிற்கு சந்தோசமாக இருந்தது. உடனே கடை போடுவதைப் பற்றி காஞ்சனாவிடம் பேச வேண்டுமென நினைத்தான். ஆனால் அவள் அடுப்படியில் இருந்ததால் சிறிது நேரங்கழித்து உள்ளே போகலாமென சிகரெட்டை வாங்கிப் பற்றவைத்துக் கொண்டான்.

வெள்ளிக்கிழமை அன்று காலையில் கொடியேற்றுகிறார்களென ஸ்டாலில் இருந்தவர்கள் பேசிக்கொண்டார்கள். சிலம்புக்கு பரபரவென்றிருந்தது. கோவிலில் கடை போட்டால் என்னென்ன விற்கலாம். யார் கடையை பார்த்துக் கொள்வார்கள். கேஸ்கவுண் டரில் யார் இருப்பார்கள். தனக்கு எவ்வளவு லாபம் கிடைக்கும் என்று யோசித்தபடி சிகரெட்டை குடித்து முடித்தான்.

காஞ்சனா சமையலறையை விட்டு வெளியே வந்தாள். வந்தவள் ஹோட்டலுக்கு எதிரே இருந்த சுக்குமல்லிக் காப்பிக் கடைக்காரரை அசிங்கமாகத் திட்டியபடி ஸ்டாலுக்குப் பக்கத்தில் நின்று கொண் டாள். சுக்குமல்லிக் காப்பிக் கடையில் இன்னமும் கூட்டமாகத் தான் இருந்தது. வெள்ளைக்காரர்கள் சிரிப்பும் பேச்சுமாக காப்பிக் குடித்துக் கொண்டிருந்தார்கள். அந்த பக்கம் இன்னமும் வெயில் வந்திருக்கவில்லை. காஞ்சனா ஸ்டாலில் இருந்தவனிடம் 2350 ரூபாய் வாங்கி புருஷோத்தமனிடம் தந்தாள். புருஷோத்தமன் பணத்தை வாங்கிக் கொண்டுப் போனான். அவன் சைக்கிளை உருட்டிக் கொண்டு நடந்து சென்ற பிறகு தப்புச்சுப்போறான் போகட்டும் என்று அவளாகவே பேசினாள். பிறகு கழிப்பறையின் முன் நாற்காலியில் உட்கார்ந்து இருந்தவனிடம் சைகையில் ஏதோ சொன்னாள். அவனும் புரிந்தவனாக தலையை ஆட்டினான்.

சிலம்பு அவளது பின்னேச் சென்றான். அவள் சமையலறையில்

இருந்த பழைய நாற்காலியில் உட்கார்ந்து கொண்டாள். உட்காரும் போது இடுப்பில் தூக்கிச் சொருகியிருந்தச் சேலையை கீழே இறக்கி விட்டாள். கோவிலில் கடை போட வேண்டுமென்றால் யாருக்கிட்ட யாவது கேட்கனுமா என்று சிலம்பு அவளிடம் கேட்டான். அவள் அதெல்லாம் தேவையில்லை. இடத்தைப் பார்த்து உட்கார வேண்டி யதுதான் என்று இட்டிலித் தட்டில் மாவை ஊற்றினாள். பக்கத்தில் கடலைமாவை கலக்கிக் கொண்டிருந்தவரைப் பார்த்து ஆமா மூனு வருஷமா வடைப் போடுறே. கல்லமாவை கலக்கத் தெரியுதாய்ய உமக்கு. தண்ணியா கலக்கு. எண்ணெய் பூராவும் அருவாகட்டும் என்று திட்டினாள். மாவைக் கலக்கிக் கொண்டிருந்தவர் ஒன்றும் பேசாமல் நறுக்கி வைத்திருந்த வெங்காயத்தை அள்ளி போட்டார். வடை சட்டியில் எண்ணெய் கொதிப்பு வந்த போது வெளியே சப்தம் கேட்டது. காஞ்சனா கண்டுகொள்ளாதவள் போல் இட்டிலி கொப் பரையை மூடினாள். கிண்ணத்திலிருந்த நீரில் கைகளை முக்கிக் கொண்டு தனது இடுப்பில் துடைத்துக் கொண்டாள்.

வெளியே சுக்குமல்லிக் காப்பிக் கடைக்காரருக்கும் ஹோட்டலில் கழிப்பறை நாற்காலியில் உட்கார்ந்திருந்தவனும் சண்டைப் போட்டுக் கொண்டிருந்தார்கள். வயதானவர் கத்திப் பேச முடியாதவராக இருந்தார். கழிப்பறையில் காசு வாங்கிப் போடுபவன் அவரை வாடா போடா என்று திட்டிக் கொண்டிருந்ததை சிலம்பு கேட்டதும் சங்கட்டமாக இருந்தது. நடுத்தர வயதானவர் தெரியும்டா உங்க பவிசி என்று மட்டும் திரும்பத் திரும்பச் சொல்லிக் கொண்டிருந்தார். அவரால் வேறொன்றும் பேச முடியவில்லை. அவரைத் திட்டிக் கொண்டிருந்தவன் கையை ஓங்கியபடி அடிப்பதற்கு முன் சென் றான். அங்கிருந்த வயகாட்டுக்காரர்கள் சரி விடுப்பா. சரி விடுப்பா நீயும் கடை வச்சிருக்கே. அவரும் கடை வச்சிருக்காரு. அனுசருச்சுப் போங்கப்பா என்று சமாதானப்படுத்தினர். அவன் அவர்களை பொருட்படுத்தாமல் திட்டிக் கொண்டிருந்தான். திடீரென ஓங்கி நெஞ்சில் அடித்து விட்டான். சுக்குமல்லி காப்பிக் கடைக்காரர் நிதானமில்லாமல் கீழே விழப்போனார். வயக்காட்டுக் காரர்கள் அவரைப் பிடித்துக் கொண்டார்கள். இரண்டாவது தடவையாக அவன் அடித்ததும் அவருக்கு கோபம் வந்து திருப்பி அடித்துவிட்டார். அவனுக்கு உதடுகிழிந்து ரத்தம் வந்தது. சிலம்பு அருகே சென்று சண்டையை விலக்கி விட்டான். காஞ்சனா இதற்காகத்தான் காத்திருந்தவள் போல ஓடி வந்தாள். அவளது கையில் மசால் பொடியும் இன்னொரு கையில் தோசை கரண்டியும் இருந்தது. சுக்குமல்லிக் கடைக்காரரை நோக்கி வந்தவள் வேகமாக அவரது முகத்தில் மசால் பொடியை எறிந்தாள். பிறகு சூடாகயிருந்த தோசை கரண்டியால் அவரது இரு தொடையிலும் மாறிமாறி அடித்தாள். முகத்தில் விழுந்த அடியில்

உதடு கிழிந்து கண்களை மூடிக் கொண்டிருந்தவன் அவளது செயலைக் கண்டு அப்படியே நின்றான்.

சிலம்பும் பயந்து போனான். காஞ்சனா இப்படி செய்வாள் என்று அவன் நினைக்கவில்லை. அங்கிருந்தவர்கள் அவளை திட்டத் தொடங்கினார்கள். காப்பிக் கடைக்காரருக்கு தண்ணீர் தந்து முகத்தை கழுவச் சொன்னார்கள். அவர்களின் பேச்சை காஞ்சனா கேட்கவே இல்லை. அவளும் திட்டத் தொடங்கினாள். ஏங்கடைக்கு வர்றவங்களை எல்லாம் நீ எதுக்குய்யா கூப்பிடுறே. ஒஞ்சோலிமயிரப் பார்த்துட்டு இரு என்றாள். அங்கிருந்தவர்கள் நீயெல்லாம் பொம்பளயாம்மா என்று கேட்டனர் அதற்கு அவள் திறந்துகாட்டனுமாய்யா என்று முந்தானையை விலக்கினாள். அவர்கள் எல்லோரும் கலைந்து சென்ற போது மூணாறுக்குப் போகும் கேரளா எக்ஸ்பிரஸ் ஹோட்டலைக் கடந்துச் சென்றது. காஞ்சனா "ஆமா மலையாளத்துக்காரனுக்கு மெட்டில் இருக்கிறவன் போட்டுத்தர்ற டீக்காப்பி தான் பிடிக்கும். நான்னென்ன மூத்திரத்தையா தர்றேன். நானும் ரூபாய் தர்றேன் ஓசியாகச் சாப்பிடுன்னு அவுத்துக்காட்டாதக் குறையா கெஞ்சுறேன். ஒரு பய பிள்ளைகளும் வண்டியை நிப்பாட்ட மாட்டேங்கிறானுங்க." சண்டையை விட்டுவிட்டு ஹோட்டலுக்குச் சென்றாள்.

சிலம்பு அவள் பின்பாகச் சென்றான். கழிப்பறையில் உட்கார்ந் திருப்பவன் உதட்டைத் துடைத்தபடி நடந்தான். கழிப்பறை முன்னி ருந்த நாற்காலியில் அமர்ந்து கொண்டான். அவனுக்கு நிமிர்ந்து பார்க்கவே பயமாக இருந்தது. வயது மூத்தவரை அடித்துவிட் டோமே என்று தலைகுனிந்தபடியே இருந்தவன் சாலையைப் பார்க்காமல் ஹோட்டலை பார்த்தவனாக திரும்பி உட்கார்ந்து கொண்டான். சிலம்புவுக்குச் சமையலறைக்குள் செல்ல பயமாகத்தான் இருந்தது. காஞ் சனா தன்னை ஏதாவது சொல்லி விடுவாளே என்று தயங்கியவனாக வாசலிலேயே நின்று கொண்டான்.

காஞ்சனா அவனை உள்ளே அழைத்தாள். அவன் பரமசிவன் கோவிலில் கடை போட்டா நானும் உங்ககூட சேர்ந்துக்குகிறேன் என்றான். அவள் தனது ஜாக்கெட்க்குள் ஆள்காட்டி விரலை விட்டு பிராவை சரி செய்வது போல சரி செய்தபடி வேறெங்கோ பார்த்த படி ரூபாய் ஓங்கிட்டே எவ்வளவு இருக்கு என்று கேட்டாள். அவன் தயங்கியபடி இருந்ததைப் பார்த்து சும்மா சொல்லு என்றாள். பிறகு அவன் தன்னிடமிருந்தப் பணத்தை சொன்னான். அவள் திரும்பவும் உள்ளாடையை சரி செய்வது மாதிரி கைவிரலை நெஞ்சுப் பக்கம் கொண்டு சென்று அவனது கண்களை பார்த்தாள். அவன் தன்னைக் கவனிக்கவில்லையெனத் தெரிந்ததும் கையை எடுத்து விட்டு இதைவச்சுக்கிட்டு ஒன்னும் செய்ய முடியாது. சரி பரவாயில்லை

உன்னைய சேர்த்துக்கிறேன். பணத்தை எப்ப வந்து தருவே என்று கேட்டாள். அவனும் நாளைக்கு வந்து தருகிறேன் என்று சொல்லிவிட்டு நகரத்திற்குச் செல்லும் பாதையில் நடக்கத் தொடங்கினான்.

சிலம்பு சென்ற பிறகு அவளுக்கு சூரியின் ஞாபகம் வந்தது. அவன் தான் அவளுக்கு ஹோட்டல் வேலைகளை முழுமையாக கற்றுத் தந்தது. அவனும் ஊருக்குள் பஸ்ஸ்டாண்டு பக்கத்தில் கடை வைத்திருந்தான். சூரியனுக்கு அவள் மீது ஆசையிருந்தது. தான் எப்படியாவது அவளை அனுபவித்து விடவேண்டுமென்ற வேகத்தில் அவளது விருப்பத்திற்கு நடந்து கொள்ள அனுமதித்திருந்தான். பிறகு அவளது கணவன் துரைசாமிக்கும் அவனுக்கும் சண்டை நடந்தது. அதற்கு பிறகு அவன் எங்கு சென்றான் என்றே தெரியவில்லை. காஞ்சனாவிற்கு தனது கணவன் துரைசாமியையும் சூரியையும் பிடிக்காது. அவள் ஸ்வீட் ஸ்டாலில் வேலை பார்த்த போது ஒருவனை விரும்பினாள். அவனை திருமணம் செய்து கொள்ளவேண்டுமென்றும் அவனிடமிருந்து தொழிலை கற்றுக் கொள்ளவேண்டுமென வெறியாக இருந்தாள்.

துரைசாமியை காஞ்சனா திருமணம் செய்து கொண்டபோது அவன் ஆட்டோ ஓட்டிக்கொண்டிருந்தான். பேருந்து நிலையத்தில் அவனது ஆட்டோ இருந்தது. கல்யாணமான புதிதில் அவள் மீது பிரியம் கொண்டவனாகத்தான் இருந்தான். ஆட்டோவிற்கு அவளது பெயரை எழுதி வைத்திருந்தான். சுந்தரத்துடன் அவன் பழகத் தொடங்கிய நாட்களில் அவனது குணம் மாறி விட்டது. சுந்தரமும் துரையும் வெள்ளைக்காரப்பெண் ஒருத்தியை மூணாறுக்கு அழைத்துச் சென்றதிலிருந்து ஒன்றாக வியாபாரம் செய்ய தொடங்கினார்கள். வெள்ளைக்காரப் பெண் மூணாறை சுற்றிக்காட்ட வேண்டுமென்று அவர்களிடம் வந்து சேர்ந்த போது அவளிடம் அதிகமான பணமிருந்தது.

மேடம் என்ற வார்த்தையையும் சிலுவைக்குறியையும் வெள்ளைக் காரப் பெண்ணைச் சந்திக்கும் பொழுதெல்லாம் பயன்படுத்தி விடுவான் சுந்தரம். அவள் ஊருக்குப் போகும் போது பணமும் கொஞ்சம் பொருட்களும் தந்துவிட்டுச் சென்றாள். அவள் தந்துவிட்டுச் சென்ற பொருட்களில் வெள்ளைப்பொடி டப்பா ஒன்று இருந்தது. திறக்கும் போது தற்செயலாக கீழே கொஞ்சம் பொடி சிந்திவிட்டது. குடிப் பதற்கு வைத்திருந்த நீரை அதன் மேல் ஊற்றினான். புகையாக வந்தது. பிறகு மயிலிறகு ஒன்றை எடுத்து புகையில் காட்டினான். மயிலிறகின் நீலநிறம் முழுதும் வெண்மையாக மாறிவிட்டது. பிளாட்பாரத்தில் நின்று அவனையேப் பார்த்துக் கொண்டிருந்தவன் ஒண்டர்ஃபுல் ஒண்டர்ஃபுல் என்று சொல்லி பொடி டப்பாவை வாங்கிப் பார்த்தான். பிறகு அந்த டப்பாவை நூறு ரூபாய் கொடுத்து வாங்கிச் சென்று விட்டான். துரைசாமிக்கும் சுந்தரத்திற்கும் பணம் கிடைத்ததில்

சந்தோசம்.

அதற்குப் பிறகு துரை வீட்டிற்குச் செல்வது குறைந்து விட்டது. சுந்தரத்துடன் சுற்றிக் கொண்டேயிருந்தான். சுந்தரம் ஊரில் இருந்த லாட்ஜ் ஒன்றை பழக்கத்தில் வைத்திருந்தான். அந்த லாட்ஜிற்குத் தான் விஜயாவும் வருவாள். அவளைத் தேடி நிறைய நபர்கள் அந்த லாட்ஜிற்கு வந்து சென்றார்கள். பல்பொடி வியாபாரி ஒருவனும் லாட்டரி சீட்டு வியாபாரியும் வாரத்தில் இரண்டு நாட்களாவது வந்துதங்கி விட்டுச்சென்றார்கள். லாட்டரி சீட்டு வியாபாரி டுப்ளிளிகேட் சீட்டு அச்சடித்து விற்றுக் கொண்டிருந்தான். அவனைத்தேடிச் சில்லறை வியாபாரிகள் பலரும் வருவார்கள். விஜயாவை அவர்கள் தொடர்பு கொள்வதற்காக முயற்சித்தார்கள். அவள் எதற்காகவோ அவர்களை நிராகரித்து விட்டாள்.

லாட்ஜிற்கு வருபவர்களை எல்லாம் அவள் நிராகரித்துவிடுவ தில்லை. அவளுக்கென்று சில ஆட்கள் வாடிக்கையாக இருந்தனர். அவளிடம் வந்து செல்லும் ஒருத்தர் நாகரத்தினம் வியாபாரம் செய்வதாக சொன்னார். நாகரத்தினத்தை அவள் எப்படியாவது பார்த்துவிட வேண்டுமென ஆசைப்பட்டு அவரிடம் கேட்டாள். அவர் சிரித்துக் கொண்டே யார்கிட்டே இருக்கு நாகரத்தினம். அது எப்படியிருக்குமுனு கூட எனக்குத் தெரியாது என்று சிரித்தார். அவர் பொய் தான் சொல்லுகிறார் என்று நினைத்தாள். நாகரத்தினத்தை ஒருவர் பார்க்காமலேயே எப்படி அதைப் பற்றி பேசி வியாபாரம் செய்ய முடியும் என்று அவர் மீது சந்தேகம் கொண்டாள். பிறகு அவர் எந்தெந்த ஊருக்குச் செல்கிறார் யாரையாரை பார்க்கிறார் என்று சுந்தரத்திடம் கேட்டுத் தெரிந்து கொண்டாள். சுந்தரம் மட்டும் தான் அவளது அந்தரங்கத்தை அறிந்தவனாக இருந்தான். அவளைத் தேடி லாட்ஜிற்கு வந்த மற்றவர்களுடன் அவனும் பழக்கம் வைத்துக்கொண்டான்.

சுந்தரம் துரையின் வீட்டிற்கு வந்து செல்லத் தொடங்கியப் பிறகு காஞ்சனாவை அவன் விரும்பினான். துரையில்லாத நேரத்தில் வீட்டிற்குச் சென்று அவளிடம் சிரித்து பேசினான். அவள் அதைப் புரிந்து கொண்டாளா என்று தெரியவில்லை. அவனிடம் தனது கணவனை திரும்பவும் ஆட்டோ ஓட்ட சொல்ல வேண்டும் என்று அவனிடம் கேட்டுக்கொண்டாள். சரி என்று சொன்னவன் துரை யிடம் எதுவும் பேசவில்லை.

சுந்தரம் கருப்பு அரிசி வியாபாரம் செய்யத்தொடங்கினான். நாகரத்தின வியாபாரியிடமிருந்த சரக்கைக் கைப்பற்றி விஜயா தந்திருந்தாள். நாகரத்தின வியாபாரி கருநாடகாவிற்கு பெரிய வெங்காயம் வாங்க

சென்றிருந்தார். லாட்ஜில் கருப்பு அரிசி வியாபாரம் பேசுவதற்கும் ஒரு தனி ரூம் எடுத்து வைத்துவிட்டான். விஜயாதான் அவனுக்கு அந்த வியாபாரத்தை கற்று தந்திருக்க வேண்டுமென துரை நம்பினான். தனக்குத் தெரியாமல் அவனுக்கு மட்டும் ஏன் சொல்லிக் கொடுத்தாள் என அவள் மீது கோபமாக இருந்தான்.

வெளியூரிலிருந்து வந்த இரண்டு பேர் கருப்பு அரிசியைப் பார்க்க வேண்டுமென சொன்னார்கள். முதல் பேச்சில் வியாபாரம் படியவில்லை. இருவரும் கருப்பு அரிசியை சோதனை செய்ய வேண்டுமென பிடிவாதம் கொண்டவர்களாக இருந்தார்கள். சுந்தரம் சரி என்று சொல்லிவிட்டான். ஒரு பாதுகாப்பிற்கு துரையை அழைத்திருந்தான். கருப்பு அரிசியை சோதனை செய்யவேண்டு மென சொல்லுபவர்கள் எப்படி செய்து பார்க்கப் போகிறார்கள் என்றுதான் தெரியவில்லை. சுந்தரத்திற்குப் பயம். வந்தவர்கள் அடித் தால் கூட பரவாயில்லை. போலீஸில் பிடித்துக் கொடுத்துவிட்டால் என்ன செய்வது என்று சிகரெட்டை குடித்துக் கொண்டிருந்தான்.

சுந்தரம் எதற்கும் தயாராகத்தான் இருந்தான். அவர்களை பேருந்துநிலையத்தில் தற்செயலாகத் தான் பார்த்தான். அவர்கள் கருந்துளசி பற்றி பேசிக்கொண்டிருந்ததை கேட்டவன் தன்னிடம் அரிசி உள்ளதாக சொன்னான். அவர்கள் நம்பவில்லை. அவர்களை சரி கட்டி லாட்ஜிற்கு அழைத்து வருவதற்குள் இரவாகி விட்டது. லாட்ஜில் ரூம் போட்டு படுக்கவைத்தான். வந்தவர்கள் விஜயாவைப் பார்த்ததும் உற்சாகமாயிவிட்டனர். இரவு முழுக்க குடியும் பேச்சுமாக இருந்தார்கள். ஏற்கனவே விஜயாவுடன் சேர்ந்து கொஞ்சம் கருப்பு அரிசி சேகரித்து வைத்திருந்தான். அவளுக்கு அரிசியை நாகரத்தின வியாபாரி தந்திருந்தான். அவன் பெரிய வெங்காயம் ஒன்று கர்நாடகாவில் இருப்பதாக தகவல் வந்திருக்கிறது என்றும் பார்ட்டிகளுடன் சென்று பேசி முடித்துவிட்டு வருகிறேன் என்று அரிசியைத் தந்துவிட்டுச் சென்றிருந்தான்.

கருப்பு அரிசியை பரிசோதித்து காட்டியதும் சந்தோசமானவர் களாக விலை கொடுத்து வாங்கிக்கொண்டார்கள். விலை படிந்ததும் சுந்தரம் தனக்கு அதிஷ்டம் இருப்பதாக நினைத்தான். அவர்கள் திரும்பவும் வந்து பெரிய வெங்காயத்தை பார்த்துவிட்டு செல்வ தாகச் சொன்னார்கள். பெரிய வெங்காயம் என்றால் ஒரு ரூம் அள விருக்குமா என்று ஒருவன் கேட்டான். இல்லை அதை மொட்டை மாடியில் பந்தல் போட்டு தான் வைக்கவேண்டும். ஆள் ரெடியாக இருக்கிறது வந்ததும் விலையாகிவிடும் என்று விஜயா வியாபாரி போல பேசினாள். அவர்கள் சென்றதும் விஜயா பணத்தை பங்கு போட்டாள். அன்றிரவு அவர்கள் மூவரும் குடித்தார்கள். போதை

யேறியதும் அவள் நடனமாடத் தொடங்கினாள். தான் பெரிய அழகி என்றும் தன்னை அடைய இப்போதும் ஆட்கள் காத்திருப்பதாக சொன்னாள். நாகரத்தினத்தை எப்படியாவது கைப்பற்றி வியாபாரம் செய்து சம்பாதித்துவிட வேண்டுமென சொன்னாள். அவளை சுந்தரமும் துரையும் சமாதானப்படுத்தினார்கள்.

துரை தன்னை போலீஸ் பிடித்துக்கொண்டு போய்விடுமென்று பயந்து கொண்டிருந்தான். இருந்தபோதிலும் சுந்தரம் இருக்கிறான் தன்னை காப்பாற்றி விடுவான் என்று சமாதானப்படுத்திக் கொண் டான். நாகரத்தின வியாபாரி ஊரிலிருந்து வந்து சேர்ந்த போது துரை குடிகாரனாக மாறியிருந்தான். அவன் காலையிலேயே குடித்து விட்டுத்தான் லாட்ஜிற்கு வருவான். கர்நாடகாவில் என்.ஆரைப் பார்த்தாகவும் அது கோதுமையின் அளவும் கோதுமையின் நிறமும் கொண்டதாக இருக்கிறது என்று விஜயாவிடம் சொன்னான். என்.ஆரைப் பார்ப்பதற்கே கொடுத்து வைத்திருக்க வேண்டுமென அவர் சொல்லியதை துரையும் சுந்தரமும் கேட்டுக் கொண்டிருந்தார்கள்.

என்.ஆரை இருட்டு அறையில் வைத்துவிட்டு அதன் வெளிச் சத்தில் இரண்டு அடி தூரம் முடிய செய்தித்தாள் படிக்கலாம் என்று சொன்னதும் விஜயா கர்நாடகத்திற்குச் சென்று பார்த்து விட்டாவது வந்துவிட வேண்டுமென ஆசைப்பட்டாள். சுந்தரமும் அவளுடன் வருவதாக சொன்னான். துரை ஒன்றும் பேசவில்லை. அவனுக்கு சில நாட்களாகவே விஜயாவின் மீது மோகம் கூடியபடி யிருந்தது. அன்றிரவு அவளை நெருங்கிய போது அவள் அவனை அனுமதிக்காமல் விரட்டிவிட்டாள். ஆத்திரத்தில் பஸ்ஸ்டாண்டில் நின்றிருந்த போலீஸ்காரர்களிடம் லாட்ஜில் ஆள் இருக்கிறார்கள் என்று தகவல் சொல்லிவிட்டு காஞ்சனாவைத் தேடி வீட்டிற்குப் போய்விட்டான்.

காஞ்சனா வீட்டில் இல்லை. அவன் வீட்டிற்கு வந்து நெடு நாட்களாகி விட்டது. அவள் ஹோட்டல் வேலைக்குப் போவதாக பக்கத்திலிருந்தவர்கள் சொன்னார்கள். ஹோட்டலை விசாரித்துச் சென்ற போது அவள் சமையலறையில் உட்கார்ந்து தோசை சாப் பிட்டுக் கொண்டிருந்தாள். அவனைப் பார்த்ததும் கண்டுகொள்ளா தவளாக சாப்பிட்டுக் கொண்டேயிருந்தாள். அவன் அவளது பக்கத்தில் போய் நின்றான். அவள் அடுப்பில் எறிந்து கொண்டிருந்த விறகை உருவி எடுத்து அவனை ஆத்திரம் தீர அடித்தாள். அங்கிருந்தவர்கள் அவர்களை விலக்கிவிட்டார்கள். துரை ஒன்றுமே பேசவில்லை. அவன் ரத்தகாயங்களோடு வீட்டிற்குச் சென்றான். அதன் பிறகு காஞ்சனா வீட்டிற்கு செல்லவில்லை.

3

சூரியனிடம் இரண்டு உடைகள் மட்டுமே இருந்தது. ஸ்டவ் அடுப்பைப் பற்றவைக்கும் பொழுதெல்லாம் அந்த உடைகளைப் பற்றி தான் நினைப்பான். தனக்கு புதியதாக மேலும் சில உடைகள் எடுக்கவேண்டுமென நினைத்திருந்தான். எந்த நிறத்தில் எந்த கடையில் என்பது கூட முடிவு செய்துவிட்டான். ஆனால் கடைக்குச் சென்று வாங்கி வரத்தான் சோம்பலாக இருந்தது. அவன் சாலையில் மீன் ரோஸ்ட் கடை போட்டிருந்தான். கொஞ்ச நாட்களாக மீன் கடையை விட்டுவிட்டு சின்ன ஹோட்டல் ஒன்று போடலாமா என யோசித்துக் கொண்டிருந்தான். அவனுக்கு துணைக்கென யாருமில்லை. யாராவது ஒருவர் உதவிக்கு வந்து சேர்ந்தால் தொடங்கிவிடலாமென திட்ட மிட்டிருந்தான். காலையிலேயே மார்க்கெட்டிற்கு சென்று மீன்கள் வாங்கிக் கொண்டு வருவான். மீன்ரோஸ்ட் செய்வதில் தான் கெட்டிக்காரன் என்று பெருமையாக மீன் சந்தைக்குள் செல்வான். மீனின் ரத்தமும் அதன் வெண்மையான சருமமும் மினுங்கும் உடலும் அவனை போகத்தைத் தூண்டக்கூடியதாக இருக்கும். பலமுறை மீனின் உடலைப் பார்த்துக் கொண்டே நின்றிருக்கிறான். குறிப்பாக செதில்களற்ற கட்லா மீனைப் பார்த்ததும் அவனுக்கு ஸ்பரிசித்தப் பெண்ணின் நிர்வாணமும் சம்போகமும் தான் நினைவுக்கு வரும். வாய் பிளந்த மீன்களின் வெளுத்த உடல் முடிந்துபோன சம்போகத்தையே உணர்த்தியது அவனுக்கு.

சூரியன் தினமும் காலையிலேயே மீன் வாங்கிக்கொண்டு பல சரக்குக் கடைக்கு போவான். மீன் ரோஸ்ட்டுக்குத் தேவையான மசால் அயிட்டங்களை வாங்கிக்கொண்டு வீட்டிற்கு வந்து விடுவான். காலையில் சாப்பிடவென சமையல் செய்து வைத்து விட்டு மீன்களை ரோஸ்ட்டுக்கென வெட்டி துண்டுகளாக்கி கழுவி சுத்தம் செய்வான். குளித்து விட்டுத் தூங்கி விடுவான். சூரியனிடம் மீன்ரோஸ்ட் கடை போட கூடாரவண்டி இருந்தது. அந்த வண்டியில் முதலில் இட்டிலியும் முட்டைப்பயிறும் தான் விற்றுக் கொண்டிருந்தான். பிறகு இட்டிலி மாவு விற்கும் பெண்ணுடன் கொடுக்கல் வாங்கல் தகராறு ஏற்பட்டது. வாய் சண்டை அவள் வீட்டு ஆண்களுடன் கை சண்டையாகப் போனதால் இட்டிலிக் கடையே வேண்டாமென நிறுத்திவிட்டான். அதற்குப் பிறகுதான் மீன் வாங்கி பொரித்து விற்றான். மீன்ரோஸ்ட் இட்டிலி வியாபாரத்தை விட லாபமாக அமைந்துவிட்டது. பிறகு அதையே தொடர்ந்து கொண் டிருந்தான்.

அவனுக்கு மீன் உடல்களின் வெளுப்புத்தன்மையைத் தினமும் கண்டுகண்டு சலிப்பு உண்டாயிருந்தது. எப்போதாவது பேருந்து நிலையத்திற்கு சென்று அங்கிருக்கும் வேசிகளை நோட்டமிடுவான்.

அவனை அப்பெண்கள் தெரிந்து வைத்திருந்தனர். பெண் களில் புதிதாக யாராவது வந்திருக்கிறார்களா என பார்ப்பான். அப்புறம் வழக்கம் போல அவனுடன் வரும் பெண்ணை அழைத்துக்கொண்டு வந்து விடுவான். சூரியனை விட அவள் உயரமானவள். பருத்த சாரீரமற்றிருந்தப் பெண்ணாகப் பார்த்து தேர்வு செய்வதை அவள் கேலி செய்தாள். அப்பெண்ணின் கேலி பேச்சைக்கூட ரசிக்கமுடியாமல் அவசரமாக அவளது உடைகளை அகற்றி விடுவான். நிர்வாணமாகக் கிடக்கும் பெண்ணின் முகத் தையும் அவளது பிறப்புறுப்பையும் பார்த்தபடி இயங்குவான்.

சூரியன் தன் உடலை மீனை போன்று கையாளுவது அப்பெண்ணிற்குப் பிடித்திருந்தது. அவளும் தன்னை மீனாக நினைத்துக் கொண்டு அவனது உடலை தண்ணீரென வளைந்து சென்றாள். போகம் முடிந்து இருவரும் மீன்களைப் போல் தரையில் கிடப்பார்கள். மீனின் வெளுத்த உடலும் பெண்ணின் நிர்வாணமான சருமமும் ஒன்றாகவே தோற்றம் கொள்ள முடிந்தது ஏன்னென்றேத் தெரியவில்லை. மீனைக் கழுவி வெட்டும் போது பெண்ணின் ஆடைகளை அகற்றுவது போல சுத்தம் செய்வான். மீன்களுடன் பேசுகிறான் என்று கூட அவனை அருகாமையிலுள்ளவர்கள் புகார். அந்த புகார்களை எல்லாம் அவன் பொருட்படுத்துவதேயில்லை.

சூரியனுக்கு காஞ்சனா பழக்கமானது எப்படியென்று அவனுக்கேத் தெரியாது. அவள் ஹோட்டல் வேலைக்குச் செல்லாமல் ஸ்வீட் ஸ்டாலில் வேலை செய்து கொண்டிருந்த சமயத்தில் தான் அவளுக்கு சூரியனின் அறிமுகம் ஏற்பட்டது. சூரியன் முதலில் அவளை வேலைக்கு சேர்த்துக்கொள்ளவே தயங்கினான். கணவ னுடன் சண்டைப் போட்டு வந்தவளினால் என்றாவது பிரச்சனை வரும் என்று நினைத்தான். ஆனால் அவளது அழகை பார்த்து விட்டு வேலைக்கு சேர்த்துவிட்டு அவளுடன் உடலுறவு வைத்துக் கொள்ள வேண்டுமென ஆசைப்பட்டான். வேலைக்கு சேர்த்துக் கொண்டபிறகு அவளை பின் தொடர்வதும் கவனிப்பதிலுமாக இருந்தான். அவளும் அவனது மனஓட்டத்தை அறிந்துகொண்டு தான் வேலை செய்தாள். தனது மார்பகங்கள் தெரியும்படி சேலையை சரிசெய்யாமல் விட்டுவிடுவதும் இடுப்புப் பகுதியில் பாவாடைத் தெரியும்படி சேலையை இறக்கிவிடுவதுமாக இருந்தாள். காலையில் அவன் வாங்கிக்கொண்டுவரும் மீன்களை அவள் சுத்தப்படுத்தப் பழகிக்கொண்டாள். சுத்தப்படுத்தி வெட்டிய மீன்களை மசால் தடவி காயவைத்துக்கொண்டிருக்கும் போது தான் அவனுக்கு அவள் மீது அதிகளவில் மோகம் கூடிவிடும். அவளது சிவப்பு கால்களின் ஊடே தெரியும் மீன்களின் வெட்டுண்ட உடல்கள் அவனை

போகம் செய்வதற்கான மனநிலையை உருவாக்கியது. அவளது மார்பகங்களைப் பார்ப்பதையும் விலகித்தெரியும் அடிவயிற்றைப் பார்ப்பதும் அதற்குப் பிறகு அதிகமானது. காஞ்சனாவிற்கு அவன் தன்னைப் பார்த்துக்கொண்டிருப்பது தெரிந்துதான் இருந்தது. முதலில் அவள் பிறர் தன்னைப் பார்ப்பதை பொருட்படுத்தி சண்டையெல்லாம் போட்டிருக்கிறாள். பிறகு தான் சகஜமாக்கிக் கொண்டாள்.

காஞ்சனாவுடன் ஹோட்டலில் வேலை செய்தவன் தினமும் அவளது அடிவயிற்றினைப் பார்ப்பான். அவளும் அதை கவனித்த படிதானிருந்தாள். அவனுக்காகவே தனது உடைகளை அவள் மேலும் இறுக்கமாக்கினாள். அந்த இறுக்கத்தையும் மீறி அவன் கண்களால் தொடர்ந்து அவளை உடைகளை கழட்டிப் பார்த்துக் கொண் டிருந்தான். என்ன செய்வதென்றே தெரியவில்லை. இருந்த போதிலும் அவள் வேலை செய்து கொண்டிருந்தாள். மாவரைக்கும் இயந்திரத் தினருகே வந்து நின்று கொண்டு சத்தமற்ற குரலில் அவளது புட்டத் தைப் பற்றியும் அவளது ஸ்தனங்களைப் பற்றியும் வர்ணித்தான். ஆபாசமாகவும் அதே நேரத்தில் அவனது காமத்தை சொல்லும் சொல்லாகவுமிருந்தது அது. அந்த சத்தத்திலும் அவளுக்கு மட்டும் கேட்கும்படியாக அவன் தனது குரலை மிருதுவாக்கிக் கொண் டிருந்தான். யாரும் அவனது பேச்சைக் கேட்கவில்லை. அவள் படபடப்புடன் மாவரைக்கும் இயந்திரத்தை கவனிக்காமல் அவனது முகத்தையே பார்த்துக்கொண்டிருந்தாள். என்ன பதில் அல்லது என்ன சொல்லி திட்டுவது கூட அவளுக்கு தெரியவில்லை.

காஞ்சனாவை அதற்குப் பிறகு அவன் தினமும் கேலிபேசுவது தொடர்ந்தது. அவள் அவனிடமிருந்து தன் உடலின் பாகங்களை காப்பாற்றிக்கொள்வதே பெரிய வேலையாக்கிக் கொண்டாள். யாருமற்ற நேரத்தில் புட்டங்களைத் தொடுவதும் கன்னங்களை கிள்ளு வதுமாக இருந்தான், அவன் மட்டுமல்லாமல் அவனது ஸ்நேகிதர் களை துணைக்கு அழைத்துக்கொண்டு வந்தான். அவளுக்கு அழு கையே வந்துவிட்டது. கடையின் முதலாளியிடம் சொன்னாள். அவர் அவர்களை அழைத்து அவள் முன்னாடியே திட்டி அடிக்கப் போனார். அதற்குப் பிறகு அவளை வேலையைவிட்டு துரத்தி விடும் நோக்கத்தில் அவனும் அவனது கூட்டாளிகளும் திட்டம் போட் டனர். மாவரைக்கும் இயந்திரத்தை பழுதாக்கி அவளை தொடர்ந்து மாவரைக்க செய்தனர். அவள் இந்த செயலை தாமதமாகத்தான் தெரிந்து கொண்டாள். தெரிந்து கொண்டவள் முதலாளியிடம் சொன்னாள். அவர் எரிச்சலோடு அவளோடு பெரியதொந்தரவாக இருக்கிறது. கணக்கை முடித்துக்கொண்டு வேலையை விட்டு நின்று கொள் என்று சொன்னார். அவள் வேலை விட்டு நின்று விடுவதென

முடிவு செய்த அன்று மூன்று பேர் ஹோட்டலின் பின் கட்டிடத்தில் வைத்து அவளது முகத்தில் மசால்பொடியை வீசினார்கள். அவள் அலறவும் துணியை வாயில் வைத்து அடைத்து சேலைத்தூக்கி அவளது தொடையில் தோசை கரண்டியை வைத்து சூடு வைத்தனர்.

தன் வாழ்க்கையில் முதன் முறையாக இப்படியான சம்பவத்தை அனுபவித்ததும் அவளிடமிருந்த அத்தனை சிரிப்பும் குதூகலமும் பறிபோய்விட்டது. அதற்குப் பிறகு அவளுக்கு என்ன செய்வது என்று தெரியவில்லை. ஆண்களின் கண்களை ஒரு அம்பு போலவும் தான் ஒரு பறவை போலவும் எண்ணிக் கொண்டாள். இரவு நேரத்தில் தனியாகப் படுத்திருக்கும் போது கூட ஹோட்டலில் இருந்தவனின் வாசத்தை உணர்ந்தாள். அந்த வாசம் அவளது கனவில் கூட தொடர்ந்தபடியிருந்தது. அவனது தாக்குதலிலிருந்துத் தப்பித்துக் கொண்டது அவளது புதிய அனுபவம் என்றாலும் சூரியிடமிருந்து இப்போது தப்பித்துக் கொள்ள உதவியாக இருந்தது.

சூரியினால் அவளை நெருங்கவே முடியவில்லை. எப்படியும் அவளை ஸ்பரிசித்துவிடுவதென திட்டமிட்டுக் கொண்டிருந்தான். காஞ்சனா அவனை ஏமாற்றுவதென முடிவு செய்தாள். சூரி மீன் ரோஸ்ட் கடையை விட்டுவிட்டு திரும்பவும் இட்டிலி கடை போடப் போவதாக அவளிடம் சொன்னான். அவனிடமிருந்து எப்படியாவது தொழிலை பழக வேண்டுமென்ற தீவிரம் காஞ்சனாவைத் துரத்திக் கொண்டிருந்தது. எதற்காக என்று தெரியவில்லை. அவளது நிழல் கூட ஏதாவது ஒரு வேலையை செய்து கொண்டுதானிருந்தது. சூரியன் அவளை அடையும் மார்பகத்தை கண்டைந்து விடும் தீவிரத்தில் தன் நிழலையும் அவளைத் தொடரச் செய்தபடி இருந் தான். அவர்கள் இருவரும் வெவ்வேறு எதிரெதிர் உலகத்தில் உலவிக் கொண்டிருந்தனர். யாருடைய உலகத்தில் யார் முதலில் நுழைந்து விடுவதென்ற பந்தயம் ஒரு ரகசியமான விளையாட்டைப் போல தொடர்ந்தபடியிருந்தது. தங்களை அறியாமல் தொடர்ந்து கொண் டிருக்கும் அந்த விளையாட்டை ஒரு போதையாக மாற்றி அனுப விக்கத் தொடங்கினார்கள்.

சூரியன் வாடிக்கையாகத் தொடர்பு கொண்டிருக்கும் பெண்ணை வீட்டிற்கு அழைத்து வந்து இணைந்தான். அவள் காஞ்சனாவை வேறொரு இடத்திலிருந்து வந்த தன்னைப் போன்ற பெண் தான் என நினைத்தாள். அவர்கள் இருவரும் உடலுறவு முடிந்து பிரிந்து செல்லும் போது காஞ்சனா அவளை கண்டுகொள்ளமாட்டாள். தன்னை அவள் நிமிர்ந்து கூட பார்க்காமல் இருக்கிறாளே என பொறாமைப்பட்டிருக்கிறாள் அப்பெண். சூரியனுக்கு அவள் அதற்குப்பிறகு நெருக்கடியான சூழ்நிலையைத் தந்தாள். பேருந்து

நிலையத்திலிருந்து அழைத்து வந்த வேசியை கூட அவள் பொருட்படுத்தாமலிருக்கிறாள் என்ற பதட்டம் தான் அவனுக்கு அந்த நெருக்கடியைத் தந்தது. அவனால் பொறுமையாக இருக்க முடியவில்லை. வேறு பெண்ணை அழைத்து வந்து அவளது முன்பாகவே உறவு கொண்டான். தன் முன் நடக்கும் உடலுறவை காணாது இட்டிலிக்கு மாவரைக்கவும் சட்டினிக்கு வெங்காயத்தை நறுக்கவுமாகயிருந்தாள். ஆனால் சூரியன் அவள் முன் நடக்கும் இச்செயலினால் அவள் பதட்டம் கொண்டு தன்னிடம் வருவாள் என்று எதிர்ப்பார்ப்போடு இருந்தான். தன்னுடன் உறவு வைத்துக் கொள்ள காஞ்சனா விரும்புகிறாள். ஆனால் அவள் எதற்காகவோ தயங்குகிறாள் என்று மனதில் அவளைப் பற்றிய பிம்பத்தை புதிதாக உருவாக்கிக் கொண்டான். அந்த பிம்பத்தை தக்கவைத்துக் கொள் வதற்காக அவன் சில செயல்களை செய்தான். அவள் அச்செயல்கள் எல்லாம் தனக்காகத்தான் என தெரிந்து கொண்டாள். அவன் சிறிது சிறிதாக அவளுக்காக நடமாடும் ஜீவனைப் போலாகி விட்டான். இட்டிலி சுட்டுத்தருவதும் சாப்பிடவருபவர்களுக்கு சட்டினி ஊற்றுவது கூட அவளுக்காகத்தான் என்றானது. பிறகு அவள் மந்திர வித்தை கற்றவள் போல அவனது செயலை ஒரு கூண்டாக்கி அதில் அவனை அடைத்துவிட்டாள். அவளிடம் பணம் புரளத் தொடங்கியது.

கடைக்கு வரும் வாடிக்கையாளர்களின் பெயர்களை அவள் நினைவில் வைக்கத்தொடங்கிய போது துரைச்சாமி திரும்பவும் அவளிடம் வந்து சேர்ந்தான். தன்னிடமிருந்த பணத்தை முழுவதும் எடுத்துக்கொண்டு இரவோடு இரவாக வெளியூருக்குச் சென்று இரண்டு தினங்கள் தங்கிவிட்டு வந்தாள். அதற்குள் சூரியும் துரையும் சண்டையிட்டு போலீஸ்ஸ்டேஷனுக்கு சென்றிருந்தனர்.

4

புருஷோத்தமன் காலையில் சீக்கிரமாகவே எழுந்துவிட்டான். திருவிழாவின் முதல் நாள் என்பதால் அவனுக்குள் பரபரப்பாக இருந்தது. முதலில் கடைபோட இடம் கிடைக்கவில்லை. நகராட்சி கவுன்சிலர் கேட்டத் தொகையை அவனால் தர முடியவில்லை. அன்றைய தேதியில் அவனிடம் சரக்குப் போட மட்டும் தான் பணம் இருந்தது. பிறகு அவர்கள் கேட்டப் பணத்தை தயார் செய்து தாமதமாகத் தந்தான். அதற்குள் கடையை வேறொருவருக்கு மாற்றி விட்டார்கள். வாங்கியப் பணத்தை திருவிழா முடிந்ததும் தந்து விடுவதாக கவுன்சிலர் அவளிடம் சொல்லியதும் கோபம் வந்து விட்டு அவனுக்கு. தனக்கு இப்போதே பணம் வேண்டும் இல்லையென்றால் திருவிழாவில் கடை போட இடம் வேண்டும் என்று அவரது வீட்டு வாசலில் நின்று கொண்டான். கவுன்சிலர் என்ன செய்வது என்று

தெரியாது முனிசிபாலிட்டிக்காரர்களுடன் பேசினார். கடைசியில் ஒரு இடத்தை ஒதுக்கித் தந்து விடுவதென முடிவு செய்து அவனை அனுப்பினார்கள்.

திருவிழா வியாபாரத்திற்கு கிருஷ்ணவேணியும் உடன் வருவதாகச் சொல்லி கிளம்பிவிட்டாள். அச்சுமுறுக்கும், எள்ளுருண்டையும் அதிகமாக இருந்தது. மிட்டாய் பாக்கெட்டுக்கள் லைன் வியாபாரத்திற்கென்று தனியாக எடுத்து வைத்திருந்தான். திருவிழாவில் அதெல்லாம் போகாது என்றும் பொரிகடலைக்கடை இல்லையென்றால் மிக்சர் கடைப்போட்டால் ஜெயித்து விடலாம் என்று மொத்தவியாபாரி அவனிடம் சொல்லியிருந்தார். அதற்குப் பிறகு தான் அவன் முறுக்கு வாங்க முடிவு செய்தான்.

கிருஷ்ணவேணிக்கு கடையில் உட்கார்ந்து வியாபாரம் செய்ய ஆசையாக இருந்தது. கைப்பிள்ளையை வைத்துக் கொண்டு வீட்டில் தனியாக இருப்பதை விட திருவிழாவிற்குப் போகலாமென கிளம்பி விட்டாள். ஆட்டோவில் சரக்குகளை ஏற்றிக் கொண்டு கிளம்பும் போது விடிந்திருக்கவில்லை. கிருஷ்ணவேணி பரமசிவன் கோவிலுக்கு முதன்முதலாகச் செல்கிறாள். அப்போதுதான் கோவிலுக்குப் போகும் பாதையை கூடப் பார்க்கிறாள். விடிந்திருந்திராதப் பொழுதில் வரும் காற்றும் மாமரங்களின் வாசனையும் அவளுக்கு சந்தோசமாக இருந்தது. தான் இழந்தப் பொருளையெல்லாம் மீட்டு விடுவோம் என்று நம்பத் தொடங்கினாள். ஆட்டோவைக் கடந்து மூணாறுக்குச் செல்லும் பேருந்தும் அதற்கு பின்னால் தேங்காய் ஏற்றிக்கொண்டு டெம்போ ஒன்றும் போனது.

புருஷோத்தமன் கோவிலின் அடிவாரத்தை அடைந்த போது வானத்தில் இன்னமும் நட்சத்திரம் மினுங்கிக் கொண்டிருந்தது. மலை கோவிலின் கோபுரத்தின் பின்னால் தெளிந்த நீல வானத்தில் இருந்த நிலவு கோபுரத்திற்குப் பின்னால் செய்து வைத்தது போல தெரிந்தது. குளிர்ந்து வீசும் காற்றும் மாமரங்களின் வாசமும் அவளுக்குப் பிடித்திருந்தது. எந்த சப்தமுமில்லாமல் இருந்த இடத்தில் அவள் நடந்து செல்லுவதற்கு பயந்தவளாக தனது கணவனின் பின்னால் சென்றாள். நிமிர்ந்து பார்த்தவள் மலை மேல் தெரிந்த விளக்கைப் பார்த்ததும் கையெடுத்து கும்பிட்டாள். பிறகு கடைப் போட்டிருந்த இடத்தைப் பார்த்து நடந்தார்கள்.

அந்தப் பக்கம் முழுதும் கடையாக இருந்தது. நடை பாதையைத் தவிர வேறு இடமே இல்லை. புருஷோத்தமன் சரக்குகளைத் தூக்கிக் கொண்டு நடந்தான். எங்குமே இடம் இல்லை. கடைசி வரை சென்றாள். ஒரு இடத்தை கூட காணவில்லை. திரும்பித் திரும்பிப் பார்த்துக்

கொண்டே நடந்தான். தனக்கு கவுன்சிலர் தருவதாகச் சொன்ன இடத்தை அடையாளம் கண்டுகொள்ள முடியவில்லை. செருப்புக்கடைப் போட்டிருந்த வியாபாரி ஒருவர் அவனை கைத்தட்டி அழைத்தார். புருஷோத்தமன் அவரருகே சென்றான். "என்ன தம்பி இடம் தேடி அலையிறீங்களா" என்று கேட்டார். "ஆமாங்கய்யா. ஏங்கிட்ட எங்க வார்டு கவுன்சிலர் ஆலமரத்திற்கு கீழே அடிவாரப் பிள்ளையார் கோவிலுக்குப் பக்கம் அப்படின்னு சொன்னாரு. இடத்தையே காணோம். அவர் கேட்டப் பணத்தையெல்லாம் தந்தேன்" என்று வருத்தமாகச் சொன்னான். செருப்புக் கடைக்காரர் அவனையும் பின்னால் நின்று கொண்டிருந்த கிருஷ்ணவேணியையும் பார்த்துவிட்டு இங்க வேணுமினா கடை போடுப்பா. யாரும் ஒன்னும் சொல்லமாட் டாங்க என்று இடத்தை ஒதுக்கித் தந்தார். அவனும் சரி என்று கடை போட சாக்கை விரித்தான்.

முதல் பூஜைக்கு மணியடித்து, மேளம் கொட்டும் சப்தம் கேட்டத்தொடங்கியதும் வியாபாரிகள் எல்லோரும் எழுந்து நின்று கையெடுத்துக் கும்பிட்டனர். சூடம் பொருத்தி பத்திக்குச்சிப் பொருத்தினார்கள். புருஷோத்தமன் மிக்சர் பாக்கெட்டைப் பிரித்து அடுக்கினான். கிருஷ்ணவேணி உட்கார்ந்து கொண்டுப் பிள்ளையை மடியில் போட்டுக் கொண்டாள். டியூப் லைட் வெளிச்சம் இன்னமும் இருந்தது. இரண்டு போலீஸ்காரர்கள் வெறும் காலோடு படியேறி கோவிலுக்குச் சென்றனர். அவர்களுக்குப் பின்னால் கொட்டுக் காரர்கள் தவில் வாத்தியங்களை தூக்கிக் கொண்டு நடந்து போனார்கள். புருஷோத்தமன் சம்மணம் போட்டு கடையில் உட் கார்ந்து கொண்டான்.

மைக்செட்டில் பாட்டு பாடத்தொடங்கிய போது முழுமையாக விடியத் தொடங்கியிருந்தது. டியூப் லைட்டை அணைத்து விட்டார் கள். காற்று நின்று நின்று வீசியது. மரங்களிலிருந்து வெயில் தரை யிறங்குவது போல வெயில் பரவியது. பேச்சு சப்தத்தைக் கேட்கக் கூட முடியவில்லை. மைக்செட்டில் பாடிய பாட்டுச் சத்தத்தில் வியாபாரிகள் கத்திக்கத்தி பேசினார்கள்.

கிருஷ்ணவேணி குழந்தைக்குப் பால் வாங்க வேண்டுமென அவனிடம் சொன்னாள். அவனிடம் அப்போது பணமில்லை. முதல் வியாபாரமாகட்டுமெனக் காத்திருந்தான். காலையில் கடை போட்டதும் வியாபாரமாகி விடும் என்று நம்பியிருந்தான். கையில் காசில்லாமல் என்ன செய்வது என்று யோசித்தவனாக தான் போட்டிருக்கும் கடையைக் காட்டி பாலை கடனுக்கு வாங்கலாமென்று புருஷோத்தமன் கிளம்பினான்.

டீக்கடையில் கூட்டமே இல்லை. வட்டப்பாத்திரத்தில் பால் காய்ந்து கொண்டிருந்தது. பெஞ்சுகளை அப்போது தான் வெளியே எடுத்துப் போட்டுக் கொண்டிருந்தார்கள். சிகப்பு நிற வட்ட ஸ்டூலில் வயதானவர் உட்கார்ந்திருந்தார். கால் மேல் கால் போட்டு உட்கார்ந்திருந்ததில் அவரது தொடை இடுக்கு கருப்பாக தெரிந்தது. புருஷோத்தமன் கடை யிலிருந்தவரிடம் பால் வேண்டுமென கேட்டான். அவர்கள் கொஞ்சம் நேரமாகும் என்று சொன்னார்கள். பெரியவர் கடையிலிருந்தவனிடம் "50 லிட்டர் பால் போதுமுன்னு சொன்னேன். 80 லிட்டர் பாலை வாங்கி வச்சிருக்கிறே. இன்னைக்கு எவன் வரப்போறான். முதல் நாளைக்கு வியாபாரம் நடக்காதுடா" என்று திட்டிக்கொண்டிருந்தார்.

புருஷோத்தமன் கடைக்கு திரும்பிய போது குழந்தை அழுது கொண்டிருந்தது. கிருஷ்ணவேணி சமாதானப்படுத்திக் கொண் டிருந்தாள். குழந்தை அவனைப் பார்த்ததும் மேலும் அழுதது. செருப்புக் கடைக்காரர் காப்பிக்கடை மட்டும் வருஷா வருஷம் ஒன்னே ஒன்னே தாப்பா போடுறாங்கே. அவன் தான் வட்டம் வட்டம் பணத்தை அள்ளிட்டுப் போறான். ஆளைவச்சு இடத்தை புடுச்சிரு றாங்கப்பா என்று புலம்பினார். புருஷோத்தமன் அவரை பாவ மாகப் பார்த்தான். வெயில் கடைக்கு முன் விழத்தொடங்கிய போது மைக்செட்டில் யார் பெயரையோ உரக்க கூவி கோவிலுக்கு வரச்சொன்னார்கள். பெண் போலீஸ்காரர்கள் தலைநிறைய்ய மல்லிகைப் பூ வைத்துக் கொண்டு சிரித்து பேசியபடி நடந்து சென்றார்கள். திரும்பத் திரும்ப மைக்செட்டில் பெயரை கூவி அழைத்ததும் கடை வியாபாரிகளுக்கு எரிச்சலாக இருந்தது. புருஷோத்தமன் டீக்கடைக்குப் போனான். இரண்டு மூன்று பேர் டீ குடித்துக் கொண்டிருந்தனர்.

புருஷோத்தமன் டீக்கடைகாரரிடம் தான் முறுக்குக்கடை வைத்திருப்பதாகவும் குழந்தை அழுகிறது பால் வேண்டும். கையில் காசில்லை. சிறிது நேரங்கழித்து தருகிறேன் என்று சொன்னான். கடைக்காரர் அவன் சொல்லியதைக் கேட்காதவர் போல டீ போடுவதிலும் வந்தவர்களிடம் பேசுவதுமாக இருந்தார். புருஷோத் தமன் மேற்கொண்டு நிற்கவும் பேசவும் வெட்கப்பட்டவனாக தனது கடைக்கு வந்தான். குழந்தை அழுவதை நிறுத்தியிருந்ததை பார்த்தான். கிருஷ்ணவேணி பால்புகட்டிக்கொண்டிருந்தாள். சேலையை குழந்தை மேல் போட்டு மூடியிருந்தாள். புருஷோத்தமன் ஒன்றும் அவளிடம் பேசவில்லை. அமைதியாக உட்கார்ந்து கொண்டான். வியாபாரம் தொடங்கி விடுமென்று நடைபாதையை பார்த்துக்கொண்டிருந்தான். முதல் பஸ்ஸில் ஆட்கள் வந்து இறங்கியபோது கூட்டம் முழுதும் மலை யேறிச் சென்றது. செருப்புக்கடைக்காரர் அவனிடம் இந்த கூட்டம் கீழே இறங்கி வந்தாத்தான் நமக்கு வியாபாரம் என்றார். புருஷோத்தமன்

படியேறிக்கொண்டிருந்த கூட்டத்தையே பார்த்துக் கொண்டிருந்தான். மேலே நீர்மோர் பந்தலில் பால் தந்து கொண்டிருப்பதாக இருவர் சொல்லியபடி அவனது கடையை கடந்து சென்றனர். புருஷோத்தமன் பால் பாட்டிலை எடுத்துக்கொண்டு படியேறினான்.

5

சிலம்பு சைக்கிளில் வேகமாக வந்ததால் மூச்சு வாங்கியது. ஹோட்டலில் யாருமில்லையென்றப் பதட்டத்தில் என்ன செய்வது எனத் தெரியாமல் சைக்கிளை விட்டு கீழே இறங்கி நின்றான். காஞ்சனா தன்னிடம் ஒன்றும் சொல்லாமல் சென்று விட்டாளே என்று பயந்து போ யிருந்தான். நேற்றிரவு திருவிழாவிற்கு கடை போட வேண்டுமெனப் பணத்தைக் கேட்டு வாங்கிக்கொண்டாள். அப்போதும் அவள் ஏதும் சொல்லியிருக்கவில்லை. பணம் தந்துவிட்டதில் சற்று கூடுதலாகத்தான் கவலையிருந்தது. அவளைப் பற்றி அவனுக்கு ஒன்றும் தெரியாது. அவளது சொந்த ஊரின் பெயர் கூட தனக்குத் தெரியவில்லையே என வேதனை கொண்டான்.

அருகாமையிலிருந்த சுக்குமல்லி காப்பிக் கடைகாரரிடம் சென்று கேட்டான். அவன் கேட்டதற்கு அவர் எந்த பதிலும் சொல்லவில்லை. சிலம்பிற்கு அவரது கோபம் தெரிந்தது. பிறகு அமைதியாக நின்றிருந்தான். இரண்டு வண்டிகள் அந்த இடத்தைக் கடந்து போனது. புல் மேட்டில் கேரளா ஜீப் வளைந்து வருவதைப் பார்த்தான். வழக்கமாக இந்நேரம்தான் சரக்குப் போடுவதற்கென சைக்கிளில் வருவான். சைக்கிளை நிறுத்தி விட்டு ஜீப் செல்வதைப் பார்த்துக் கொண்டிருப்பான். பிறகு தான் ஹோட்டலுக்குச் செல் வான். அந்த ஜீப் இப்போது எரிச்சலையும் வேதனையையும் அவனுக்கு தந்தது. சுக்குமல்லிக் கடைக்காரரிடம் திரும்பவும் கேட்டான். அவர் என்னை அடிக்க வந்தப்போ நீ வேடிக்கைப் பார்த்தவன் தான்டா என்று சொல்லி பீடியைப் பற்ற வைத்துக் கொண்டார். சிலம்பு சொல்லுங்கய்யா நான் என்ன செஞ்சேன். அவங்க அடிச்சப்போ நான் தான் வெலக்கி விட்டேனே என்று அழுவது போல பேசினான். அவர் அமைதியாக இருந்தார். சிலம்பு திரும்பத்திரும்பக் கேட்டான்.

கடைக்காரர் அசால்ட்டாக நேத்து ராத்திரி ஹோட்டலை காலி பண்ணிட்டுப் போயிட்டாங்கப்பா என்றார். அவனுக்கு பக்கென்றிருந்தது. ஓடிப்போய் ஹோட்டலைப் பார்த்தான். செட் மட்டும் அப்படியே இருந்தது. உள்ளேயிருந்த பொருட்கள் எதுவும் இல்லை. பின்பக்கமிருந்த தார் டின் மற்றும் மரக்கட்டைகள் எதுவுமில்லை. திரும்பவும் ஓடி வந்து கடைக்காரரிடம் எங்கப் போயிருக்காங்கன்னுத் தெரியுமா என்று கண் கலங்கியபடிக் கேட்டான். தனக்கு எதுவும் தெரியாது

என்று அவர் சொல்லியதும் சிலம்பு அழத் தொடங்கினான். சத்தமாக அழுததும் பெரியவருக்கு என்னவோ மாதிரி இருந்தது.

சரி அழுதேப்பா அழுதேப்பா என்று அவனை சமாதானப்படுத்தினார். அவன் அழுது கொண்டே முப்பதாயிரம் ரூபாய் வட்டிக்கு வாங்கி கொடுத்தேன். ஏமாத்திட்டுப் போயிட்டாளே என்று மேலும் அழுதான். அவக்கிட்டே எதுக்குப்பா பணத்தைத் தந்தே. உனக்கென்ன கிறுக்காப் பிடிச்சிருக்கு என்று அவனைத் திட்டினார். பரமசிவன் கோவில் திருவிழாவில் கடை போடுறதுக்கு நான் தான் கொடுத்தேன் என்று சொன்னான். அதற்குப் பிறகு அவர்கள் இருவரும் எதுவும் பேசிக்கொள்ளவில்லை. சைக்கிளை எடுத்துக் கொண்டு கோவிலுக்குச் சென்றான்.

திருவிழாவில் கடைப் போட்டிருந்தப் பக்கம் போய் பார்த்தான். காஞ் சனா தன்னை ஏமாற்றமாட்டாள் என்று நம்பியவனாக ஒவ்வொரு கடையாக நின்று நின்று சென்றான். புருஷோத்தமனை செருப்புக் கடைப் பக்கம் பார்த்தும் ஆர்வமாக காஞ்சனாவைப் பற்றிக் கேட்டான். அவனும் தனக்கு தெரியவில்லை. ஹோட்டல் பக்கம் போய் பத்து நாட்களுக்கு மேலாகி விட்டது என்று அவனிடம் சொன்னான். பிறகு என்ன விசயம் என்று கேட்டான். சிலம்பு அவனிடம் விசயத்தை சொன்னதும் புருஷோத்தமன் அவனையே பார்த்துக் கொண்டிருந்தான். சிலம்பு வேறு கடைப் பக்கம் சென்றான். புருஷோத்தமன் தன் மனைவி யிடம் நல்லவேளை அவக்கிட்டயிருந்து தப்பிச்சுட்டோம். சரக்குப் போட்டதற்கு காசையெல்லாம் வசூல் பண்ணிட்டேன். என் மனசில பட்டுச்சு என்னமோ இவள் செய்யப்போறான்னு நினைச்சேன் என்று சொன்னான். அவள் எதையும் கேட்டுக் கொள்ளாமல் குழந்தைக்கு சாதம் ஊட்டிக் கொண்டிருந்தாள்.

சிலம்பு கடைகளைச் சுற்றி விட்டு தனக்குத் தெரிந்தவர்கள் யாருமில்லையென்ற வருத்தத்துடன் தண்ணீர் டேங்குப்பக்கம் சென்று உட்கார்ந்து கொண்டான். மாந்தோப்புக்குள்ளிருந்து தன்னை யாரோ அழைப்பது போல உணர்ந்தவன் திரும்பிப் பார்த்தான். காஞ்சனா வைத்திருந்த ஹோட்டலில் வடை போட்டுக் கொண்டிருந்தவர் அவனை அழைத்தார். அவரது அருகே சென்று உட்கார்ந்து கொண்டான். அப்போது தான் அவனுக்கு நிம்மதியாக இருந்தது. சுக்குமல்லிக் கடைக்காரர் பொய் சொல்லி தன்னை பயமுறுத்தியிருக்கிறார் என்று நினைத்தான். சூடாக மசால் வடையும் இனிப்பு சுய்யமும் தட்டு நிறைய இருந்தது. அவரிடம் காஞ்சனாவைப் பற்றிக் கேட்டான். வடைபோடுபவர் அவள் ஊருக்குப் போய்விட்டதாகவும் இனி வரமாட்டாள் என்றும் சொன்னார். சிலம்பிற்கு உயிரே போய்விட்டது மாதிரியானது. எண்ணெய் சட்டியில் கொதித்திருந்துக் கொண்டிருந்த

எண்ணெய்யின் வாசம் மக்கு அடித்து ஒரு மாதிரியாக இருந்தது. வடைபோடுபவர் நேற்றிரவு தனக்கு கணக்கு முடித்து அனுப்பி விட்டதாகவும் தானும் ஊருக்குப் போவதாகத் தான் இருந்தது. ஆனால் போவதற்கு முன் திருவிழா வியாபாரத்தை பார்த்துவிட்டுப் போகலாமென கடைப் போட்டதாகச் சொன்னார். சிலம்பிற்கு என்ன செய்வது என்று தெரியவில்லை. அவரிடம் தான் முப்பதா யிரம் பணம் தந்த விசயத்தை சொன்னான். அவருக்கு அவன் மேல் கோபம் வந்து ஏய்ப்பா ரொம்ப விபரமான பையனுன்னு நினைச்சுட்டு இருந்தேன். கடைசியில அவக்கிட்டேப் போய் மாட்டிக்கிட்டேயே என்று சொன்னார்.

அண்ணே ரூபாயைத் திருப்பி வாங்கவே முடியாதாண்ணே என்று கவலையாகக் கேட்டான். அதற்கு அவர் ஒன்றும் பதில் சொல்லவில்லை. திரும்பவும் அவரிடம் "அண்ணே அந்த இடத்திற்கு கொடுத்தப் பணத்தை வாங்க வருவாளாண்ணே" என்று கேட்டான்.

"எந்த இடத்திற்கு எந்த பணம் தம்பி"

"ஹோட்டல் போட்டிருந்த இடத்திற்குத் தாண்ணே"

அவர் பலமாக சிரித்தார். தொந்தியும் உடம்பும் குலுங்கி ஆடியது. பிறகு சிரிப்பதை நிறுத்திக் கொண்டு அவன் மேல் இரக்கப்பட்ட வராக அந்த இடத்திற்கு ரூபாய் எதுவும் தரலை. இடத்துக்காரன் யாருன்னேத் தெரியாது. உன்னைய மாதிரி இளிச்சவாயன் வந்து செட் போட்டுத் தந்தான். கடைப்போட்டு வியாபாரம் செய்தாள். எல்லாமே கடன். சரக்கு கொடுத்தவன் எல்லோரும் இனிமே தான் ஒவ்வொருத்தனாத் தேடி வருவாங்க. அதுக்குள்ள நானும் இடத்தை காலி பண்ணிடணும்.

"அண்ணே அவங்க ஊரு எதுண்ணே . வீட்டுலப் போயி பார்க் கணுமண்ணே. வட்டிக்கு வாங்கினப் பணம் அண்ணே."

"ஏந்தம்பி அவளை நம்பி அவ்வளவு பணத்தைக் கொடுத்து ஏமாந்தே."

"அண்ணே அந்தப் பொம்பளை நல்லாத்தானே பேசுச்சு. நல்ல வியாபாரம் பாத்துச்சு. சரி ஏதாவது செய்வோம் அப்படின்னு தான் பணத்தை புரட்டினேன். இப்படியாகும்ன்னு நினைக்கவே இல்லைண்ணே. அந்தப் பொம்பளை வீட்டு அட்ரஸ் தாங்க. எப்படியாவது கண்டுப்பிடிச்சு பணத்தை வாங்கணும் அண்ணே."

"சத்தியமா எனக்கு தெரியாது தம்பி. ஹோட்டலுக்கு வடை போட மாஸ்டர் வேணுமினு ஒருத்தர் என்னையக் கூட்டிட்டு வந்தாரு. அவரை அதுக்குப் பிறகு நான் பார்த்ததேயில்லை. இதுக்கு முன்னாடி

நான் சைக்கிள் கடையில பஞ்சர் ஒட்டிக்கிட்டு இருந்தேன். வடை போட ஆள் வேணுமினுன்னு சொன்னதும் இரண்டு நாள் டீக் கடையில் வேலைப் பார்த்துட்டு மூணு வருசம் வடைப் போட் டேன்னு பொய் சொல்லி வேலைக்குச் சேர்ந்துட்டேன். அவகிட் டேயெல்லாம் இப்படி தான் தம்பி இருக்கணும்".

"பிறகு எப்படியண்ணே ரூபாயை வாங்குறது. ஏதாவது வழியச் சொல்லுங்க வட்டிக்கு வாங்குனப்பணம் அண்ணே"

"அவள் புருஷனை விட்டுத் தனியாத் தான் இருக்கா போல. ஒரு பெம்பளை என்னென்னே வேலை செய்யுறா. பெரிய ஜாலக் காரியா இருக்கா பாருப்பா".

"தேவடியா மகள் என் கையில் சிக்குனா செத்தாண்ணே."

"சரி சரி விடு. சீக்கிரம் போ. போயீ செட் போட்டிருக்கிற இடத்தில வேற ஏதாவது கிடந்தா எடுத்துட்டுப் போ. சிக்கினது லாபமுன்னு எடுத்துட்டு ஓடு"

"போய் பார்த்துட்டுத் தான் வரேன். ஒன்னுமில்லை. எல்லாத்தையும் எடுத்துட்டுப் போயிட்டாங்க. செட்டு மட்டும்தான் இருக்கு."

"அப்போ செட்டைப் பிரிக்க அவ கண்டிப்பா வருவா. போ. போ போயீ பிடிச்சுக்கோ. பிடிச்சுட்டு விடாதே."

சிலம்பிற்கு அதான் சரி என்று நினைத்து சைக்கிளை எடுத்துக் கொண்டான். தன்னால் எவ்வளவு முடியுமோ அவ்வளவு வேகமாக ஓட்டிச் சென்றான். சைக்கிளில் அவன் பரமசிவன் கோவில் அடி வாரத்தைக் கடந்து போனபோது முள் குத்திப் பஞ்சரானது. இறங்கி நடந்தான். பிறகு என்ன நினைத்தானோ வேகமாக உருட்டிக் கொண்டு ஓடினான். ஹோட்டலுக்குப் போட்டிருந்த செட் முழுதும் தகரம் தான். மண் சுவரில் காவிநிறத்தில் பெயிண்ட் அடித்திருந்தனர். டேபிள் நாற்காலி ஏதும் இல்லை. முதலில் பார்த்து விட்டுத் தான் வந்திருந் தான். தகர செட்டைத் தவிர வேறு ஏதுமில்லை.

புல்மேட்டைக் கடந்து சென்ற போது தூரத்தில் ஹோட்டலில் ஆட்கள் இருப்பது தெரிந்தது. வெறிவந்தவனாக சைக்கிளை வேக மாக உருட்டிக் கொண்டு ஓடினான். அருகாமையில் செல்லச் செல்ல காஞ்சனா நின்றிருப்பது தெரிந்தது. சிலம்பைப் பார்த்ததும் அவள் தன்னைச் சுற்றி நின்றிருந்தவர்களிடம் ஏதோ சொன்னாள். சிலம்பு அவள் அருகாமையில் சென்றதும் சைக்கிளை ஸ்டாண்டு போட்டுக் கொள்ளக் கூட பொறுமையில்லாமல் சைக்கிளை விட்டு விட்டு அவளிடம் சென்றான்.

"என் பணத்தை கொடு முதல" என்று கோபமாக கேட்டான். காஞ்
சனா ஒன்றும் பேசவில்லை. செட் தகரத்தைப் பிரித்துக் கொண்
டிருந்தார்கள். சுத்தியலில் தகரத்தை தட்டும் சத்தம் பலமாகக் கேட்டது.
சமையலறையிலிருந்த அடுப்பு மேடை இடித்த சத்தம் தான் பல
மாக கேட்டது. அம்மண்ணை வெளியே அள்ளிப் போடுவதற்கென
வந்தவன் சிலம்பைப் பார்த்ததும் நின்றான். அவன் குழிப்பிடத்தில்
காசு வாங்குவதற்கென உட்கார்ந்திருந்தவன். அவனது கையில்
இரும்புத் தட்டு நிறைய்ய மண் இருந்தது. சிலம்பு என்ன செய்வது
என்று தெரியாமல் காஞ்சனாவின் முகத்தைப் பார்த்தான். அவள்
வெற்றிலைப் போட்டுக் கொண்டிருந்தாள். என் பணத்தை கொடு.
நான் உங்களோட சேர்ந்து வியாபாரம் செய்யல" என்று சப்தமாக
பேசினான். காஞ்சனா அவனிடம் இந்த இடத்தை விலை கொடுத்து
வாங்கிட்டேன். இன்னம் ரெண்டு மூனு மாதத்திலே புதுசா கட்டிடம்
கட்டி ஹோட்டல் கட்டப்போறேன்" என்றாள்.

"நீ என்னா வேணா செய்யு. எனக்கு என் பணத்தைக் கொடு."

"நாந்தான் சொல்றேன். கட்டிடம் கட்டப் போறேன். ஹோட்டல்
வியாபார லாபத்தில் பாதிப் பாதி தர்றேன்." காஞ்சனா அவனிடம்
பேசிக்கொண்டே மண் தட்டை வைத்திருந்தவனைப் பார்த்தாள்.
அவன் மண்ணைத் தூரத்தில் கொட்டுவதற்கெனச் சென்றான்.
சிலம்பு சுக்குமல்லிக் கடையைப் பார்த்தான். கடையில் பெரியவரைத்
தவிர வேறு யாரும் இல்லை. சிலம்பு பேனாக் கத்தியை இடுப்பில்
வைத்திருந்தான். ஆனாலும் அங்கிருந்த புதிய நபர்களைப் பார்த்ததும்
பயமாகத் தான் இருந்தது. முதலில் தன்னை யார் அடிக்க வந்தாலும்
கத்தியை எடுத்து இறக்கி விட வேண்டியது தான் என அப்போது
முடிவு செய்து விட்டான்.

தகரத்தை முழுதும் பிரித்து விட்டதும் அந்த இடம் வெட்டவெளியாகத்
தெரிந்தது. அடுப்புப் போட்டிருந்த இடம் மட்டும் மேடாகத் இருந்தது.
காஞ்சனா மண் தட்டை வைத்திருந்தவனைப் பார்த்தாள். அவன்
சிலம்பின் அருகே வந்ததும் சிலம்பு பின்னால் நடந்து சென்றான்.
தன்னைச்சுற்றி யாரேனும் நிற்கிறார்களா என்று நோட்டம் விட்டான்.
யாருமில்லை என்று தெரிந்ததும் உஷாரானான். எதிரே வந்தவன்
"பேசாமல் எங்க கூட வா. அக்கா ஊரில் போய் ரூபாய் தருவாங்க.
வாங்கிட்டுப் போ. சும்மா தகராறு பண்ணாதே என்றான். அவன்
காஞ்சனாவைப் பார்த்தான்." காஞ்சனா சரி என்பது போல
டெம்போவில் ஏறிக் கொண்டாள். பிறகு எல்லோரும் வண்டியில் ஏறிக்
கொண்டார்கள். சிலம்பிற்கு என்ன செய்வது என்று தெரியவில்லை.
அவனும் டெம்போவில் ஏறி உட்கார்ந்து கொண்டான். அவனது வலது
பக்கத்தில் காஞ்சனா உட்கார்ந்திருந்தாள். அவனுக்கு அடையாளம்

தெரியாதவர்கள் மலையாளத்தில் பேசிக்கொண்டதும் தொடர்ந்து பீடி குடித்ததும் அவனுக்கு பயமாக இருந்தது. காஞ்சனாவிடம் ஏதாவது பேசலாமா என்று அவளது முகத்தை பார்த்துக் கொண்டே யிருந்தான். அவள் அவனை கண்டு கொள்ளாமல் ஏதோ யோச னையில் இருந்தாள். அவர்களது டெம்போ வேகமாக ஊரைக் கடந்து சென்றது.

நகரத்தைத் தாண்டி யாருமற்ற சாலையில் வண்டிச் சென்ற போது அடையாளம் தெரியாதவர்களில் ஒருவன் இடுப்பில் மறைத்து வைத்திருந்த கத்தியை எடுத்தான். அவன் காஞ்சனாவின் உத்தரவுக்குக் காத்திருப்பது போல அவளது முகத்தைப் பார்த்தான். அவளும் சரி என்பது போல அவனைப் பார்த்தாள். புதியவர்களில் மற்றவன் சிலம்பின் வயிற்றில் ஓங்கி குத்தினான். முதல் அடியிலேயே அவனுக்கு தன் முடிவு தெரிந்து விட்டது. பிறகு அவர்களது செயல்களுக்கு எவ்விதமான எதிர்ப்புமின்றி அப்படியே உட்கார்ந்து கொண்டான். இரண்டு புதியவர்களும் வண்டியை நிறுத்தச் சொல்லி அவனை வெளியே தூக்கிப் போட்டனர். இடது கை மணிக்கட்டு மேல் எலும்பு முறிவு கொண்டது. சிலம்பிற்கு கண்களை திறந்து பார்க்க முடியவில்லை. வலியோடு எழுந்து பேருந்து நிற்குமிடத்திற்கு வந்தான். வெளியூரிலிருந்து வந்த பஸ்ஸில் ஏறிக்கொண்ட போது தான் சிலம்பிற்கு தன்னிடம் டிக்கெட் எடுக்க காசில்லை என்பது தெரிந்தது. கண்டக்டரிடம் முறிவு கொண்ட தன் வீங்கிய கையைக் காட்டி நடந்ததைச் சொல்ல நினைத்தான். ஆனால் கண்டக்டர் அவனிடம் டிக்கெட் கேட்காமலேயே நகர்ந்து விட்டார்.

பஸ்ஸ்டாண்டில் இறங்கிய போது உடைந்த கையின் வலி உயிரே போய்விடுவது போல அதிகமாகிவிட்டது. யாரிடமாவது சொல்லி அழவேண்டும் போலிருந்தது. இடுப்பில் ஏறி மிதித்ததில் நடக்க முடியவில்லை . தனக்கு தெரிந்தவர்கள் யாராவது இருக்கிறார்களா என்று பார்த்தான். யாரும் கண்ணுக்குத் தட்டுப்படவில்லை. பிறகு மெதுவாக தனது வீட்டுப்பக்கம் நடந்து சென்றான். தனது அப்பாவும் அம்மாவும் கேட்டால் என்ன சொல்வது என்று யோசித்தான். அவனுக்கு அழுகையாக வந்து தொண்டையில் அடைத்துக் கொண்டு வலித்தது. தனது அப்பாவின் பெயரைச் சொல்லித்தானே வட்டிக்கு கடன் வாங்கியிருக்கிறோம். கடனை திரும்பத் தரவில்லையென்றால் என்ன செய்வது. வட்டிக்காரன் வந்து கேட்டால் அப்பாவிற்குத் தெரிந்து விடுமே என அழுது கொண்டே நடந்தான். அவனால் நடக்க முடியவில்லை. அப்படியே கீழே உட்கார்ந்துவிட்டான். பிறகு அப்படியே படுத்துவிட்டான்.

6

காஞ்சனாவுடன் புதிதாக பழகத் தொடங்கிய ஆட்கள் அவளிடம் சொன்னத் திட்டம் பிடித்திருந்தது. அவர்களிடமிருந்து தான் நிறைய்ய கற்றுக்கொள்ள வேண்டுமென நினைத்தாள். அவர்கள் பேசுவது புரியத் தொடங்கியது. மலையாள மொழியை கொஞ்சம் கற்றுக் கொண்டு கேரளாவிற்குக் கூட போய்விடலாமென அவள் நினைத்த போது அவளுக்கு வயது 43 முடிந்திருந்தது. அவர்கள் ஹைவேஸ்ஸில் செட் போட்டிருந்தார்கள். ஏற்கனவே அந்த இடத்தில் புரோட்டா கடைப்போட்டு வியாபாரம் செய்து கொண்டிருந்தார்கள். அவர்கள் அந்த இடத்தை வெறும் தகரத்தை வைத்துதான் ஹோட்டல் போலக்கட்டியிருந்தனர். அந்த இடத்தில் இப்போது வியாபாரம் நடந்து கொண்டிருந்தது. தங்களது ஊரிலிருந்து வந்ததே வேறு காரணத்திற்காகத்தான். தற்செயலாகத்தான் அவர்களுக்கு காஞ்சனாவின் நட்பு கிடைத்தது. மூணாறுக்குச் செல்லும் பாதையில் ஏதாவது ஒரு இடத்தில் கடை போடலாம் என்று இடம் பாக்க வந்தவர்கள் அவளிடம் வியாபாரத்தைப் பற்றிக் கேட்டனர். அவளும் வியாபாரம் செய்வதற்கு பேசாமல் கொள்ளையடித்துப் பிழைக்கலாம் என்று கேலியாகச் சொன்னதும் அவர்கள் அவளிடம் தங்களது திட்டத்தைப் பற்றிச் சொன்னார்கள். அவளும் சிரித்துக் கொண்டே "நான் சும்மா தானே ஒரு பேச்சுக்கு சொன்னேன். நீங்கள் என்னடான்னா பிளான் போட்டில்லே வந்துருக்கீங்க. புடிச்சு உள்ளே வச்சானா எத்தனை வருஷம் போடு வானோ" என்று பயத்துடன் சொன்னாள். அவர்கள் கண்டுபிடிப்பதற்குள் நாம் கேரளாவிற்கு போய்விடலாம் அங்கு போனால் யாரும் தங்களை ஒன்றும் செய்ய முடியாது என்று அவளை தைரியப்படுத்தினார்கள். அவளும் சரி தான் இப்படி ஒன்னுக்கும் இரண்டுக்கும் மல்லுக்கட்டிக் கொண்டிருப்பதை விட மொத்தமாக ஏதாவது செய்யலாம் அல்லது ஜெயிலுக்குப் போய்விடலாம் என்று நினைத்து அவர்களுடன் வருவதற்கு சம்மதித்தாள். அவர்களுடன் தொழில் செய்வதற்கு பங்கு கேட்டார்கள். காஞ்சனா தன்னிடமிருந்த முப்பதாயிரம் பணத்தை தந்தாள்.

மூத்தவனின் பெயர் சுப்புக்குட்டி. அவன் தான் மூன்று தங்க நாணயங்களை வைத்திருந்தான். அவனது பேச்சுக்குத் தான் காஞ் சனா வசியமானவள் மாதிரி பின்னாலேயே வந்து விட்டாள். குட்டி பேசும் போது தன் எதிரே இருப்பவர்களின் கண்களையேப் பார்த்துக் கொண்டிருப்பான். அவனது பேச்சும் அப்படித் தான் இருந்தது. சுப்புக்குட்டியிடமிருந்து சுத்தமான தங்கம். அதை யாரிடமாவது மாற்றி விட்டால் போதும் பிறகு தனது திட்டத்தை செயல்படுத்திவிடலாம் என்று காஞ்சனாவிடம் விளக்கினான். அவர்களது திட்டப்படி காஞ்

சனாவும் குட்டியின் தம்பியும் நகைக்கடையில் ஒரிஜினல் நாணயத்தை மாற்றிவிடவேண்டும். ஒரு தடவை கொடுத்து காசாக்கி விட்ட பின்பு தங்களிடம் உள்ள போலி நாணயங்களையும் தங்கநாணயங்களையும் கலந்து கொஞ்சம் கொஞ்சமாக மாற்றிவிடவேண்டும் என்பது தான் அவர்களது திட்டமாக இருந்தது. தங்க காசுகள் கிடைத்த விபரத்தையும் அவன் விளக்கியிருந்தான். அதாவது நேஷனல் ஹைவேஸ்ஸில் பாலம் வேலைக்கென வெளியூரிலிருந்து வந்தோம். பீம் போட குழி தோண்டிய போது நாணயம் கிடைத்தென சொல்லவேண்டும் என்று பேசி வைத்திருந்தான்.

அன்று மாலையே தன்னிடமிருந்த ஒரு நாணயத்தை காஞ்சனாவிடம் எடுத்துக் கொடுத்து நகைக்கடைக்கு அனுப்பினான். அவளும் அந்த ஊரிலிருந்த நகைக்கடைக்கு குட்டியின் தம்பியுடன் சென்றாள். நகரத்தின் சாலைகளில் சோடியம் விளக்குகளின் மஞ்சள் நிறம் விழுந்து கொண்டிருந்தது. சாலையில் வாகனங்களின் நெருக்கடியில் அவளால் வேகமாக நடக்க முடியவில்லை. அவளது நிழலைப் போல பயம் கூடவே வந்தபடி இருந்தது. தன் நிழலை அதிசயப் பொருளைப் போல பின் திரும்பிப் பார்த்தபடி நடந்தாள். கூடவே வந்த சுப்புக்குட்டி ஒன்றும் பயப்பட வேண்டாம். இது சுத்தமான தங்கமாக்கும் என்று தைரியம் சொல்லியபடி வந்தான். காஞ்சனா அன்று மஞ்சள் நிறத்தில் புடவையும் தலைநிறைய்ய மல்லிகையும் வைத்திருந்தாள். கேரளாவிலிருந்து அவர்கள் கொண்டு வந்திருந்த முகப்பவுடரைப் பூசியிருந்தாள். சந்தனத்தின் வாசனை அவளது உடலில் தேவைக்கு அதிகமாகவே இருந்தது. அவளுக்கு அந்த வாசனை வெறுப்பாகவும் அதே நேரம் கடைக்கு செல்லுவதற்குத் தேவையாகவுமிருந்தது. இதற்கு முன் அவள் இப்படியான வாசனைப் பவுடரைப் பூசிக்கொண்டதில்லை. என்றாவது தலைக்கு குளிக்கும் போது ஷாம்பு மட்டும்தான் உபயோகிப்பாள். அது கூட குறைந்த விலை ஷாம்புதான். அவளுக்கு எப்படியாவது அவனிடமிருந்து இந்தத் தொழிலை கற்றுக் கொள்ள வேண்டுமென்பது தான் நோக்கமாக இருந்தது. அதற்காக அவள் தன்னையும் இழக்கவும் தயாராகத்தான் இருந்தாள்.

காஞ்சனா இதற்கு முன் ஒரு ஸ்வீட் மாஸ்டரை விரும்பியிருந்தாள். அவன் பெண்களுடன் நாகரீகமான முறையில் பேசுபவனாகவும் அவர்களிடம் தனது காரியத்தை நிறைவேற்றிக் கொள்வதில் வல்லவனாகவும் இருந்தான். ஸ்வீட் தயாரிப்பதிலிருந்த ஈடுபாட்டை விடப் பெண்களுடன் பேசுவதில் அவனுக்கு அதிக விருப்பமிருந்தது. அவனை மணந்து கொள்ளவேண்டுமென காஞ்சனா ஆசைப்பட்டாள். எவ்வளவோ முயற்சிகள் செய்தும் அவன் தனது உடலில் மீது தான்

விருப்பமாக இருக்கிறான் என்பதைத் தெரிந்து கொண்டவள் அவனது விருப்பத்தை பூர்த்தி செய்யும் பொருட்டு அதற்கு முன் சில ஏற்பாடு செய்து கொண்டு அவனை அழைத்தாள். இதே போல இரவு ஏழு மணி தான் அன்றும். கடையில் யாரு மில்லையென மாஸ்டர் ஆணுறை சகிதமாக அவளை நெருங்கத் தொடங்கிய போது அவள் சப்தமிட்டு அங்கிருந்த மற்றவர்களை அழைத்தாள். அவளது ஏற்பாட்டை அவன் புரிந்து கொள்ள வில்லை. வேசிகளின் நடத்தைகளில் இதுவெல்லாம் இல்லையே என்று எரிச்சலானவனாக நின்றான். பிறகு ஏதோ தவறு நடந்து விட்டது என அவ்வறையை விட்டு வெளியேறினான். இன்னமும் பிரிக்கப்படாத ஆணுறையை என்ன செய்வது என்ற கவலையோடு தான் நடந்தான். அங்கிருந்தவர்கள் அவன் காஞ்சனாவைத் திருமணம் செய்து கொள்ள வேண்டும் என்று சொன்னதும் கோபமானவனாக அவர்கள் முன் ஆணுறையை வீசி விட்டு வேலையும் வேண்டாம் எதுவும் வேண்டாம் என்று நெடுஞ்சாலை இருளுக்குள் நடந்து மறைந்தவனை பிறகு அவள் இன்றுவரை சந்திக்கவே இல்லை.

அவர்கள் இருவரும் நகை கடைக்குள் நுழைந்த போது இரவு ஏழு மணியாகியிருந்தது. நகைக்கடையில் கூட்டமிருந்த போதும் அவளை வரவேற்று அமரச் செய்தனர். அவளுடன் வந்த குட்டி யின் தம்பி அவளைத்தான் முதலில் பேசச் சொல்லியிருந்தான். அவள் தன்னிடமிருந்த நாணயத்தை எடுத்து சிப்பந்தியிடம் தங்கமா எனப் பார்க்கச் சொன்னாள். அவனும் பரிசோதனை செய்து விட்டு தங்கம் தான் என்ன உருப்படி செய்யவேண்டும் என்று கேட்டான். அவள் நேரிடையாகவே தனக்கு பணம் வேண்டும் என்று கேட் டாள். சிப்பந்தி அவளைப் பார்த்துவிட்டு முதலாளியிடம் தெரிவித் தான். முதலாளி ஒரு தடவைக்கு இரண்டு தடவை நாணயத்தையும் அவர்களையும் பரிசோதித்து விட்டு அவர்களைப் பற்றி விசாரித் தார். குட்டியின் தம்பி தன்னை ஹைவேஸ் காண்ட்ராக்ட் என்றும் ஹைவேஸ் சாலையை புதிதாக செப்பனிட்டு அமைத்துக் கொண் டிருக்கிறோம். பாலத்திற்கு வேலை செய்யும் போது தோண்டிய குழியில் தங்கநாணயங்கள் கிடைத்தது என்று ரகசியமாக கூறி அவனுடைய அடையாள அட்டையை எடுத்துக் காட்டினான். முதலாளிக்கு அவன் மேல் பூரணமான நம்பிக்கை ஏற்பட்டது. பிறகு அவர் அவர்களிடம் இதெல்லாம் கவர்மெண்ட் சங்கதி. மாட்டுனோம் நானும் சேர்ந்து தான் உள்ளப் போகணும் என்று விலையைக் குறைத்து பேசினார். விலையானதும் ரூபாயைப் பெற்றுக் கொண்டு அவர்கள் வந்தார்கள்.

சுப்புக்குட்டி திட்டத்தின் முதல் வேலைத் துவங்கி விட்டதை உணர்ந்து கொண்டான். அதே நேரம் தன்னிடம் மேலும் இரண்டு நாணயங்கள் மட்டுமே உள்ளதையும் அவனது உள் மனம் சொல்லியது.

சில தினங்களுக்குள் தன்னிடமுள்ள போலி நாணயங்களை அந்த நாணயத்தோடு சேர்த்து மாற்றவேண்டும் என்ற பதட்டம் ஏற்பட்டது. அன்றிரவு அவர்கள் யாருமே உறங்கவில்லை. சுப்புக் குட்டியும் அவர்களுடன் நகைக்கடைக்கு இரவு நேரம் பார்த்துச் சென்றான். கடை அடைக்கும் நேரத்தில் அவர்களை அடையாளம் கண்டு கொண்ட முதலாளி அவன் தந்த நாணயத்தை பரிசோதனை செய்தார். உரைகல்லில் முதலில் உரைவைத்த இடத்திலேயே திரும்பத் திரும்ப கோடிமழுங்கும் வரை உரை வைத்தார். அவருக்கு திருப்தியாக இருந்தது. அவராகவே இன்னமும் எத்தனை காசு இருக்கிறது என்று கேட்டார். குட்டி அதற்காகக் காத்திருந்தவன் போல தன்னிடமிருந்த போலி நாணயங்களை முழுவதையும் காட்டினான். முதலாளி இரண்டு கைகளிலும் வாங்கிக் கொண்டு அவர்களுக்கு பால் கொடுக்க கடைப் பையனை ஏவிவிட்டார்.

புதையலை எங்கிருந்து வந்து யார் எடுத்திருக்கிங்கப் பாருங்க. நாங்களும் இருக்கோம். உட்கார்ந்து உட்கார்ந்து கட்டி வந்தது தான் மிச்சம். அன்னைக்கு கொடுத்த விலையையே இன்னைக்கும் தரமாட்டேன். இன்னைக்கு விலை இறக்கம் தான் என்றார். முதலாளிக்கு எந்த சந்தேகமும் இல்லை. அவராகவே தராசில் எடை போட்டு கணக்கை எழுதினார். குட்டி பரபரத்தவனாக எழுந்து கொண்டான். அவனால் உட்கார முடியவில்லை. சற்றும் தனது முகத்தில் அவசரத்தையோ பயத்தையோ காட்டிவிடக் கூடாது என்பதில் தெளிவாகயிருந்தான். காஞ்சனா அவனது முகத்தைப் பார்த்தபடி இருந்தாள். அவள் பயந்தவளாகத் தான் உட்கார்ந் திருந்தாள். கடைப்பையன் தந்த பாலை அவர்கள் அருந்த தொடங்கிய போது நிதானத்திற்கு வந்திருந்தனர். இரவு நேரத்தில் பேருந்துகளின் சப்தம் கடையின் அடைத்திருந்த கண்ணாடிக் கதவையும் மீறி கேட்கத் தொடங்கியது. நகரத்தில் எரிந்து கொண்டிருந்த விளக்குகள் ஒவ்வொன்றாக அணையத் தொடங்கிய போது சுப்புக்குட்டி மொத்தப் பணத்தையும் எண்ணி வாங்கிக் கொண் டான்.

அவர்கள் சென்ற பிறகு முதலாளி அந்த நாணயத்தைப் பார்த் தார். திரும்பவும் நாணயங்களை சோதிக்கத் தொடங்கிய போது குட்டியும் அவனது தம்பியும் குமுளி பேருந்தில் நகரத்தை விட்டு 40கி.மீ வேகத்தில் பயணம் செய்து கொண்டிருந்தார்கள். காஞ்சனா தனக்குப் பங்காக கிடைத்தப் பணத்தை வாங்கிக்கொண்டு தனது உறவினர்களின் ஊருக்கு சென்றாள். திரும்பவும் அவள் புல் மேட்டில் கடைப்போட்டால் தன்னை யாராவது கண்டுப்பிடித்து விடுவார்கள் என்று தனது உறவினர்கள் வீட்டில் இரண்டு தினங்கள் தங்கிருந்து விட்டு பிறகு வேறெங்காவது சென்று பிழைத்துக் கொள்ளலாம் என்று திட்டமிருந்தாள்.

காஞ்சனா பேருந்து நிலையத்தில் இறங்கும்போது அவள் வந்த பேருந்தைத் தவிர வேறு எந்த பேருந்தும் இல்லை. பேருந்து நிலையத்தின் வாசலில் இருவர் நின்றிருந்தனர். தற்செயலாகத்தான் அவர்களைக் காஞ்சனாப் பார்த்தாள். ஸ்வீட் மாஸ்டர் நின் றிருந்தான். அவன் தன் அருகே இருந்தப் பெண்ணின் கன்னத்தில் ஓங்கி அறைந்து இழுத்துச் சென்றான். அவள் வர மறுத்தவளாக நடுரோட்டில் நின்று அழுதாள். ஸ்வீட் மாஸ்டர் திரும்பவும் அவளை கன்னத்தில் அடித்தான். அப்பெண் அழுதபடி அப்படியே உட் கார்ந்து கொண்டாள். காஞ்சனா அவர்களைப் பார்க்காமல் கடந்து சென்றாள். அவள் ஸ்வீட்மாஸ்டரை ஏன் பார்த்தோம் என்று வருந்தியவளாக தனது உறவினரது வீட்டிற்குச் சென்றாள். வீட்டின் கதவு பூட்டியிருந்தது. அவள் தட்டினாள். இரவு சினிமா முடிந்து நெடுநேரம் கடந்திருந்த சமயம். இரண்டு முறை கதவை தட்டி னாள். யாரும் திறக்கவில்லை. திறந்திருந்த ஜன்னலின் வழியாக எட்டிப் பார்த்தாள். உள்ளே அரை இருளில் ஆணும் பெண்ணும் இணைந்து கொண்டிருந்ததைப் பார்த்தாள். மீண்டும் கதவைத் தட்ட மனமில்லாமல் திரும்பவும் பேருந்துநிலையத்திற்கு நடந்து வந்தாள். அவளது கையில் பணமிருக்கும் உற்சாகம் கொஞ்சம் கொஞ்சமாக வடியத்தொடங்கியிருந்தது. ஏனோ அவளுக்கு பிரிந்து வந்த தனது கணவனின் நினைவும் அவனோடு வாழ்ந்த காலமும் அவ்விருட்டில் ஞாபகத்திற்கு வந்தது. பேருந்து நிலையத்தில் சோடியம் விளக்குகளின் அடியில் தனித்து நின்றாள். பிறகு அவளுக்கு அழுகை கூடியது. அவளது கண்ணீரை பொருட்படுத்தாமல் காகங்கள் கரையத் தொடங்கின.

பெயர் நீக்கச் சான்றிதழ்

சம்பத் டீ குடிப்பதற்காக அவனது வீட்டின் அருகாமையிலிருந்த டீக்கடைக்குக் கிளம்பினான். அவன் தன்னுடைய மரக்காலினைப் பொருத்திக்கொண்டான். தொடைகளில் இணைக்கும் பெல்ட்டை இறுக்கமாக கட்டிக்கொண்டு நடந்தான். அவனுக்கு நடப்பதற்கு சிறிது அயர்ச்சியாக இருந்தது. காலையில் எழுந்ததும் முதல் தடவை யாக நடக்கும் பொழுது இப்படியாகத் தான் அயர்ச்சியாக இருக்கும். பிறகு நடந்து ஒவ்வொரு இடமாகப் போய் வந்ததும் அயர்ச்சி நீங்கிவிடும். சம்பத்திற்கு நடந்த விபத்தில் அவனது வலது கால் எலும்பு முறிந்துவிட்டது. முழங்காலிற்குக் கீழே இருந்த எலும்பில் சீழ் வைத்து புறையோடிவிட்டால் எலும்போடு பாதம் வரை நீக்கும்படியாகிவிட்டது. அன்றிலிருந்து அவன் மரக்கால் வைத்து தான் நடந்து கொண்டிருந்தான்.

சம்பத் டீக்கடைக்குச் சென்ற போது இன்னும் விடிந்திருக்க வில்லை. அவன் தினமும் அதிகாலை நேரத்தில் டீக்கடைக்கு வந்துவிடுவான். அதிகாலை நேரத்தில் தான் ரேஷன் கடைக்காரர்கள் அன்றைய தினத்தில் எந்தெந்த கடையில் என்னென்னப் பொருட்கள் விநியோகம் செய்கிறார்கள் என்று ரகசியத்தை வெளியிடுவது போல சொல்வார்கள். 12ம் நம்பர் ரேஷன் கடையில் மண்ணெண்ணை ஊற்றுகிறார்கள் என்று இரவே அவனுக்குத் தகவல் தெரிந்துவிட்டது. நேற்றும் மண்ணெண்ணை ஊற்றுகிறார்கள் என்று ரேஷன் கடைக்குப்போய் இடம் போட்டு வைத்திருந்தான். அன்று ஜீனி போட்டார்கள். அதற்கு முன் தினம் கோதுமை போட்டார்கள். மண்ணெண்ணை பேரல் வந்து மூன்று நாட்கள் ஸ்டோர் குடுவனில் இருந்தது. எதற்காக இப்படி அலையவிடு கிறார்கள் என்று தெரியவில்லை. மண்ணெண்ணை ஊற்றுவது ரகசிய மாகவே இருந்தது. அந்த ரகசியம் நேற்றிரவு வெளியாகிவிட்டது.

அதிகாலையின் வானம் சிறிது சிறிதாக வெளிச்சம் பெறத் தொடங்கியது. செவ்வானம் டீக்கடையின் பின்பக்கமாக தனியாகத் தெரிந்தது. மேகங்கள் வெண்மையும் நீலமுமாக படர்ந்திருந்தது. காகங்கள் கரைந்தபடி பறந்து கொண்டிருந்தது. தெருவில் நடமாட்டமில்லை. வீதி குழாயில் பெண்களின் சத்தம் கேட்டது. குடங்கள் மோதுவதும் நீர் நிரம்பி வழியும் பானைகளின் அலம்பலுமாக நந்தவனத்தெரு இருந்தது. டீக்கடையில் அப்போது வாசல் தெளித்து கோலமிட்டிருந்தனர். கோலத்தைக்கடந்து சென்றான் சம்பத்.

சம்பத் டீ குடித்துவிட்டு ரேஷன் கடைக்குப் போவதற்குள் நிறைய பேர் இடம் போட்டிருப்பார்கள் என வேகவேகமாக டீயை குடித்தான். தனக்கு இன்று நிறைய வேலையிருப்பதாக அவன் நினைத்துக்கொண்டான். மண்ணெண்ணை வாங்கியதும் ஐக்கம் நாயக்கன்பட்டியில் இருக்கும் வடை கடைக்கு விற்றுவிட்டு வர வேண்டுமென்று அவனது மனைவி பூங்கொடி சொல்லியிருந்தாள். வடை கடைக்காரன் இரண்டு தினங்களுக்கு முன்பாகவே பணத்தை தந்துவிட்டு சென்றிருந்தான். சம்பத் அவன் தந்தப் பணத்தை வைத்து தான் அரிசி வாங்கியிருந்தான். அரிசி போட்ட தினத்தில் அவன் வெகுசீக்கிரத்தில் வந்து இடம் போட்டு வைத்துவிட்டான். இரண்டு தடவை எதற்காக நடக்க வேண்டுமென்று வீட்டிற்குப் போகாமல் ரேஷன் கடையின் வாசலிலேயே உட்கார்ந்து கொண்டான்.

சம்பத் ரேஷனில் வாங்கிய அரிசியை பூங்கொடியிடம் தந்து விடுவான். பூங்கொடி இட்டிலிக்குப் போடவும், தோசைக்குப் போடவுமாக கொஞ்சம் அரிசியை எடுத்து வைத்துவிட்டு மீதியை தர்மத்துப்பட்டி யிலிருந்து வரும் மாதாரிப்பெண்களுக்குப் படி பத்து ரூபாய் என்று விற்றுவிடுவாள். வெள்ளை அரிசியாக இருந்தால் தான் மாதாரி வீட்டுப்பெண்கள் வாங்குகிறார்கள். சிவப்பு அரிசியாக இருந்தாலோ, கருப்பு அடித்திருந்தாலோ அவர்கள் வாங்கமாட்டார்கள். அப்படியான அரிசியைச் சேர்த்து வைத்து மூடைக் கணக்கில் கேரளாவுக்கு ஜீப்பில் அனுப்பிவிடுவார்கள். பூங்கொடியின் அப்பா வேலுச்சாமி மூலமாக புரோக்கர் ஒருவர் அவர்களது வீட்டிற்கு வருவார். புரோக்கர் மூலமாக கேரளாவிற்கு ஜீப்பில் அரிசியை கொண்டு போவார்கள். சம்பத் அவர்களுடன் சென்று வருவதற்கு எவ்வளவோ பிரயாசைப்பட்டிருக்கிறான். ஆனால் பூங்கொடியின் அப்பா அவனை போககூடாதென்று சொல்லி விடுவார். அவருக்கு மூடைக்கு இவ்வளவு ரூபாய் கமிஷன் என்று தனியாக தருவார்கள். சம்பத் அவர்களுடன் சென்று இடத்தை தெரிந்து வைத்துக்கொண்டால் அவனாகவே சென்று வரத் தொடங்கிவிடுவான். பிறகு தனக்கு கிடைக்கவேண்டிய கமிஷன் கிடைக்காமலேயே போய்விடுமே என்று அவனை தடுத்து வைத்திருந்தார்.

விடிவதற்கு முன்பாகவே ரேஷன்கடை வாசலில் ஏராளமான கற்கள் வரிசையாக இருந்தது. வயதானவர் பீடிப்புகைத்தபடி கல்லையெடுத்து கூப்பன் தரும் இடத்தில் வரிசையில் வைத்தார். அவர் வைத்திருந்த கல்லிற்கு அடுத்தபடியாக சம்பத் ஒரு கல்லை எடுத்து வைத்தான். வயதானவர் சிரித்தபடியே "இன்னைக்கு கூட்டமா இருக்கும். போன மாசமும் பாதி பேருக்கு மண்ணெண்ணை ஊத்தலையில்லை" என்றார். சம்பத் ஒன்றும் பேசாமல் கல்லை வைத்துவிட்டு வீட்டிற்கு வந்தான். இப்போதே வரிசையில் இவ்வளவு கல்லிருக்கிறது. இன்னும் நேரமாக நேரமாக எவ்வளவு பேர் வரப்போகிறார்களோ என்று அவசரமாக பல் விளக்கினான். ரேஷன் கடைக்குப் போக வேண்டும் தாமதமாகி விட்டது என்று பூங்கொடியிடம் சொன்னான். அவள் அமைதியாக ஸ்டவ் அடுப்பை பற்றவைத்து பாத்திரத்தைத் தூக்கி மேலே வைத்தாள். சம்பத் பல்லை மட்டும் விளக்கி விட்டு, வேறு சட்டையைப் போட்டுக் கொண்டான். மண்ணெண்ணை வாங்குவதற்கென வைத்திருந்த கேனை எடுத்து சைக்கிள் பின் கேரியரில் வைத்துக்கொண்டான். சைக்கிளை உருட்டியபடி வீட்டை விட்டு வெளியேறினான். அவன் ஒரு காலை இழுத்து இழுத்து நடப்பதை பூங்கொடி பார்த்தபடி சமையலறையில் உட்கார்ந்திருந்தாள்.

சம்பத்திடம் அவனுடைய பெயரிலிருந்த ரேஷன் கார்டும், அவனது அப்பாவின் பெயரிலிருந்த கார்டுமாக இரண்டு கார்டுகள் இருந்தன. மூன்று, நான்கு மாதங்களுக்கு முன்பாகத் தான் அவன் தனது அப்பாவின் பெயரிலிருந்த ரேஷன் கார்டை அவர் இல்லாத நேரத்தில் போய் எடுத்துக்கொண்டு வந்திருந்தான். அவனது அம்மா எவ்வளவு சொல்லியும் அவன் கேட்கவில்லை. சண்டைப்போட்டு வாங்கிக்கொண்டு வந்தான். காத்தமுத்து நேராகவே வந்து விட்டார். டிக்கடையில் உட்கார்ந்து கொண்டு ஆளைவிட்டு கூப்பிட்டனுப்பினார். சம்பத் வரவில்லை. ரோட்டில் நின்று சத்தம் போட்டுவிட்டு போய்விட்டார். பிறகு சம்பத்தின் அக்கா தங்கம் வந்து அவனை சமாதானப்படுத்திப் பார்த்தாள். அவன் கேட்பதாக இல்லை. யாரும் வீட்டிற்குள் வரக்கூடாது என்று சொல்லி காத்த முத்துவின் பெயரிலிருந்த ரேஷன் கார்டை ஒளித்துவைத்துக் கொண்டான்.

அவனது அம்மா இரண்டு முறை அவனில்லாத போது வீட் டிற்கு வந்து பூங்கொடியிடம் சொல்லி அழுது விட்டுச்சென்றாள். பூங்கொடி அவளுக்குச் சாப்பாடு போட்டு அனுப்பினாள். அவள் போகும் போது ரேஷன் கார்டை கேட்டாள். பூங்கொடி தனக்கு தெரியாது என்றும் மாமா வந்த பிறகு கேட்டுக்கொள்ளுங்கள் என்று சொல்லிவிட்டாள். சம்பத்தின் அம்மா அழுதபடி "நாங்க அதை வச்சுத்தான் கஞ்சி குடிச்சுட்டிருந்தோம். அதையும் அவன்

புடுங்கிகிட்டானே" என்று சொன்னாள். பூங்கொடி ஒன்றும் பேசவில்லை. அவளுக்கும் வருத்தமாகத் தான் இருந்தது. ஏன் தனது கணவன் இப்படி அவர்களிடம் போய் ரேஷன் கார்டை பிடுங்கிக் கொண்டு வந்தான் என்று அவனிடம் கோபித்து சண்டை போட்டிருக்கிறாள். பூங்கொடி யாருக்கும் ஏற்றுக்கொண்டு பேசுவதில்லை. ஏதாவது சண்டை வந்தால் யாருக்கும் ஏற்றுக்கொண்டு பேசாதே என்று அவளது அம்மா தங்கம் சொல்லியிருக்கிறாள்.

சம்பத் ரேஷன் கடைக்குச்சென்ற போது காத்தமுத்து வரிசையில் நின்றிருப்பதைப் பார்த்தான். காத்தமுத்துவிற்கு எப்படியாவது ரேஷன் கார்டு கிடைத்துவிடும். அவரும் அன்று 12ம் நம்பர் கடைக்கு வந்திருந்தார். சம்பத் கீழே கிடந்த செங்கல்லின் மேல் ஏறி கூட்டத்தைப் பார்த்தான். அவனுக்கு முன்பாக நின்றிருந்தவர்கள் ரேஷன் கார்டுகளை கையில் இரண்டாகப் பிரித்து வைத்தபடி விசிறிக் கொண்டிருந்தனர். ஆண்கள் நின்றிருந்த பக்கம் வெயில் இல்லை. எதிர்வரிசையில் இருந்த பெண்கள் பக்கமாகத் தான் வெயில் விழுந்திருந்தது. கூட்டமாக நின்றிருந்தப் பெண்கள் தங்களது முந்தானையில் விசிறிக்கொண்டு காலை வெயிலில் நிற்கமுடியாமல் நின்றிருந்தனர். ஆண்களின் வரிசையில் ஸ்கூல் யூனிஃபாம்மோடு நின்றிருந்த பையன் ஒருவன் மண்ணெண்ணை கேன்னைத் தட்டிப் பாட்டுப்பாடிக் கொண்டிருந்தான். கூட்டத்திலிருந்தவர்கள் பில் போடுபவரை அசிங்கமாகத் திட்டினார்கள். கூட்டத்தில் யார் என்ன பேசுகிறார்கள் என்று யாருக்கும் கேட்கவில்லை.

ஸ்கூல் பையனுக்குப் பின்னால் நின்றிருந்த வயதானவர் பீடியைப் புகைத்தபடி காறிக்காறித் துப்பிக் கொண்டிருந்தார். 12ம் நம்பர் ரேஷன் கடை இன்னமும் திறக்கவில்லை. பில் போடுபவர் தான் முதலில் வந்து கடையைத் திறப்பார். மண்ணெண்ணை ஊற்றும் தினத்தில், ஏதேனும் சண்டை வந்துவிடும் என்பதற்காகவே கூடுதலாக இரண்டு ஆட்கள் வந்துவிடுவார்கள். கூட்டமாக இருந்தால் ஒரு ஆளுக்கு ஒரு கார்டுக்குத் தான் பதிவார்கள். பிறகு இன்னொரு முறை வரிசையில் நிற்கவேண்டும். சம்பத்திடம் இரண்டு கார்டுகள் இருந்தது. அவன் எப்படியாவது ஒரே தடவையில் கூப்பனை வாங்கிக்கொண்டு வந்துவிடவேண்டுமென்று நினைத்திருந்தான். பில் போடுபவர் சைக்கிளில் வந்து கடையின் முன்பாக நின்றார். கூட்டம் விலகி அவருக்கு வழிவிட்டு நகர்ந்து நின்றது. அவருக்குப் பின்பாக மண்ணெண்ணை ஊற்றுபவர் வந்தார். வரிசையில் நின்றிருந்தவர்கள் சத்தம் போட்டபடி ஒருவரை யொருவர் முட்டிக்கொண்டும், நெருக்கியபடி நின்றனர். தரையில் உட்கார்ந்திருந்தவர்கள் பலரும் தங்கள் மேல் கூட்டம் விழுந்து விடாதபடியிருக்க எழுந்து ஒதுங்கி

நின்று கொண்டனர்.

சம்பத்திற்கு எரிச்சலாக இருந்தது. அவனுக்கு முன்னால் நின் றிருந்தவர்கள் யாரும் நகரக்கூடயில்லை. காத்தமுத்து அவனுக்கு முன்பாகவே கேன்னை வைத்துக்கொண்டு வரிசையில் நின்றிருந்தார். அவரிடம் இரண்டு கார்டு இருந்தது. சம்பத்தின் சகோதரி தங்கத்தின் கார்டை அவர் தான் வாங்கிவைத்திருந்தார். அவருக்கு முன்பே சம்பத் கேட்டதற்கு அவள் ஒரு வருடம் அப்பாவும், ஒரு வருடம் நீயும் மாறி மாறி வாங்கிக்கொள்ளுங்கள் என்று சொல்லியிருந்தாள். சம்பத் அவர் நின்றிருந்த இடத்திற்கும் தனக்கும் இடையே எத்தனை ஆட்கள் நின்றிருக்கிறார்களென்று எண்ணிப்பார்த்தான். நாற்பதுக்கு அதிகமானவர்கள் நின்றிருந்தனர். அவனுக்கு காத்தமுத்துவின் மேல் கோபம் வந்தது. இந்த மனுஷன் எந்த நேரத்தில் எழுந்து இடம் போட்டு போயிருந்தானோ என்று முகத்தை திருப்பிக்கொண்டான். பூட்டியிருந்த கடையைத் திறந்து மேஜையை எடுத்துவைத்தார்கள், கடையைத் திறந்ததும் நிழலில் ஒதுங்கி நின்றவர்கள் வரிசைக்கு வந்து நின்று கொண்டார்கள். பில் போடுபவர் யாருக்கு வந்த விதியோ என்று மெதுவாக பில் புக்கை எடுத்து மேஜையில் 'டொப்'பென்று போட்டார். தனது பாக்கெட்டிலிருந்த பேனாவை எடுத்து காதில் சொருகிக்கொண்டார்.

பெண்கள் வரிசையில் நின்றிருந்தவர்கள் சீக்கிரமாகப் பில்லைப் போடுங்கண்ணே என்று சத்தம் போட்டார்கள். பில் போடுபவர் எதையும் கண்டுகொள்ளவில்லை. தலையை குனிந்தபடி செவிடன் போல உட்கார்ந்திருந்தார். முதல் பில்லைப் போட்டதும் அவர் சலிப்புடன் ரூபாயை வாங்கிப் பெட்டியில் போட்டபடி காலங் காத்தாலே நூறு ரூபாயை தந்தா எப்படி என்று ரூபாய் தந்தவரைத் திட்டினார். முதல் பில் வாங்கியவர் பரிதாபமாக, அடுத்த நபருக்கு வழிவிட்டு ஒதுங்கி நின்று கொண்டார். வரிசை கொஞ்சம் கொஞ்ச மாக நகரத்தொடங்கியது. பெண்களின் பக்கமாக நின்றிருந்தவர்கள் சிலர் வரிசையை விட்டு விலகி நின்று சண்டையிடத் தொடங் கினார்கள். கூட்டத்தை விட்டு விலகியவர்கள் திரும்பவும் வரிசை யில் சேர்ந்து கொள்ள முண்டிக்கொண்டு நின்றனர். ஒருவரை யொருவர் தள்ளிவிட்டு வரிசையை குலைத்தபடி கீழே விழுந்தனர். பில் போடுபவர் பெட்டியை மூடிவிட்டு எழுந்து நின்று கொண் டார். பிறகு தனது பேண்ட் பாக்கெட்டிலிருந்த புகையிலை பொட் டலத்தை எடுத்து உள்ளங்கையில் தட்டிகொண்டார். கீழ் உதட்டின் அடியில் ஒதுக்கிக்கொண்டவர் கைகளை தட்டிவிட்டபடி நாற்காலியில் அமர்ந்து கொண்டார். கூட்டத்திலிருந்தப் பெண்ணின் ஜடையை பின்னாலிருந்தவள் இழுத்துவிட்டு அவளை நெருக்கிக்கொண்டே

முன்னேறிச் சென்றாள். அப்பெண் திரும்பி நின்று "எந்த தேவடியா முண்டேடெ என் ஜடையை இழுத்தது" என்று திட்டினாள். கூட்டம் ஒழுங்கற்றும் நேரற்றும் முண்டிக்கொண்டிருந்தது. பில் போடுபவர் வரிசையாக நின்றால் தான் பில் போடுவேன் என்று சொன்னதை யாரும் கேட்டதாகத் தெரியவில்லை. கடைக்குள் நின்றிருந்தவரை அழைத்துக்கொண்டு வரிசைக்கு வந்தார். ஒவ்வொரு பொம்பளை களையும் கையைப்பிடித்து இழுத்து வரிசைக்குப் போ வரிசையில நில்லு என்று திட்டினார். பெண்கள் யாரும் வரிசைக்கு வரவில்லை. பில் போடுபவர் கோபமாக இரண்டு பெண்களின் சேலையைப் பிடித்து இழுத்து கீழே தள்ளிவிட்டார். கீழே விழுந்த பெண்கள் எழுந்து வந்து அவரோடு சண்டையிட்டார்கள். பில் போடுபவர், "போய்த்தொலைங்க. எனக்கென்ன" என்று பில் போட ஆரம்பித்தார்.

காத்தமுத்து பில்லை வாங்கிக் கொண்டு தனது முழுக்கை சட்டையில் மடித்து வைத்துக்கொண்டார். அவரிடம் அன்று இரண்டு கார்டுகள் இருந்தது. முதலில் பதிந்த கார்டை எடுத்துவைத்துக் கொண்டு மற்றொரு கார்டை பில் போடுபவரிடம் நீட்டினார். பில் போடுபவர் நிமிர்ந்து பார்த்துவிட்டு அண்ணே நீங்களா என்று இரண்டாவது கார்டை பதிந்து கொண்டே காத்தமுத்துவிடம், "உங்க தெருவுகாரங்கே சாக்குமூடையை திருடிட்டிப் போயிருக்காங்க. பேரலை நகட்டி இடம் மாற்றி வைச்சுட்டுப் போயிருக்காங்கே. நீங்க கண்டுச்சு வைக்கக்கூடாதா" என்று சொன்னார். காத்தமுத்து அவரிடம் பரமு வீட்டு பையனும் வரானா என்று கேட்டார். பில் போடுபவர் ஆமாம் என்று சொன்னார். சரி என்னான்னு விசாரிச்சு சொல்லுறேன் என்று மண்ணெண்ணை ஊற்றும் இடத்திற்கு சென்றார்.

காத்தமுத்துவுக்குப் பிறகு வரிசையில் நின்றிருந்தவரிடம் இரண்டு கார்டு இருந்தது. இரண்டாவது கார்டைத் தந்த போது ரேஷன் கடைகாரர் "ஒருத்தருக்கு ஒரு கார்டு தான். போய் திரும்பவும் வரிசையில் நின்று இன்னொரு கார்டை பதியிங்க" என்றார். வரிசையில் நின்றிந்தவர் சத்தமாக காத்தமுத்துவை கை நீட்டி அந்த ஆளுக்கு மட்டும் இரண்டு கார்டு பதிஞ்சீங்க" என்றார். பில் போடுபவர், "யாருக்கு பதிஞ்சோம். அதெல்லாம் யாருக்கும் பதியலை" என்று புகையிலை சாறு வடிய கத்தினார். தனது பேண்ட் பாக்கெட்டில் இருந்த கைக்குட்டையை எடுத்து உதட்டை துடைத்தபடியே, "தள்ளிப் போயா. அடுத்த ஆள் வரணும்" என்று சொல்லியும் அவர் நகரவில்லை. வரிசையில் நின்றிருந்தவர்களில் இரண்டு மூன்று பேர்கள் சத்தம் போட்டதும் அவர் ஒதுங்கி வரிசைக்கு வந்தார். வரிசையில் நிற்கும் போது காத்தமுத்துவையும் பில் போடுபவரையும் அசிங்கமாக திட்டிக்கொண்டே நின்றார்.

காத்தமுத்து செல்போனில் யாருடனோ பேசினார். சிறிது நேரம் கழித்து புதூர்காரன் சைக்கிளில் வந்தான். காத்தமுத்துவிடமிருந்த மண்ணெண்ணை கேனை வாங்கிக்கொண்டு ரூபாயைத் தந்தான். புதூர்காரனை சம்பத் பார்த்தபடி இருந்தான். புதூர்காரன் சைக்கிளை எடுத்துக்கொண்டுப் புறப்பட்ட போது சம்பத் தனக்கு முன்னால் நின்றிருந்தவரிடமும், பின்னால் நின்றிருந்தவரிடமும் "ஒன்னுக்கு அவசரமா வருதுண்ணே இருந்துட்டு வந்திர்றேன். இடத்தை பார்த்துக்குங்க" என்று சொல்லிவிட்டு வந்தான். புதூர்காரன் பின்னால் ஓடிப்போய் கைத்தட்டி அழைத்தான். அவன் நின்றதும், "என்ன மாப்பிள்ளே, என்னையே நீ மறந்துட்டயா" என்று அவனது தோள் மேல் கைப்போட்டபடி பேசினான். அவனும் சம்பத்தா என்று சைக்கிளை நிறுத்தி விட்டு கீழே இறங்கி நின்றான். பிறகு அவர்கள் இருவரும் பீடியைப் பற்றவைத்துக் கொண்டார்கள். புதூர்காரன், "அடுத்தமுறை உன்னிடம் மண்ணெண்ணை வாங்கிக்கிறேன் சம்பத்து. மாமாக்கிட்டே இரண்டு வாரத்துக்கு முன்கூட்டியே சொல்லிட்டேன்" என்று சொல்லிவிட்டு சைக்கிளை ஓட்டிக் கொண்டுச் சென்றான். சம்பத் திரும்பவும் வரிசைக்கு வந்து நின்று கொண்டான்.

2

சம்பத்திடம் டீக்கடைக்காரர் அவனைத் தேடி முருகேசன் வந்து விட்டு சென்றதாகச் சொன்னார். முருகேசன் அண்ணன் தன்னை எதற்காகத் தேடுகிறார் என்று புரியாதவனாக கடைக்குள்போய் உட்கார்ந்து கொண்டான். அவன் கேட்காமலேயே கடைக்காரர் டீ போட்டுத் தந்தார். அவனுக்கு தொலைக்காட்சிப் பெட்டியின் முன்பாக அமர்ந்து டீ குடித்தால் தான், டீ குடித்தது போலிருக்கும். அதற்கேற்றது போல் அங்கிருந்த ஸ்டூலை எடுத்துப்போட்டு உட்கார்ந்து கொண்டான். கடையில் சூடாக கீரை வடை போட்டுத் தட்டில் போட்டார்கள். சம்பத் ஒரு வடையை எடுத்து வைத்துக்கொண்டான். அவனிடம் ஐந்து ரூபாய் இருந்தது. மண்ணெண்ணையை ஜக்கமநாயக்கன்பட்டி வடை கடைக்காரனுக்கு தந்துவிட்டு வந்த போது கடைக்காரன் அவனுக்கு பத்து ரூபாய் தந்திருந்தார். அதை அவன் பூங்கொடியிடம் சொல்ல வில்லை. பத்துரூபாயில் நேற்று காலையில் ஒரு டீயும் வடையும் வாங்கி சாப்பிட்டு விட்டான். கீரைவடை என்றால் சம்பத்திற்கு பிடிக்கும். வடையை அவன் வீட்டிற்கு வாங்கிக்கொண்டு போய் ரசம் சோற்றிற்கு வைத்து சாப்பிட வேண்டுமென்று ஆசைப் பட்டிருக்கிறான். இரண்டு வடை வாங்கிக்கொண்டு செல்வதற்கு கூட தன்னிடம் காசு மிஞ்சுவதில்லை என்று வருந்தியவனாக டீயைக்குடித்தான்.

அவனுக்கு பூங்கொடியின் மேல் ஆத்திரமாக வந்தது. அவள் தங்கத்தின் பேச்சைக்கேட்டு தன் செலவிற்கு பணம் எதுவும் தராமல்

52

இருக்கிறாளே என்று இரண்டு தடவை சண்டைப்போட்டிருக் கிறான். அவள் மசியவில்லை. பூங்கொடி ரேஷன் கடைக்குப் போகும் போது சூப்பன் வாங்கத் தேவையான பணத்தை மட்டும் தந்துவிடுவாள். மண்ணெண்ணையும் அரிசியும் விற்ற லாபத்தை தனியாக சேர்த்துவைத்துக்கொண்டிருந்தாள். பூங்கொடிக்கு எப்படி யாவது ஓத்திக்கு வீடு பார்த்து குடியேற வேண்டும் என்பது தான் ஆசையாக இருந்தது.

முருகேசன் சைக்கிளில் வந்து டீக்கடையின் முன்பாக நின்றார். அவர் சம்பத்தைப் பார்த்ததும் கையை ஆட்டி கடையை விட்டு வெளியே வரும்படி சைகை காட்டினார். சம்பத் கையில் டீ தம்ளரை வைத்தபடி வந்தான். முருகேசன் அவனிடம் ரகசியம் போல "ரேஷன் கார்டிலே பேரு சேர்க்கணும். தாசில்தார் ஆபிஸிலே என்னை அலையவிடுறாங்கே. உனக்கு தெரிஞ்சவங்கள வைச்சு ஏற்பாடு பண்ணித்தர்றயா" என்று கேட்டார். சம்பத் சரி என்றான். மீதி டீயைக் குடித்து விட்டு அவரது சைக்கிளின் பின்னால் ஏறிக்கொண்டான். முருகேசன் தாசில்தார் ஆபிஸ் பக்கமாக சைக்கிளை ஓட்டிக் கொண்டுச்சென்றான்.

சம்பத்திற்கு தாலூக்கா ஆபிஸில் நிறைய நபர்கள் பழக்கமானவர்களாக இருந்தார்கள். வட்டவழங்கல் அலுவலகத்தில்தான் புதிய குடும்ப அட்டைகளுக்கான விண்ணப்பம் பெறுவதும், புதிய கார்டு தருவதும். சம்பத் தனக்குத் தெரிந்தவர்கள் பலருக்கும் புதிய ரேஷன் கார்டுகள் வாங்கித்தருவதும், வீடு மாற்றி செல்பவர்களுக்கு விலாசமாற்றமும், கடை நம்பர் மாற்றி தருவதுமான வேலைகளைச் செய்து தந்திருக்கிறான். அவனுக்கு காஞ்சி தான் எல்லா வேலைகளையும் செய்து தந்தார். காஞ்சியிடம் தனக்கு இன்னொரு கார்டு வேண்டும் என்றும் அதற்கு தான் பணம் தந்துவிடுவதாகவும் சொல்லிவைத்திருந்தான். அவரும் சரி ஏதாவது சந்தர்ப்பத்தில் பார்க்கலாமென்று சொன்னார். சம்பத் தனக்கு பழக்கமாக இருப்பவர்களை மட்டும்தான் தாலூக்கா ஆபிஸிற்கு அழைத்துச் செல்வான். யாராவது லஞ்சம் கொடுத்துவிட்டு எங்காவது பெட்டிஷன் போட்டுவிடுவார்கள் என்று தெரியாதவர்கள் யாரையும் அழைத்துச் செல்லமாட்டான்.

தாலூக்கா ஆபிஸ் கட்டிடத்தில் வட்ட வழங்கல் அலுவலகம் மூன்றாவது மாடியில் இருந்தது. முதல் மாடியில் பட்டா வழங்கும் ஆபிஸ் இருந்தது. கிராம நிர்வாக அதிகாரியும், தலையாரியும் பேரேடுகளையும் புத்தகங்களையும் வைத்து கொண்டு வாசலில் நின்றிருந்தனர். சம்பத் வி.ஏ.ஓவைப் பார்த்து வணக்கம் சொன்னான். அவரும் பதிலுக்கு தலையை மட்டும் ஆட்டிவிட்டு திரும்பிக் கொண்டார். அவர்கள் மூன்றாவது மாடியிலிருந்த வட்ட வழங்கல் கட்டிடத்திற்குச் சென்றார்கள். சம்பத்தினால் காலை எடுத்து வைத்து முருகேசனப் போல் வேகமாக

நடக்க முடியவில்லை. மெதுவாகத் தான் நடக்கமுடிந்தது. காலை மடக்கி படியில் ஏறும் போது தொடையில் கட்டியிருந்த பெல்ட் அழுத்தியது. புது பெல்ட் வேறு. அழுத்திப் புண்ணாகப் போய்விடும் என்று மெதுவாக படியேறினான்.

முருகேசனும் சம்பத்தும் வட்டவழங்கல் அலுவலகத்திற்குள் போன போது காஞ்சி இன்னமும் வந்திருக்கவில்லை. அங்கிருந்தப் பெண்ணிடம் அவரை விசாரித்தார்கள். காஞ்சி இன்று விடுமுறை என்றும் வீட்டிற்குப் போனால் பார்க்கலாம் என்று சொன்னாள். அவர்கள் இருவரும் வீட்டிற்குச் செல்லலாமென மாடிப்படியில் இறங்கினார்கள். அவர்களுக்கு எதிரே வட்டவழங்கல் அதிகாரி சங்கரன் ஸார் படியேறிக்கொண்டிருந்தார். சங்கரன் ஸாரைப் பார்த்ததும் அவர்கள் இருவரும் நின்றனர். அவர்களைத் தாண்டி வேகமாக சங்கரன் படியேறினார். சம்பத் அவருக்குப் பின்னால் நடந்து சென்றான். கூடவே முருகேசனும் நடந்து சென்றான்.

முருகேசன் இரண்டு தடவை சங்கரன் ஸாருடன் பேசியிருக் கிறான். சங்கரன் ஸார் இரண்டு தடவையும் ரேஷன் கார்டில் புதிய பெயர்களை பதியமுடியாது என்று சொல்லி அனுப்பி விட்டார். முருகேசன் எவ்வளவோ கெஞ்சிப்பார்த்தும் அவர் முடியாது என்று சொல்லிவிட்டார். ரூபாய் தருவதாகச் சொல்லிய பிறகு தான் அவர் இரண்டு தினங்களுக்குப் பிறகு வரச்சொன்னார். இரண்டு தினங்களுக்குப் பிறகு அவரைப் பார்த்த போது அவர் குழந்தையின் பிறப்பு சான்றிதழை பார்த்துவிட்டு, "ஏன் பிள்ளைப் பெறந்து நாலுவருஷம் கழிச்சுப் பதியிறீங்க. இத்தனை நாள் வரை என்ன செஞ்சுட்டு இருந்தீங்க" என்று கோபமாக கேட்டார். முருகேசன் ஒன்றும் பேசாமல் அமைதியாக இருந்தான். பிறகு அவர் காஞ்சியை அழைத்து தன்னிடமிருந்த ஜெராக்ஸ் காகிதங்களைத் தந்தார். காஞ்சி அந்த காகிதங்களை பார்த்துவிட்டு உதட்டை பிதுக்கியபடி முருகேசனின் மனைவியின் பெயரை சேர்க்க முடியாது என்று சொன்னார். அவரது மனைவியின் பெயரை சேர்க்க வேண்டுமென்றால் 'பெயர் நீக்க சான்றிதழ்' வாங்கிக்கொண்டுவர வேண்டும் என்று சொன்னார்.

முருகேசனின் மனைவி பிறந்தது உத்தமபாளையத்திற்குப் பக்கத் திலிருக்கும் கிராமம். உ.பாளையத்திலுள்ள தாலூக்கா ஆபிஸிற்குப் போய் பெயர் நீக்கச் சான்றிதழ் வாங்கி வரவேண்டும். முருகேசன் தான் அங்கு செல்லமுடியாது என்றும் வேண்டுமென்றால் நூறு இருநூறு பணம் சேர்த்து வாங்கிக்கொள்ளுங்கள் என்று சொன்னதும் சங்கரன் ஸார் கோபமானவராக ரேஷன் கார்டை முருகேசனின் கையில் தந்துவிட்டு "நாங்கள் என்ன லஞ்சம் வாங்கிட்டு வேலை செய்யுறவங்கன்னு நினைக்கிறீங்களா. பெயர் நீக்கச் சான்றிதழ்

வாங்கிட்டு வாங்க. ஒரே நாளிலே உங்க ரேஷன் கார்டிலே பேரை பதிஞ்சு வாங்கிட்டு போயிட்டேயிருங்க" என்று சத்தமாக பேசினார். முருகேசனால் ஒன்றும் பேசமுடியவில்லை. ரூபாய் தருகிறேன் என்று சொன்னதால் தான், இரண்டு நாட்கள் கழித்து வரச்சொன்னார். இப்போது லஞ்சம் வாங்கமாட்டேன் என்று சொல்லுகிறாரே என்று முருகேசன் திரும்பி வந்துவிட்டார். அதற்குப்பிறகு தான் அவருக்கு சம்பத்தின் ஞாபகம் வந்தது. சம்பத்திற்கும் தாலூக்கா ஆபிஸிற்கும் இருந்தப்பழக்கம் முருகேசனுக்கு தெரியும்.

இருவரும் சங்கரன் ஸார் அவரது சீட்டில் அமர்ந்து கொள்ளும் வரை அறையின் வாசலில் காத்திருந்தனர். அவர் அமர்ந்ததும், சம்பத் முதலில் அறைக்குள் நுழைந்தான். சங்கரன் ஸாருக்கு வணக்கம் சொல்லி அவர் முன்னிருந்த நாற்காலியில் அமர்ந்து கொண்டான். சங்கரன் அவனை நிமிர்ந்து பார்த்துவிட்டு "என்ன சம்பத்து ஆளையே இந்தப் பக்கமாக பார்க்க முடியலை. எங்க வெளியூருக்குப் போயிட் டாப்பலையா" என்று விசாரித்தார். சம்பத்திற்கு சந்தோஷமாக இருந்தது. சிரித்தபடியே "நாந்தான் இந்தப்பக்கமாக வந்துட்டுப் போயிட்டு தான் இருக்கேன். நீங்க தான் என்னையே பார்க்க மாட்டேங்கிறேங்கே. என்னைய மாதிரி ஆளுகள்எல்லாம் உங்க கண்ணுக்குத் தெரியுமா ஸார்" என்று சிரித்தபடியே பேசினான். சங்கரன் ஸார் சிரித்தபடியே "ஆமாப்பா உங்களுக்கெல்லாம் காரியம் ஆகணுமின்னா தான்னே என் ஞாபகம் வரும். சரி யார் பேரை சேர்க்கணும், யார் பேரை எடுக்கணும்." என்று கேட்டார். சம்பத் தனது பனியனுக்குள் மறைத்து வைத்திருந்த காகிதங்களை எடுத்து தந்தான். சங்கரன் பார்த்துவிட்டு "இதா, இவன் யாருப்பா பெரிய இவனா. வசதியானவனா. காசு தர்றேன், காசு தர்றேன்னு சொல்லிட்டேயிருக்கான்" என்றார். சம்பத் முருகேசனை விட்டுக்கொடுக்காமல் "ஏதோ அவசரத்தில் பேசிட்டாரு ஸார். அதை போய் நீங்க பெரிசா பேசுறீங்க" என்று சமாதானமாக பேசினான். சங்கரன் ஸார் ஆள் வந்திருக்கா என்று கேட்டார். அவனும் ஆமாம் என்றான். சம்பத் வெளியே நின்றிருந்த முருகே சனை ஜாடையில் அழைத்தான்.

முருகேசன் அறைக்குள் வந்ததும் சங்கரன் அவனைத் தெரியாதது போல இருந்தார். சம்பத்திற்கு இதெல்லாம் தெரியும். அவனும் இதை போல பல ஆட்களைப் பார்த்து விட்டு வந்திருக்கிறான். சங்கரன் ஸாரை பார்க்காமல் முருகேசனைப் பார்த்தபடி "ஏங்க தேவையில்லாமல் பேசி ஸாரை தொந்தரவு செய்றீங்க. ஸார் நம்ப ளுக்கு செய்யாமல் வேற யாருக்குச் செய்யப்போறாரு." என்று டி.எஸ். ஒவை தூக்கி வைத்து பேசினான். சங்கரன் ஸார் வேறு பக்கமாக பார்த்துக்கொண்டே உதட்டளவில் சிரித்தபடி எழுந்து கொண்டார்.

சம்பத் அவரது முகத்தை பார்த்துவிட்டான். இனி அவரிடம் சிரித்துப் பேசியே வேலையை முடித்துக்கொள்ளலாம் என்று சந்தர்ப்பத்திற்காக காத்திருந்தான். சங்கரன் ஸார் மூன்றாவது டேபிளிலிருந்த சில கோப்புகளை எடுத்துக்கொண்டு வந்தார். "இன்னைக்கு இந்த பைல்ஸ் கலெக்டர் ஆபிஸிற்குப் போய் சேரணும். நேத்தே அனுப்ப வேண்டியது. இன்னும் அனுப்ப முடியலை. இந்த காஞ்சி வேற லீவு போட்டுட்டு எங்கோ போயிட்டாரு." என்று சொன்னதும் சம்பத் முருகேசனைப் பார்த்து ஸாருக்கு டீ வாங்கிட்டு வரலாம் வாங்க என்று எழுந்தான். சங்கரன் அதெல்லாம் ஒன்றும் வேண்டாம். விசயத்தைச் சொல்லுங்க என்றார். சம்பத் முதலிலிருந்து சொல்ல ஆரம்பித்தான்.

சங்கரன் கவனமாகக் கேட்டுக்கொண்டேயிருந்தவர் பெயர் நீக்க சான்றிதழ் வாங்கிட்டு வந்தீங்களா என்று கேட்டார். முருகேசன், தன்னுடன் சம்பத் இருக்கும் தைரியத்தில் "ஸார் நான் உத்தம பாளையம் தாலூர்க்கா ஆபிஸிற்குப் போய் கேட்டேன். அவங்க தரமாட்டேன்னுச் சொல்லிட்டாங்க ஸார்" என்று பொய் சொன்னார். டி.எஸ்.ஓ சங்கரன் தனது செல்ஃபோனை எடுத்து பாளையத்திலிருந்த டி.எஸ்.ஓவிற்கு ஃபோன் போட்டு பேசினார். அவர்கள் இருவரும் நீண்ட நேரம் வேறு வேறு அலுவலக விஷயங்களை பேசிக்கொண்டேயிருந்தார்கள். சிறிது நேரங்கழித்துத் தான் பெயர் நீக்கச் சான்றிதழ் குறித்த விசயத்திற்கு வந்தார்கள். பிறகு ஃபோனை வைத்துவிட்டு சங்கரனிடம் "சரி நான் அதை பார்த்துக்கிறேன்" என்றார். சங்கரன் வேறு வேலைகளைப் பார்ப்பதும் கையெழுத்துப் போடுவதுமாக தனது பணியில் மும்முரமாக இருந்தார். சிறிது நேரங்கழித்து அவரே டீ குடிக்கப் போகலாமா என்று கேட்டார். இருவரும் அவருடன் சென்றார்கள்.

சங்கரன் ஸார் கட்டிடத்தின் எதிரேயிருந்த டீக்கடையின் பெஞ்சில் அமர்ந்து கொண்டார். சம்பத்தைப் பார்த்து ஒன்னரை யாகும் பரவா யில்லையா என்று கேட்டார். சம்பத் அவர் அருகில் சென்று ஸார் எனக்கு ஏதாவது பார்த்து செய்யுங்க. ஆளுகளைக் கூட்டிட்டு வர்றேன் என்று மெதுவாக சொன்னான். அவரும் சரி பார்த்துக்கிறேன் என்று ஜாடையில் சொன்னார். முருகேசன் வடையை எடுத்துக்கொண்டு வந்து தந்தார். சம்பத் அவரை அழைத்து தன்னிடம் அமர வைத்துக்கொண்டான். வடையைப் பிய்த்து தின்றபடியே இரண்டா யிரம் ரூபாய் ஆகுமா பரவாயில்லையா என்று கேட்டான். அவனும் கொஞ்சம் குறைச்சு வச்சு முடிப்பா என்று சொன்னான். முருகேசனுக்கு ரேஷன் கார்டில் தனது மனைவியின் பெயரையும் குழந்தையின் பெயரையும் பத்துத் தினங்களுக்குள் சேர்க்க வேண்டிய அவசரத்தில் இருந்தான். அவனது மனைவிக்கு தையல் மிஷின் லோன் வாங்கித் தருவதாக அவனது வார்டு கவுன்சிலர் சொல்லியிருந்தார். தையல்

மிஷின் லோன் வாங்க வேண்டுமென்றால் ரேஷன் கார்டில் பெயர் இருக்க வேண்டும். சங்கரன் ஸார் ஒரு வாரத்திற்குள் வேலையை முடித்து தந்துவிடுவதாக சொன்னார். முன்பணமாக ஆயிரம் ரூபாயை முருகேசன் சம்பத்திடம் தந்தான்.

சங்கரன் பணத்தை கை நீட்டி வாங்கவில்லை. டீ கடைக்காரரிடம் ஜாடையில் சொன்னதும் அவர் வாங்கி வைத்து கொண்டார். அவர்கள் இருவரும் சைக்கிளை எடுத்துக்கொண்டுக் கிளம்பினார்கள். முருகேசன் சந்தோசமாக, "ரேஷன் கார்டிலே பெயர் பதிஞ்சு கொடுத்துரு சம்பத்து. உனக்குப் பார்ட்டி வைச்சுத் தண்ணியாலேயே குளிப்பாட்டுறேன்." என்று சத்தமாக சைக்கிள் ஓட்டியபடிச் சொன்னான். சம்பத் அவனது தோள்பட்டையில் கை வைத்தபடி, "ரேஷன் கார்டிலே அரிசி வாங்குவீங்களா" என்று கேட்டான். முருகேசன் இல்லை வாங்கமாட்டோம் என்று மூச்சு வாங்கியபடி பதில் சொன்னான். "எனக்கு கொடுத்துருங்க. நான் மாசம் மாசம் அரிசி வாங்கிக்கிறேன். இரண்டு மூன்று படி அரிசி வேணுமின்னாலும் தர்ரேன். இல்லை ரூபாய் வேணுமின்னாலும் தர்ரேன்" என்றான். முருகேசனும் சரி தர்ரேன் என்றார்.

3

பூங்கொடி சத்தம் கேட்டு கண் விழித்துப்பார்த்தாள். நந்தவனம் காளியம்மன் கோவில் வடக்குத் தெருப்பக்கமாக சண்டை. தகரப்பட்டறையில் உட்கார்ந்திருந்த சம்பத் முச்சந்திப் பக்கமாக வந்தான். சாராயக்கடை பரமு வீட்டு ஆட்களில் யாரோ, கத்தியை வைத்துக்கொண்டு தெருவில் ஓடுவதைப் பார்த்தான். ஜனங்கள் அவனை வேடிக்கைப் பார்த்தபடி நின்றிருந்தனர். வாய் தகராறாக, அரைமணி நேரத்திற்கும் மேலாக நடந்து கொண்டிருந்த சண்டை நின்றபாடில்லை. குப்பிநாயக்கன்பட்டியிலிருந்து வந்தவன் பெரிய வெட்டறுவாளை கையில் வைத்திருந்தான். அவனால் நிற்கமுடியவில்லை. ஓடி வந்து நடுரோட்டில் குப்புறவாக்கில் விழுந்தான். பிறகு அவன் எழுந்திருக்கவே யில்லை. சம்பத்திற்கு அவர்கள் எதற்காக சண்டை போடுகிறார்கள் என்று தெரியும்.

கு.நா.பட்டியிலிருந்து வந்தவன் ரேஷன் கடையிலிருந்து சாக்குப்பையை திருடி விற்பவன். அவனுக்கும் பரமுவின் பையனுக்கும் பழக்கமிருந்தது. சாக்கு விற்பதில் தான் ஏதாவது தகராறு வந்திருக்குமென சம்பத் நினைத்துக்கொண்டான். அந்த தெருவிலிருந்தப் பெண்கள் பலரும் வேடிக்கைப் பார்க்கவென வாசலில் நின்றிருந்தனர். பூங்கொடி தலை சீவிக்கொண்டு வாசலில் வந்து நின்றாள். தெரு விளக்குகள் ஒவ்வொன்றாக எரியத் தொடங்கின.

57

சாராயக்கடை பரமு வீட்டின் வாசலிலிருந்து எட்டிப்பார்த்துப் பெண்கள் இரண்டு பேர் சேலையைத் தூக்கிக்கட்டிக்கொண்டு தெருவிற்கு வந்தனர். அவர்கள் கையில் வீடு கூட்டும் பெருக்குமாறு இருந்தது. வந்தவர்கள் தெருவில் படுத்திருந்தவனை ஓங்கி எத்தி விட்டு தலையிலும் காலிலுமாக விளக்குமாறை வைத்து அடித்தார்கள். பிறகு வீட்டிற்குள் போய் கதவை அடைத்துக் கொண்டார்கள்.

ஆறு மணி முனிஸிபாலிட்டி சங்கு ஒலியும், அதைத்தொடர்ந்து மேலத்தெருப் பள்ளிவாசலில் ஓதும் சத்தமும் நந்தவனத்தெரு முழுக்கக்கேட்டது. கடைகளில் விளக்குகள் போட்டதும் தெருவின் உருவமே மாறிவிட்டது. சண்டை முடிந்து அரைமணி நேரத்திற்குப் பிறகு இரண்டு கான்ஸ்டபிள்களும் ஒரு பெண் போலீஸ்சும் நந்த வனத்தெருப்பக்கம் வந்தார்கள். அப்போது தெருவில் யாரும் இல்லை. அவர்கள் மூவரும் நேராக பரமு வீட்டிற்குத் தான் போனார்கள். வீட்டில் பரமு இல்லை . அவரது மனைவி தான் இருந்தாள். அவளிடம் போலீஸார் சண்டை நடந்ததைப் பற்றி விசாரித்தார்கள். அவள் தனக்கு எதுவும் தெரியாது என்று சொன்னாள். போலீ ஸ்காரர்கள் "உங்க வீட்டிலிருந்து தான் சண்டை ஆரம்பமாச்சுன்னு டவுன் ஸ்டேஷனுக்கு ஃபோன் வந்துச்சு" என்றார்கள். "யார் ஃபோன் போட்டது" என்று அவள் கேட்டாள். "இந்த தெருவிலிருந்து யாரோ ஃபோன் போட்டிருங்காக. இனி மேல் சண்டை வந்துச்சுன்னா தூக்கி உள்ளாற போட்டுருவோம். ஆமாம், ஐயா சொல்லிட்டு வரச்சொன்னாரு" என்று சத்தம் போட்டுவிட்டுப் போனார்கள். அவள் தெருவிலிருந்து யார் ஃபோன் போட்டிருப்பார்கள் என்று யோசித்துப்பார்த்தாள். அவளுக்கு யார் மீதும் சந்தேகம் இல்லை. சரி ஆள் தெரியவரட்டும் வைத்துக் கொள்ளலாமென்று விட்டு விட்டாள்.

நடுரோட்டில் போதையில் படுத்துக்கிடந்தவனை போலீஸார் எத்தி விட்டு எழுப்பினார்கள். அவன் எழுந்து உட்கார்ந்து கொண்டான். போலீஸ்காரர்களைப் பார்த்ததும் அறுவாளை எடுத்து முதுகுப் பக்கமாக ஒளித்து வைத்துக்கொண்டான். "என்னடா இங்க சண்டை தண்ணியைப் போட்டு சலம்பல் பண்ணிட்டிருக்கயா" என்று அவனை சத்தம் போட்டார்கள். அவன் ஒன்றும் பேசாமல் எழுந்து நின்றான். "அடியேத் தூக்கி உள்ளாற போடணுமா. திரும்பிப் பார்க்காமல் ஓடுரி" என்று விரட்டினார்கள். அவன் பரமு வீட்டையே பார்த்தபடி நடந்து சென்றான். அவன் போன பிறகு போலீஸ்காரர்கள் தெருவிலிருந்த டீக்கடைக்குச் சென்றார்கள். டீக்கடையில் மூன்று டீயும் வடையும் வாங்கிக்கொண்டு ரோட்டிலேயே நின்றபடி குடித்தார்கள். போலீ ஸ்காரம்மா "தொக்கு சுய்யம் இருக்காண்ணே" என்று டீக்கடைக்காரரைப் பார்த்துக் கேட்டாள். காலையிலேயே முடிஞ்சுருச்சேம்மா என்று கடைக்காரர் சொன்னார். போலீஸ்காரர்கள் அவரிடம், "என்னய்யா

சண்டை . தினமும் சண்டை நடக்குதா. பரமு வீட்டிலே சாராயம் குடிக்க ஆளுங்க வராங்களா" என்று கேட்டார்கள். டீக்கடைக்காரர் தனக்கு எதுவும் தெரியாது என்று சொன்னார். பிறகு அவர்கள் ஒன்றும் பேச வில்லை. போலீஸ்காரர்கள் டீ தம்ளர்களைத் தந்துவிட்டு எவ்வளவு காசு என்று கேட்டார்கள். டீக்கடைக்காரர் சொன்னார். அவர்கள் காசைத் தந்துவிட்டு ஸ்டேஷனுக்குச் சென்றார்கள்.

சம்பத் அவர்கள் சென்ற பிறகு டீக்கடைக்கு வந்தான். அவனுக்கு போலீஸ்காரர்களைப் பார்த்ததும் பயம் வந்துவிடும். அரிசியைக் கடத்தி கேரளாவிற்குக் கொண்டு போவதாக யாரோ இவன் மேலேயும், காத்தமுத்து மேலேயும் பெட்டிஷன் போட்டிருந்தார்கள். போலீஸ்காரர்கள் இரண்டு பேர் விசாரித்துவிட்டுப் போனார்கள். அதிலிருந்து அவனுக்கு போலீஸ்காரர்களைப் பார்த்தால் பயம் வந்துவிடும். இப்போதும் தன்னையும் அப்பாவையும் போலீஸ் காரர்கள் ரகசியமாக ஆள் வைத்து உளவு பார்க்கிறார்கள் என்று தான் நினைத்துக் கொண்டிருந்தான். சம்பத் தினசரி செய்தித்தாளில் அரிசி கடத்தல் நியூஸ்ஸை வரி விடாமல் படிப்பான். எந்த ஊரில் யார் பிடிப்பட்டார்கள். அவர்களை போலீஸ்காரர்கள் என்ன செய் தார்கள் என்று கவனமாக வாசிப்பான். தனது ஊரில் யாராவது பிடிப்பட்டிருக்கிறார்களா, பக்கத்து ஊரில் பிடிப்பட்டிருக் கிறார்களா என்று எல்லா தினசரிகளையும் வரி விடாமல் படித்து முடிப்பான். அவனுக்கு ஏதாவது ஒரு கட்சியில் சேர்ந்து தனது வீட்டின் முன்பாக கொடி கம்பத்தை வைத்துவிட்டால் தன்னை யாரும் எதுவும் செய்து விட முடியாது என்று நினைத்திருந்தான்.

ரேஷன் கடையில் மண்ணெண்ணையும் அரிசியும் வாங்கி விற்கிற சில்லறை வியாபாரிகள் சிலர் கம்யூனிஸ்ட் கட்சியில் தான் சேர்ந்திருந்தனர். தர்ணா, போராட்டம், உண்ணாவிரதம், பஸ்மறியல் என்று கூட்டத்திற்குப் போய் வந்து கொண்டிருந்தனர். அவர்கள் கட்சியில் சோர்ந்து மூன்று நான்கு மாதங்கள் ஆன போதும் அவர்களுக்கு இன்னமும் அடையாள அட்டைத் தரவில்லை. கடந்த வாரம் கூட ரேஷன் கடை ஊழல் என்று போஸ்டர் அடித்து கொடி பிடித்து ஊர்வலம் போனார்கள். தோழர்கள் யாருக்கும் டீ கூட வாங்கித் தராமல் காய்ந்த உதடுகளோடு வீட்டிற்குத் திரும்பி னார்கள். வந்தவர்கள், "இப்போது காங்கிரஸ் கட்சி கூட பரவா யில்லை. வயிற்றுக்கு ஏதாவது தந்துவிட்டு நடக்கச்சொல்கிறார்கள். இவங்க டீ கூட வாங்கித் தரமாட்டேங்கிறாங்க என்று திட்டினார்கள். அவனும் அவர்களைப் போல தனது வார்டிலுள்ள கம்யூனிஸ்ட் கட்சி கவுன்சிலரிடம் சேர வேண்டுமென்று சொன்னான். கவுன்சிலரும் மாவட்ட பிரதிநிதிகளிடம் சொல்லி கட்சியில் சேர்த்துக்கொள்வதாகச் சொன்னார். தன்னிடம் ஆயிரம் ரூபாய் தந்தால் இரண்டு மூன்று

மாதத்திலேயே உறுப்பினர் அடையாள அட்டை வாங்கித்தருவதாகச் சொன்னார். கட்சியில் சேர்ந்தவுடன் யாருக்கும் அடையாள அட்டைத் தருவதில்லை. சம்பத்திற்கு மட்டும் தான், தான் அட்டை வாங்கித் தருவதாகச் சொன்னார். சம்பத்திற்கு ஆயிரம் ரூபாய் தந்து கட்சியில் சேர வேண்டுமா என்று தயக்கமாக இருந்தது. பிரச்சனை வந்தால் தானே நேராக சந்தித்துக் கொள்ளலாம் கட்சிக்காரர்களுக்கு எதுக்கு ஆயிரம் ரூபாய் தரவேண்டும் என்று கட்சியில் சேர்கின்ற எண்ணத்தை அன்றிலிருந்து விட்டு விட்டான். ஆனால் அவனுக்கு உள்ளூற ஒரு ஆசையிருந்தது.

சம்பத்திற்கு பயமெல்லாம் தனது அப்பாவின் மீது தான். அவர் தன்னை யாரிடமாவது காட்டிக்கொடுத்துவிடுவார் என்று பயந்திருந்தான், அவர் ஆளும் கட்சியில் இருபது வருஷங்களாக உறுப்பினராக இருந்தார். இரண்டு தடவை ஜெயிலுக்குப் போய் வந்திருக்கிறார். மூன்று தடவை அடையாள அட்டை வாங்கி விட்டார். நேரடியாக தலைவரின் கையால் உறுப்பினர் அட்டை வாங்குவது போன்ற படத்தை வீட்டில் முன்னால் மாட்டி வைத்திருக்கிறார். அவரோடு கட்சியில் உறுப்பினரானவர்கள் இரண்டு பேர் முனிசிபாலிட்டி கவுன்சிலர்களாக இருக்கிறார்கள். இன்னும் சிலர் காண்ட்ராக்டர்களாக இருக்கிறார்கள். மாவட்டக் கூட்டத்திற்குப் போகும் போது அவருக்கு ஒரு நாள் சம்பளமாக ஐநூறு ரூபாய் தந்துவிடுவார்கள். பிரியாணியும் சில நேரங்களில் பிராந்தி பாட்டிலும் கிடைக்கும். அவர் தான் அக்கட்சியில் தன்னை சேரவிடாமல் நகர செயலாளிடம் சொல்லிவிட்டார் என்று சம்பத் நினைத்தான். அவருக்கு ஊரிலிருந்த ரேஷன் கடைக்காரர்கள் பழக்கமா யிருந்தார்கள். அவர்கள் மூலமாக அரிசி வாங்காதவர்களின் கார்டை வாங்கி அரிசி வாங்கினார். ரேஷன் கடைக்காரர்களிடம் பணம் தந்து அரிசி வாங்கினார். கார்டு தருபவர்களுக்கு ஒரு படி அரிசி இல்லையென்றால் கோதுமை போடுகின்ற தினத்தில் 5 கிலோ கோதுமை வாங்கித்தருவதாக பேசி கார்டை வாங்கி வைத்திருந்தார். அவருக்கு மாதந்தோறும் எப்படியாவது இரண்டு கார்டு கிடைத்துவிடும். இருபது கிலோ அரிசியை அவர் மூடை மூடையாகக் கட்டி வீட்டில் மறைவான இடங்களில் வைத்திருந்தார். இதுவரை விற்றது போக இருநூறு கிலோ அரிசியாவது ஸ்டாக் இருக்கும். வெளியே யாரிடமும் சொல்லாமல் இருக்கிறார். எப்போதாவது ரைஸ்மில்காரர்கள் யாராவது வந்து பாலிஷ் போட்டு விற்பதற்கு அரிசி வாங்க வருவார்கள். அப்போது விலையேற்றி வைத்துவிட்டு விற்றுவிடலாமென்று வெள்ளை கலர் அரிசியாக வைத்துக் காத்திருந்தார். பெரிய பலசரக்குக்கடைக் காரர்கள் இறக்கமான விலைக்குத் தான் கேட்கிறார்கள். இட்டிலி அரிசிக்கும் குருணைக்கும் ஊடே கலந்து விட்டு அடிக்க பருவட் டான வெள்ளை அரிசியாக பார்க்கிறார்கள். வெள்ளை அரிசியை

அவர்களுக்கு விற்றுவிட்டால் கருப்படித்ததையும் சுண்டு விழுந்த அரிசியையும் விற்க முடியாமல் போய்விடுமென்று தயங்கியபடி இருந்தார் காத்தமுத்து.

சம்பத்திற்கு இதெல்லாம் தெரிந்து தான் இருந்தது. அவனது அப்பாவைப் பார்க்க வருகிறவர்கள் இவனையும் பார்த்து பேசி விட்டுத் தான் போகிறார்கள். காத்தமுத்துவிடம் விலை படியாமல் வருபவர்கள் பூங்கொடியிடமும் இவனிடம் பேசி வாங்குகிறார்கள். வைத்துப் பார்ப்பதற்கு விற்றுப்பார்க்கலாமென்று நோங்கி படிந்த விலைக்கு விற்றுவிடுகிறார்கள். அவர்களுக்கு எப்படியாவது ஒத்திக்கு ஒரு வீடு வாங்கி குடி போகவேண்டுமென்ற ஆசையிருந்தது. வாடகை வீட்டில் இருப்பதற்கு அவர்களுக்கு விருப்பமேயில்லை. கையில் கிடைக்கிற காசை வாடகைக்கு கொடுத்துவிடுவது அவர்கள் இருவருக்குமே வயிற்றெரிச்சலாக இருந்தது. சம்பத் இன்னமும் இரண்டு மூன்று ரேஷன் கார்டுகளை எப்படியாவது வாங்கி வைத்துக் கொள்ள வேண்டுமென்று நினைத்தான். தங்கத்தின் ரேஷன் கார்டை காத்தமுத்து இவனுக்கு முன்பாகவே வாங்கி வைத்துக்கொண்டார். அந்த கார்டை வாங்கியதால் தான் அவனுக்கு அவர் மீது கோபம் வந்து சண்டையுண்டானது. காத்தமுத்துவின் கார்டை பிடுங்கிக் கொண்டான்.

சம்பத்தின் அக்கா தங்கத்திற்கு மிலிட்டரி கேண்டீனில் பொருட்கள் வாங்கி விற்பதற்கு நேரம் சரியாக இருந்தது. அவளுக்கும் அவனது கணவனுக்கும் ரேஷன் பொருட்களோ கார்டோ பொருட்டே இல்லை. மிலிட்டரி ரம்மும், சிவாஸ் விஸ்கியும் பிராந்தியும், டோப்பி கானா ஓயிட் ரம்மும் தான் அவர் விற்று வந்தார். இரவு 12 மணிக்குப் போய் கேட்டால் கூட எடுத்துத் தந்துவிடுவார். சம்பத் தனது சகோதரியைப் பார்த்து தனியாக பேசி அவளது ரேஷன் கார்டை வாங்கிக்கொண்டு வரலாமென்று நினைத்தான். அவளது வீடு நந்தவனத்தெருவில் முதல் சந்தில் இருந்தது.

சம்பத் அவளது வீட்டிற்குப்போன போது வீடு பூட்டியிருந்தது. உள்ளே விளக்குகள் எரிந்து கொண்டிருந்தன. தொலைக்காட்சி ஓடும் சத்தம் கேட்டுக்கொண்டிருந்தது. கதவைத் தட்டினான். யாரும் வரவில்லை. பிறகு வாசலிலேயே உட்கார்ந்து கொண்டான். எதிரே யிருந்த வீட்டிலிருந்தவர்கள் அவனைப் பார்த்துவிட்டுப் போனார்கள். அவன் தனது செல்ஃபோனை எடுத்து ஒவ்வொரு எண்களையும் சரிபார்க்கத்தொடங்கினான். சிறிது நேரங்கழித்து தங்கத்தின் எண்ணை அழுத்தினான். ரிங் போய் கொண்டேயிருந்தது. யாரும் எடுத்து பேசவில்லை. கட் செய்து விட்டு திரும்பவும் அழைத்தான். ரிங் போய் கொண்டே தான் இருந்தது.

அவனது சகோதரியின் கணவனும் ஒரு போலீஸ் கான்ஸ் டபிளும் வண்டியில் வந்து இறங்கினார்கள். சம்பத் அவர்களைப் பார்த்ததும் எழுந்து நின்றுகொண்டான். சகோதரியின் கணவன் வீட்டுக்குள் சென்று ஒரு ரம் பாட்டிலை காகிதத்தில் சுற்றி எடுத்து வந்து போலீஸ்காரரிடம் தந்தார். அவர் வாங்கி தனது வாகனத் திலிருந்த பையில் வைத்துக்கொண்டார். பிறகு வண்டியைத் திருப்பிய படி, "கவலைபடாதீங்க. சீக்கிரமா கண்டுப்பிடிச்சுடலாம்" என்று சொல்லிவிட்டுப் போனார். சம்பத் அவரிடம், "என்ன மாமா என்ன விசயம்" என்று கேட்டான். அவர் வாசலில் உட்கார்ந்து கொண்டே, "பட்டப்பகலிலே யாரோ வீட்டுக்குள்ளாறப் புகுந்து பீரோவைத் திறந்து நகையையும் ரூபாயையும் எடுத்துட்டுப்போயிருக்கான் சம்பத்து. செல்ஃபோனைக்கூட விட்டு வைக்காமல் எடுத்துட்டு போயிருக்கான்" என்றார். வாசலில் இருந்தபடியே தங்கம் தங்கம் என்று இரண்டு தடவை சத்தமிட்டதும் சம்பத்தின் சகோதரி வாசலைத் திறந்தாள். தனது கணவனையும் சகோதரனையும் பார்த்ததும் கதவை முழுவதுமாகத் திறந்துவிட்டாள். அவர்கள் இருவரும் வீட்டிற்குள் செல்லாமலேயே வாசலில் உட்கார்ந்து கொண்டார்கள்.

காத்தமுத்து வாடகை சைக்கிளை ஓட்டிக்கொண்டு தங்கத்தின் வீட்டிற்கு வந்தார். சைக்கிளின் கேரியரில் அரிசி மூடையும் மஞ் சள் பையும் வைத்துக் கட்டியிருந்தார். அவருக்கு யார் தகவல் தந்தது என்று தெரியவில்லை. தனது அப்பாவைப் பார்த்ததும் சம்பத்திற்கு கோபமாக வந்தது. ஏற்கனவே ரேஷன் கார்டு வாங்க முடியாத வருத்தத்தில் இருந்தவன் அவரைப் பார்த்ததும் கோபமானவனாக எழுந்து வீட்டிற்குள் சென்றான். "இந்த ஆளுக்கு எங்கிருந்து தான் கிராக்கிகள் வருமே. தினமும் அரிசி வாங்குறாரு. தினமும் அரிசி விக்கிறாரு" என்று தங்கத்திடம் சொன்னான். தங்கம் அவனை உட்காரச்சொன்னாள். அவள் அழுதபடி இருந்தாள். அவளது பக்கத்தில் அவளது பிள்ளைகள் மிரண்டு போய் அமர்ந்திருந்தனர். அவள் தனது நகைகளையெல்லாம் பறிகொடுத்த வேதனையை மீறி, "சேனலை மாத்துடா. வடிவேல் ஜோக்கைப்போடு. நாடகத்தை யெல்லாம் இரண்டு மூன்று நாளு பார்க்காமல் இருந்தால் மனசு மாறும்" என்று அவளாக பேசினாள். காத்தமுத்து எட்டிப்பார்த்து விட்டு திரும்பவும் வாசலுக்குப் போய் உட்கார்ந்து கொண்டார். தங்கம் தனது அப்பாவைப் பார்த்ததும் ஆங்காரம் வந்தவளாக "எந்த முண்டை வந்து என் நகையெல்லாம் பார்த்து கண் வைச் சாளோ, இப்படி பட்ட பகலிலே காணாமப்போச்சே. அவன் விளங்குவானா நாசமாப்போவான். கை கால் விளங்காமத்தான் போவான்" என்று அழுதபடி புலம்பினாள். பிள்ளைகள் பயந்தவர் களாக அவள் முகத்தையெப் பார்த்துக்கொண்டிருந்தனர். சம்பத்

அவளிடம் யாருன்னு பார்த்தையா என்று கேட்டான். அவள் கண்களைத் துடைத்தபடி "நாங்க ரெண்டு பேரும் உள் ரூம்பில தூங்கிட்டு இருந்தோம். வெளியே எப்பையும் போலத் தான் கதவைச் சாத்திட்டு வந்து படுத்தேன். இத்தனை நாள் இப்படியா நடந்துட்டு இருந்துச்சு. மதியானச் சாப்பாடை சாப்பிடுறப்போ கூட, கதவைத் திறந்து வச்சு தான் சாப்பிடுவோம். யார் வந்திருக்கா இந்த தெரு விலே. பதினைஞ்ச வருஷமா இங்க இருக்கோம். தூங்கி எந்திரிச்சு பார்த்தா பீரோ திறந்திருக்கு செல்ஃபோனைக் காணோம். இரண்டு பாட்டிலை வேறேத் தூக்கிட்டுப்போயிருக்கான்" என்றவள் திறந்திருந்த பீரோவைப் பார்த்து நெஞ்சில் அடித்துக்கொண்டாள்.

"போலீஸில் சொன்னீங்களா மாமா" சம்பத் வெளியே தலையை நீட்டி எட்டிப் பார்த்தபடி கேட்டான். தங்கம், "அவருக்குத் தெரிஞ் சவரை வச்சு ஸ்டேஷனில் சொல்லியிருக்காரு. பாதி பணமும் காவாசி நகையும் தாண்டா சம்பத்து வரும்" என்று தலையில் அடித்துக் கொண்டு அழுதபடி சொன்னாள் தங்கம். சம்பத்தின் மாமா அவனிடம் "கம்ப்ளைண்டு எல்லாம் எழுதி தரலை. போலீஸ்காரங்களே தனியா கண்டுப்பிடிச்சுத் தர்ராங்களாம். ஆளுக்கு இவ்வளவுன்னு பேசிட்டு வந்திருக்கேன்" என்றார். தங்கத்திற்கு இதைக் கேட்டதும் சந்தோசமாக இருந்தது. தங்களது காணாமல் போனப் பொருட்கள் எல்லாம் உடனே கிடைத்துவிட்டது போல நினைத்துக் கொண்டாள். நாற்காலியை விட்டு எழுந்து வாசலுக்கு வந்து நின்று கொண்டாள். "சீக்கிரமாக அவங்களைப் பார்த்துத் தரச்சொல்லுங்க. ஆயிரம், இரண்டாயிரம் கூடப் போனாலும் பரவாயில்லை" என்றாள். சம்பத்தின் மாமா ஒன்றும் பேசவில்லை. காத்தமுத்து சைக்கிளை எடுத்து உருட்டியபடியே நடந்து போனார். நடந்து போகும் போது இரண்டு முறை திரும்பிப் பார்த்து விட்டுச் சென்றார். தங்கமும் சம்பத்தும் வீட்டிற்குள் சென்றனர்.

சம்பத் தனது சகோதரியிடம் எப்படி ரேஷன் கார்டை கேட்பது என்று தயங்கியவனாக தரையில் உட்கார்ந்தான். அவள் அவனுக்கு சாப்பாடு வைப்பதாகச் சொன்னாள். சம்பத் வேண்டாமென்று சொன்னான். பிள்ளைகள் அவனைப் பார்த்து புரோட்டா வேண்டுமென்று கேட்டார்கள். அவன் வாங்கிக்கொண்டு வருவதாக எழுந்து சென்றான்.

மெயின் ரோட்டிலிருந்த கடையில் புரோட்டா வாங்கிக் கொண்டு வர சென்ற போது தெரு முக்கில் காத்தமுத்து நின்றிருப்பதைப் பார்த்தான். அவர் எதற்காக நிற்கிறார் என்று புரியாதவனாக புரோட்டா கடைக்குச்சென்றான். புரோட்டா பார்சல் வாங்கி கொண்டு வீட்டிற்கு வந்த போது, வேலுச்சாமி சாப்பிட்டு முடித்து வாசலில் அமர்ந்திருந்தார். அவர் சிகரெட்டை பற்ற வைத்தபடி அவனுக்கு வழிவிட்டார். அவன் வீட்டிற்குள் போனதும் பிள்ளைகள்

தரையில் அமர்ந்து கொண்டார்கள். தங்கம் புரோட்டாவிற்கு தந்த கறிக்குழம்பை சோற்றிற்கு ஊற்றி சாப்பிடத் தொடங்கினாள். சம்பத் பிள்ளைகள் சாப்பிடத் தொடங்கியதும் எழுந்து வீட்டிற்குச் செல்வதாக புறப்பட்டான். அவள் சாப்பிட்ட படியே "அவர் கூட ஸ்டேஷனுக்கு கூடமாட போய் ஒத்தாசை செய்யுடா" என்றாள். அவனும் சரி என்றான். செருப்பைப் போட்டுக்கொண்டு வாசலுக்கு வந்த போது "அவருக்கிட்டே ரேஷன் கார்டை வாங்கிக்கொடுக்கா. ரொம்ப நாளா அவரே வாங்கிட்டு இருக்கிறாரு" என்றான். அவள் சோற்றை வாயில் வைத்த "ம்ம் ம்ம்' என்றாள். சொன்ன வேகத்தில் இரண்டு மூன்று சோற்றுப் பருக்கைகள் தெறித்து விழுந்தன. சம்பத் அவனது வீட்டிற்குப் போன பிறகு கதவைப்பூட்டுவதற்கென வாசலுக்கு வந்தாள் தங்கம்.

தங்கம் எலுமிச்சம் பழத்தை இரண்டாக அறுத்து பழத்தின் உள்பக்கமாக குங்குமத்தைத் தடவி வாசலில் வைத்தாள். அவள் எதிர் வீட்டுக்காரப் பெண்ணை ஒரு முறை முறைத்துவிட்டு 'டப்' பென்று கதவை தாழிட்டுக்கொண்டாள். சிறிது நேரங்கழித்து எதிர் வீட்டுக்காரப்பெண்ணும் தங்கம் செய்தது போல எலுமிச்சம் பழத்தை இரண்டாக நறுக்கி குங்குமத்தைத் தடவி தனது வாசலில் வைத்துக்கொண்டாள். அவளும் தங்கத்தைப் போலவே கதவை டப்பென்று அடைத்துவிட்டு வீட்டிற்குள் சென்று விட்டாள். தங்கம் கதவின் ஓட்டையின் வழியாக நின்று பார்த்துக் கொண்டிருந்தாள். இரட்டை கதவின் ஓட்டையின் வழியாக பார்த்தால் வெளியே நடப்பது எல்லாம் தெரியும். எதிர் வீட்டுக்காரப் பெண்ணிற்கு அவளுக்கும் ராசியே இல்லை. எப்போதும் சண்டை போட்டுக் கொண்டிருப்பார்கள். தங்கம் செய்வதைப்போல அவளும் உடனடியாக செய்துவிடுவாள். தங்கத்திற்கு அவள் மேல் தான் சந்தேகமாக இருந்தது. அவள் தான் வீட்டிலிருந்த நகைகளை ஆள் விட்டு எடுத்திருப்பாளோ என்று நினைத்தாள். தெருவில் அவளுடன் பேசுபவர்களை நோட்டமிட்டபடி தான் இருந்தாள். திருடு போனதும் தெருவிலிருந்தப் பெண்கள் எல்லோரும் விசாரித்து விட்டுப் போனார்கள். ஆனால் எதிர் வீட்டுப்பெண் பரமேஸ்வரி மட்டும் விசாரிக்க வரவில்லை. அவளுடனும், தங்கத்துடனும் பொதுவாகப் பேசி பழகும் கஜாவிடம் அவள் திருடு போனதை பற்றி எளக் காரமாக பேசியிருக்கிறாள். 'திருடு போனால் போகட்டும். அவளுக் கென்ன பாட்டில் பாட்டிலா விற்று சம்பாதிக்கிற. வட்டிக்கு விடுறா. நல்லா அவளுக்கு வேணும்' என்று திட்டித் தீர்த்திருக்கிறாள். கஜா அவள் சொன்னதை உடனே தங்கத்தின் காதில் போட்டுவிட்டாள். தங்கம் பொறுத்துத் தான் போனாள். சந்தர்ப்பம் கிடைக்கும். அவளை ஏதாவது செய்து விடலாம் என்று தான் காத்திருந்தாள். ஆனால் பரமேஸ்வரிக்கு, தங்கத்தைப் பிடிக்காதப் பெண்கள் வந்து சில யோசனைகள் சொல்லிவிட்டுப்போனார்கள்.

தங்கம் ஏதாவது செய்வினை செய்தால் அதை எடுப்பதற்கும், பதிலுக்கு அவளுக்கு செய்வினை செய்வதைப் பற்றியும் பேசி விட்டுப் போனார்கள். தங்கம் எத்தனை நாள் ஜாடைமாடையாக பேசுவதை கேட்டுக் கொண்டு அமைதியாக இருக்கமுடியும் என்று கோபமாக இருந்தாள். வேலுச்சாமியிடம் சொன்ன போது அவரும் ஆம்பளைகள் பேசினால் பெரிய சண்டையாக போய்விடும் என்று அவளை அமட்டிவைத்தார். இந்த நேரத்தில் தான் தங்கத்தின் வீட்டில் திருடு போனது. அவள் பரமேஸ்வரியை சந்தேகப்பட்டு அவளுக்கு ஏதாவது செய்வினை செய்யலாமா என்று யோசித்துக்கொண் டிருந்தாள். ரோட்டில் நின்று சத்தம் போட்ட போது கூட, "ஒரு வாரத்திற்குள்ள என்னோட பொருளெல்லாம் என் கிட்ட வந்து ரணும். இல்லைன்னா கை கால் விளங்காமல் ஏதாவது செய்து வைத்துவிடுவேன் என்று பயமுறுத்தினாள். தெருவிலிருந்தப் பெண்கள் பலரும் திருடுனது யாருன்னு காங்கிறது. எடுத்தவங்களுக்குத்தான் எல்லாம் என்று பேசினார்கள். ஒரு வாரம் முடிந்துவிட்டது. எந்த பொருளும் வரவில்லை.

4

முருகேசனுக்கு கால் வலி வந்துவிட்டது. முழங்காலும் குதிங்காலும் தான் நடக்க நடக்க வலியெடுக்க ஆரம்பித்தது. சம்பத் திருட்டு விசயமாக போலீஸ்ஸ்டேஷனுக்கு தினமும் வேலுச்சாமி யுடன் சென்று விடுவதால் அவனை தாலூர்கா ஆபிஸிற்கு அழைத்துச்செல்லமுடியவில்லை. இரண்டு தினங்களாக தாலூர்கா ஆபிஸிற்கு அவராகவே சென்று வந்தார். டி.எஸ்.ஓ. கலெக்டர் ஆபிஸிற்குப் போக வேண்டும். கேஸ் அடுப்புக்கு கணக்கெடுக்கிறார்கள், கலர் டி.விக்கு கணக்கெடுக்கிறார்கள் என்று முருகேசனை அலைய விட்டுக்கொண்டேயிருந்தார். முருகேசன், சம்பத் வந்தால் ஒரு மாதிரியாக பேசுகிறார்கள். தன்னிடம் வேறு ஒரு மாதிரியாக பேசுகிறார்கள் என்று கோபமானான். வேறு வழி யில்லாமல் தான் பொறுமையாக அலைந்து கொண்டிருந்தான். காஞ்சியைப் பார்த்து காலிற்கு விழாத குறையாகக் கெஞ்சிய பிறகு தான் டி.எஸ்.ஓவிடம் சொல்லி நோட்டரிபப்ளிக் வக்கீலிடம் 'நோ அப்ஜக்சன்' வாங்கிட்டு வாங்க என்று சொன்னார். முருகேசனுக்கு இருந்த கால் வலியில் இதைக் கேட்டதும் ஆத்திரம் தான் வந்தது.

ஏன் இப்படி தன்னை அலையவிடுகிறார்கள் என்று சம்பத்தை பார்க்க அவனது வீட்டிற்குப் போனான்.

சம்பத் போலீஸ்ஸ்டேஷனுக்கும் வீட்டிற்கும் அலைந்து கொண் டிருந்தான். அவனுக்கு முருகேசனைப் பார்த்த பொழுது தான் ரேஷன் கார்டு விசயமே ஞாபகத்திற்கு வந்தது. போலீஸ் ஸ்டேஷனிலிருந்து

65

சாப்பிடுவதற்காக வந்தவன் அமைதியாக உட்கார்ந்திருந்தான். தனது கட்டைக்காலை எடுத்துவைத்துவிட்டு தொடைகளை தடவியபடி இருந்தவன் அவரைப் பார்த்ததும் அப்படியே எழுந்து கொண்டான். பூங்கொடிக்கு இந்த ரேஷன் கார்டு விசயமெல்லாம் தெரியாது. முருகேசன் வீட்டிற்குள் நுழைந்து நுழையாமல் வாசலில் நின்றபடியே சம்பத்தை சத்தம் போட்டான். "பணம் கொடுத்து நான்கு நாட்களுக்கு மேலாகிவிட்டது. இப்போது போய் வக்கிலிடம் கையெழுத்து வாங்கிட்டு வா, பத்திரம் வாங்கிட்டு வான்னா என்னா அர்த்தம் என்று சத்தம் போட்டான். சம்பத்திற்கு என்ன செய்வது என்று தெரியவில்லை. சம்பத் அவரிடம், "எங்க அக்கா வீட்டுல திருட்டுப்போயிருச்சு முருகேசா. அது விசயமாத் தான் இந்த நாலு நாளாக ஸ்டேஷனுக்கு அலைஞ் சிட்டு இருக்கோம்" என்று அவரை சமாதானப்படுத்தினான். அவனது சமாதானத்தை விரும்பாதவர் போல மேற்கொண்டு வேக மாக பேசினார். நந்தவனத்தெருவில் இருந்தவர்கள் எல்லோரும் கூடிவிட்டனர். சம்பத்திற்கு அவமானமாகப் போய்விட்டது. சரி என்று சாப்பிடாமல் கூட அப்படியே தாலூக்கா ஆபிஸிற்கு அவரை அழைத்துக்கொண்டுப்போனான்.

வட்டவழங்கல் அலுவலகத்திற்குப் போன போது சங்கரன் ஸார் வேறு யாருடனோ பேசிக்கொண்டிருந்தார். அவர் வெளியேறும் வரை காத்திருந்தவன் காஞ்சியைப் பார்த்து ஏன் இப்படி லேட் செய்யுறீங்க என்று கேட்டான். காஞ்சி ஒன்றும் பேசாமல் சைகையில் துட்டு என்று கேட்டான். அவனும் காஞ்சியின் பக்கத்தில் போய் பணம் தந்ததை சொன்னான். பிறகு காஞ்சி டி.எஸ்.ஓ ஸாரிடம் போய் பேசினான். பெயர் நீக்கச் சான்றிதழ் இல்லாததால் கலெக்டர் ஆபிஸில் ஏதாவது விசாரணைக்கு வருவார்கள் அதனால் தான் வக்கிலிடம் 'நோ அப்ஜக்சன்' லெட்டர் எழுதி வாங்கிட்டுவரச் சொன்னோம் என்றார். சம்பத் மேற்கொண்டு எதுவும் பேசாமல் முருகேசனிடம், "இன்னைக்கு சாயங்காலமாக ஒரு வக்கீலைப் பார்த்து எழுதி வாங்கிடலாம்" என்று சொன்னதும் அவர் அமைதி யானார். சம்பத்தும் முருகேசனும் வீட்டிற்கு வந்தார்கள்.

சம்பத்திற்கு பசி அதிகமாக இருந்தது. பூங்கொடி அவனுக்கு சாப்பாடு வைத்துவிட்டு குளிக்கச்சென்று விட்டாள். சாப்பிட்டு முடித்தவன் தற்செயலாக வேறு ஏதோ நம்பருக்கு ஃபோன் போடும் அவசரத்தில் தங்கத்தின் செல் எண்ணிற்கு ஃபோன் போட்டான். ரிங் போனது. முதல் ரிங்கிலேயே எடுத்துவிட்டார்கள். சம்பத்திற்கு ரிங் போன போது தான் செல் காணாமல் போனது ஞாபகத்திற்கு வந்தது. எடுத்தவர்கள் பேசினார்கள். சம்பத் மரியாதையுடன் ஸார், "இது எங்க அக்காவோட ஃபோன் நம்பர். உங்களுக்கு எப்படி கிடைச்சது.

யாராவது உங்ககிட்டே வித்தாங்களா" என்று கேட் டான். பேசியவர் ஆச்சரியமாக, "அப்படியா இது நான் ரோட்டிலே கண்டெடுத்தேன்" என்றார். சம்பத் திரும்பவும் எங்க ஸார் எடுத் தீங்க என்று கேட்டான். அவர் பஸ்ஸ்டாண்டு குப்பைத் தொட்டி யிலே எடுத்தேன் என்றார். சம்பத் செல்ஃபோனைக் கொடுங்க ஸார். உங்களுக்கு 500 ரூபாய் பணந்தர்றேன் என்றார். அவரும் சரி என்று அவரது விலாசத்தை தந்தார். சம்பத் அவர் சொல்லச் சொல்ல எழுதிக்கொண்டான்.

சம்பத் தங்கத்தின் வீட்டிற்குச் சென்று தான் ஃபோனில் பேசி யதை சொன்னான். அவர்கள் இருவரும் நம்பாதவர்களாக அதெல் லாம் சும்மா என்று அவன் பேச்சை ஒதுக்கினார்கள். அவன் தான் பேசியது உண்மை தான் என்று திரும்பவும் செல்ஃபோனில் பேசி னான். ரிங் போனது. முதல் ரிங்கிலேயே எடுத்து பேசியவர் என்ன விசயம் என்று கேட்டார். தங்கம் செல்ஃபோனை வாங்கி அசிங்க அசிங்கமாக திட்டினாள். வேலுச்சாமியும் போனை வாங்கி மிரட்டி னார். அவர்கள் பேசியதை கேட்டுக்கொண்டேயிருந்தவன் பேச்சை நிறுத்தியதும் "ஏ மயித்தைக்கூட உங்களாலே பிடுங்க முடியாது. போய்யா" என்று போனை கட் செய்துவிட்டான். தங்கத்திற்கு அந்த விலாசத்திற்கு ஆட்களை அழைத்துச் சென்று போய் பார்த்துவிட்டு வர வேண்டுமென்று வேலுச்சாமியை அவசரப்படுத்தினாள். வேலுச்சாமியும் யார் யாரை அழைத்துச்செல்லலாமென்று யோசித் தவராக நாற்காலியில் அமர்ந்தான். விலாசத்தை பார்த்ததும் அவருக்கு கோபம் தான் வந்தது. நகையைத் திருடிவிட்டுப் போனவன் இவ்வளவு தைரியமாக ஃபோனில் பேசுகிறானே என்று ஆங்காரமாக இருந்தார். போலீஸ்காரர்களுக்கு சொன்னால் ஏதாவது செய்து காரியத்தைக் கெடுத்துவிடுவார்கள் என்று யோசித்தார். அவருக்கு பரமுவின் ஞாபகம் வந்தது. சாராயம் விற்கும் பரமுவும் அவரது ஆட்களும் வந்தால் தனக்கு உதவியாக இருக்கும் என்று சம்பத்திடம் கேட்டான். சம்பத்திற்கும் சரியென்று தான் மனதில் தோன்றியது. சம்பத் நேராக நாம் போவதை விட தனது அப்பாவை விட்டு பேசச்சொன்னால் நன்றாக இருக்கும். பரமுவும் அப்பாவும் நல்ல பழக்கம். ஒரே கட்சியும் கூட என்று வேலுச்சாமிக்கு யோசனை சொன்னார். அவரும் சரியென்று ஃபோன் போட்டு வரவழைத்தார். காத்தமுத்து வந்ததும் சம்பத் எழுந்து வெளிவந்துவிட்டான்.

வாசலில் வந்து உட்கார்ந்தவன் தனது செல்ஃபோனை மறந்து வைத்துவிட்டோமே என்று எழுந்து கொண்டான். பிறகு என்ன நினைத்தானோ சரி வீட்டிற்குள்ளேயே இருக்கட்டும் பிறகு போய் எடுத்துக் கொள்ளலாமென்று நினைத்தான். வாசல்படியில் உட்கார்ந்து வீதியை வேடிக்கைப் பார்த்தான். எதிரேயிருந்த பெட்டிக் கடையில்

கருத்த ஆள் ஒருவன் சிகரெட் புகைத்தபடி தங்கத்தின் வீட்டையே பார்த்து கொண்டிருந்ததை தற்செயலாகப் பார்த்தவன் அவனை கூர்ந்து கவனித்தான். அந்த ஆளும் சிகரெட்டை கீழே போட்டுவிட்டு நடந்து போனான். அவன் நேராக பரமு வீட்டிற்குத் தான் போனான். சிறிது நேரத்தில் திரும்பியவன் வெள்ளை நிற பிளாஸ்டிக் கேனைத் தூக்கிக்கொண்டு நடந்து வந்தான். பெட்டிக்கடையில் நின்று சிகரெட்டை வாங்கிக்கொண்டான்.

காத்தமுத்துவும் வேலுச்சாமியும் பரமுவின் வீட்டிற்குப் போனார்கள். பரமு வீட்டில் தான் இருக்கிறார். வியாபாரத்திற்கு வந்திருந்த ஆட்களின் கூட்டத்தைப் பார்த்தால் வீட்டிற்குள் போனவர்கள் வருவதற்கு எப்படியும் ஒரு மணி நேரமாவது ஆகும் என்று சம்பத் நினைத்தான். எழுந்து வீட்டிற்குள் சென்றவன் செல் ஃபோன் வைத்த இடத்திற்குப் போய் பார்த்தான். செல்ஃபோன் இல்லை. சுற்றியும் தேடினான். எங்கும் இல்லை. பதறிப்போய் தங்கத்திடம் கேட்டான். அவளும் தேடிப்பார்த்தாள். என்னடா இது வைச்ச இடத்திலே காணமுன்னா என்னா சொல்லுறது என்று கட்டிலுக்கு அடியில் பீரோவிற்கு அடியில் என்று குத்தவைத்து உட்கார்ந்து தேடினான். எங்கேயும் இல்லை. பிறகு தங்கம் தான் புதியதாக வாங்கிய செல்ஃபோனிலிருந்து சம்பத்தின் செல் ஃபோனுக்கு அழைத்துப்பார்த்தாள். சுவிட்ச் ஆஃப் செய்யப் பட்டிருந்தது. அவள் உதட்டைப் பிதுக்கியபடி அவனிடம் போனைத் தந்தாள். அவனும் தனது எண்ணிற்கு அழைத்துப்பார்த்தான். சுவிட்ச் ஆஃப் செய்யப்பட்டிருந்தது. தலையில் கைவைத்தபடி அப்படியே உட்கார்ந்து கொண்டான். "அதிலிருக்கும் நம்பரை நான் எதிலையும் எழுதி கூட வைக்கலயே. ஆத்திர அவசரத்திற்கு யாரையாவது கூப்பிடனுமின்னா கூட எனக்கு நம்பர் தெரியாதே" என்று புலம்ப ஆரம்பித்தான். பிறகு அவன், "அக்கா நீ போய் அந்த ஆளு கிட்டே என் ஃபோன் இருக்கான்னு பாரேன்" என்று சொன்னான். அவளும் சரி என்று பரமு வீட்டிற்குப் போனாள்.

பரமு வீட்டிலிருந்து மூவரும் திரும்பிய போது மதியப் பொழுதை கடந்திருந்தது. தங்கம், சம்பத்தின் செல்ஃபோனை கையில் வைத்தபடி வீட்டிற்கு நுழைந்தாள். தனது செல்ஃபோனை சம்பத் பார்த்ததும் பிடுங்காத குறையாக அவளிடமிருந்து வாங்கிக்கொண்டான். பிறகு அவளைப் பார்த்து அந்த களவாணி கூதியான் தானே எடுத்து வைச்சிருந்தான் என்று சத்தமாக பேசினான். வேலுச்சாமி அவனைப்பார்த்து, "ஏய் மாப்பிள்ளே சும்மா தேவையில்லாமல் பேசாதே. நீ வீட்டிற்குப் போயிட்டேனு அவரு தான் எடுத்து வைச்சாராம். வீட்டிற்குப் போகும் போது பூங்கொடிக்கிட்டே கொடுத்துட்டுப் போகலாமுன்னுதான் நினைச்சுட்டு இருந்திருக்கிறாரு. அதுக்குள்ளே நீ உங்க அக்காளை அனுப்பிச்சுட்டே" என்று அவனை அவர் சத்தம்

போட்டார்.

சம்பத், "அதுக்கு எதுக்குய்யா நீ செட்டை சுவிட்ச் ஆஃப் செஞ் சே" என்று கத்தினான். அவர் பதில் பேசாமல் செருப்பைப் போட்டுக்கொண்டு வாசல்படியைத் தாண்டினார். சம்பத் கோபமானவனாக அவரது சட்டையின் கழுது பட்டையை பிடித்து இழுத்தான். அவரது சட்டை கிழிகின்ற சத்தம் கேட்டது. அவர் பதறிப்போய் தன்னை தனது மருமகப்பிள்ளையின் முன் இப்படியாக செய்துவிட்டானே என்று, "நொண்டிக்கழுதை" என்று திட்டியபடி சம்பத்தின் முகத்தில் ஓங்கி குத்தினார். அவனது சில்லு மூக்கு உடைந்து ரத்தம் வந்தது. பொலபொலவென்று ஒழுகிய ரத்தம் அவனது சட்டை முழுக்க வடிந்தது. அவன் உள்ளங்கையில் மூக்கைப் பொத்தியபடி அப்படியே உட்கார்ந்து கொண்டான். கிழட்டு தேவடியா மகனே என்று முணங்கினான். திரும்பவும் காத்தமுத்து ஓங்கி அவனது வயிற்றுப்பக்கமாக எத்தினார். வலிப் பொறுக்கமுடியாமல், சம்பத் 'அய்யோ அம்மா' என்று கத்தினான். தங்கம் அவர்களுக்கு இடையேப் புகுந்து விலக்கிவிட்டாள். வேலுச்சாமி தலையில் கையை வைத்தபடி உட்கார்ந்துவிட்டார். ரத்தம் தலைக்கு ஏறியபடி இருந்ததை அவரால் உணர்ந்து கொள்ள முடிந்தது. ரத்தக்கொதிப்பு அவருக்கு சில நாட்களாகவே அதிகமானபடியிருந்தது. டாக்டர் மாத்திரைகளை விடாமல் சாப்பிட வேண்டுமென்று சொல்லியிருந்தார். வேலுச்சாமி இன்று மாத்திரை சாப்பிட மறந்துவிட்டார். அவருக்கு ரத்தக்கொதிப்பு அதிகமானால் மூக்கிலிருந்து ரத்தம் சொட்டுச் சொட்டாக ஒழுகும். தலைசுற்றல் தொடங்குவது போலிருந்ததும் அவர் தனது மாத்திரைகளை எடுத்துத் தரும்படி தங்கத்தைப் பார்த்து கத்தினார். அவளுக்கு புரிந்து விட்டது. மாத்திரைகளை எடுத்துத் தந்துவிட்டு டம்ளர் நிறைய தண்ணீரை கொண்டு வந்து தந்தாள். வேலுச்சாமி மாத்திரைகளை எடுத்து வாயில் போட்டு நீரைக் குடித்தார்.

காத்தமுத்துவிற்கு வியர்த்திருந்தது. அவர் தனது சட்டை எந்த பக்கம் கிழிந்திருக்கிறது என்று திரும்பித்திரும்பிப் பார்த்தபடி வீட்டை விட்டு வெளியேறி தெருவில் நடந்து சென்றார். தன் முன் நின்றிருந்த தங்கத்தை தள்ளிவிட்டு எழுந்தவன், வேகமாக அவருக்குப் பின்னால் சென்றான். கட்டக்காலை எடுத்து வைத்து இழுத்தபடி நடந்தான். காத்தமுத்து திரும்பிப் பார்ப்பதற்கு தனது இடுப்பில் ஒளித்து வைத்திருந்த பேனா கத்தியால் அவரது இடுப்பில் குத்தினான். அவர் இதை எதிர்பார்த்திருந்தவர் போல அவனது கத்திக் குத்திலிருந்துத் தப்பித்துக்கொண்டார். இருவரும் நடுரோட்டில் சண்டை போட்டார்கள். கட்டிக்கொண்டு மண்ணில் விழுந்து புரண்டனர். தெருவிலிருந்தவர்கள் பலரும் வேடிக்கைதான் பார்த்தனர். யாரும் விலக்கிவிடவரவில்லை. சண்டை நடந்து சத்தத்தைக் கேட்டு தங்கத்தின்

எதிர் வீட்டு பரமேஸ்வரியும் அவளது பக்கத்திலிருந்தப் பெண்களும் வாசலில் நின்று வேடிக்கைப் பார்த்தனர். தங்கம் வாசலுக்கு வந்து பார்த்த போது இருவரது வேட்டியும் அவிழ்ந்து கிடந்தது. ஆவேசமாக ஒருவரை ஒருவரை நெஞ்சிலும் வயிற்றிலும் அடித்துக் கொள்வதில் குறியாக இருந்தனர். தங்கம் அவர்களின் அருகாமைக்குச் சென்ற போது சம்பத்தின் உதட்டிலிருந்தும் ரத்தம் வந்து கொண்டிருந்தது. சட்டை கிழிந்திருந்தது. காத்தமுத்துவின் ஆவேசம் இன்னமும் குறைந்திருக்கவில்லை. சம்பத்தினால் அவரது தாக்குதலை தடுக்கத் தான் முடிந்ததே தவிர திருப்பி அடிக்கவே முடியவில்லை. அவன் அடிப்பதற்கான சந்தர்ப்பத்தை கணித்து கையை ஓங்குவதற்குள் காத்தமுத்து முந்திவிடுகிறார். அடிவாங்கிய சம்பத் படுத்துக்கிடந்தான்.

பூங்கொடி சேலையை சொருகிக் கொண்டுத் தெருவிற்கு ஓடி வந்த போது சம்பத் எழுந்து உட்கார்ந்து கொண்டான். தங்கம் ரோட்டில் கிடந்த வேட்டியை எடுத்துக் கொண்டிருந்தாள். காத்தமுத்து அவளிடமிருந்த வேட்டியை வாங்கி கட்டியபடி நடந்தார். ரோட்டில் பேனா கத்தித் தனியாக கிடந்தது. சிறுவர்கள் இரண்டு பேர் ஓடி வந்து அந்தக் கத்தியை எடுத்துக்கொண்டு ஓடினார்கள். பூங்கொடி தனது கணவனைத் தூக்கிவிட்டு வேட்டியை கட்டத்தந்தாள். அவன் வேட்டியை கட்டியபடி தூரத்தில் நடந்து கொண்டிருந்த காத்தமுத்தை பார்த்து, அசிங்கமாகத் திட்டினான். அவர் திரும்பிப்பார்த்து தனது காலிற்கு கீழே கிடந்த கல்லை எடுத்து வீசினார். அந்த கல் சம்பத்தின் அருகில் விழுந்தது. சம்பத்தும் பூங்கொடியும் ஒதுங்கி கொண்டார்கள். பூங்கொடி, "கிழட்டுப்பயலே வந்தேனா அடிச்சுக் கொன்னுபோடுவேன்" என்று கீழே கிடந்த கல்லை எடுத்து திரும்ப வீசினாள். அவளைப் பார்த்து காத்தமுத்து கட்டியிருந்த வேட்டியை நடு ரோடு என்று பார்க்காமல் அவிழ்த்து காட்டினார். அவள் முகத்தை பொத்தியவளாக சம்பத்தின் கை களைப் பிடித்து வீட்டிற்குப் போனாள். அவன் தனது கட்டைக் காலை இழுத்துக்கொண்டு நடந்தான்.

வேலுச்சாமிக்கு அன்றிரவு நெஞ்சு வலி வந்தது. ரத்தக் கொதிப்பு இருக்கும் குடிக்கக்கூடாது என்று டாக்டர் பலமுறை கூறியிருந்தார். டாக்டர் சொன்னதையும் மீறி அரைபாட்டில் விஸ்கியை குடித்தார். பாதி இரவில் தான் அவருக்கு நெஞ்சுவலி அதிகமானது. சிறுநீர் கழித்துவிட்டு, தண்ணீர் குடித்து வந்தால் சரியாகப்போகும் என்று எழுந்தவர் கீழே விழுந்து விட்டார். அந்த சத்தத்தைக் கேட்டு தங்கமும் பிள்ளைகளும் எழுந்து கொண்டார்கள். வேலுச்சாமியினால் எழுந்து உட்காரமுடியவில்லை. அவரையறியாமல் மூத்திரம் பிரிந்து சென்றது. தங்கம் பயந்தது போல நடந்து விட்டது. எதிரேயிருந்தப் பெட்டிக்கடைகாரன் சற்று முன்தான் கடையைப் பூட்டிவிட்டுச்

சென்றிருந்தான். அவளுக்கு என்ன செய்வது என்று தெரியவில்லை. அவள் செல்ஃபோனை எடுத்து சம்பத்தின் எண்ணிற்கு அழைத்தாள். அவனது செல்ஃபோன் சுவிட்ச் ஆஃப் செய்யப்பட்டிருந்தது. திரும்பத்திரும்ப அழைத்துப் பார்த்தாள். பிறகு வாசல் கதவைத் திறந்து வைத்து விட்டு விளக்கைப்போட்டாள். பிள்ளைகள் இருவரும் வேலுச் சாமியின் அருகில் உட்கார்ந்திருந்தனர். அவரிடம் எந்த அசைவும் இல்லை. நெஞ்சு உயர்ந்து அடங்கியது. இரண்டு தடவைக்கு மூச்சை நீண்டு விட்டவர் பிறகு வாயைத் திறந்து கொண்டார்.

தங்கம் ஆட்டோவை அழைத்து வந்த போது பிள்ளைகள் இருவரும் அழுது கொண்டிருந்தனர். ஆட்டோ டிரைவரும் தங்கமுமாக அவரைத் தூக்கி ஆட்டோவுக்குள் படுக்க வைத்தனர். அவரது தலைமாட்டில் தங்கம் உட்கார்ந்து கொண்டாள். பிள்ளைகள் ஆட்டோவில் நின்று கொண்டனர். வேலுச்சாமியை மருத்துவ மனைக்கு கொண்டு போன போது அவரது உடல் முழுதும் வியர்த் திருந்தது. டாக்டர் வேலுச்சாமியின் முகத்தை பார்த்ததும் கண்டு பிடித்துவிட்டார். "குடிச்சிருக்காரு கொஞ்சம் சிரமம் தான். பார்ப்போம்" என்றார். தங்கம் அழுதபடி நின்றிருந்தாள். ஆட்டோக்காரன் செய்வதறியாது நின்றிருந்தான். அவனைப் பார்த்து "மூணாவது தெருவிலிருக்கிற சம்பத்திடம் சொல்லிட்டுப் போறியா தம்பி. உனக்கு புண்ணியமாப் போகும்" என்றாள். அவனும் சரி என்று ஆட்டோவை எடுத்துக்கொண்டுப் போனான்.

ஆட்டோ போன பாதையைப் பிள்ளைகள் இருவரும் பார்த்துக் கொண்டிருந்தனர். அவர்களுக்கு இன்னமும் உறக்கம் கலைந்திருக்க வில்லை. தங்கம் விசும்பிக்கொண்டிருந்தாள். மருத்துவமனையின் வராண்டாவில் மாட்டியிருந்த பிள்ளையார் படத்தைப் பார்த்து விட்டு ஆங்காரம் வந்தவளாக, "நாங்க யாருக்கு என்ன கெடுதல் செஞ்சோம். ஏன் எங்கள இப்படி சோதிக்கிற" என்று கத்தினாள். அவளது சத்தத்தை கேட்டு வந்த நர்ஸ் அவளின் அழுகையைப் பார்த்து அப்படியே நின்றாள். பிறகு அவளது கையைப்பிடித்து உலுக்கியபடி "நாற்பதாயிரம் ரூபாய் செலவாகும். பரவாயில்லையா, இல்லை கவர்மெண்ட் ஆஸ்பத்திரிக்குத் தூக்கிட்டுப் போறீங்களான்னு டாக்டர் கேக்கச் சொன்னாரு. சீக்கிரம் சொல்லுங்க. அஞ்சு, பத்து நிமிஷத்துல ஊசிப்போட்டாத் தான் காப்பாத்த முடியும் என்றாள். தங்கம் எதுவும் யோசிக்கவில்லை சரி என்றாள்.

டாக்டரின் அறையில் எஸ்விதமான சப்தமும் வரவில்லை. நர்ஸ் தான் ஒரு தடவை வெளியே வந்து வேறொரு அறையி லிருந்தப் பொருட்களை எடுத்துக்கொண்டுப் போனாள். தங்கத்திற்கு பயம் கூடியபடி இருந்தது. தனது கணவன் இறந்து போனால்தான்

அநாதையாகி விடுவோம் என்றும் தெருவில் மற்றப்பெண்கள் போல எந்த விசேசத்திற்கும் தாராளமாகப் போக முடியாது என்றும் அஞ்சியும் கூசியும் தான் முண்டச்சியாக வீட்டில் முடங்கியிருக்க வேண்டுமென்று நினைத்த போது அவளுக்கு வந்த அழுகையை அடக்கமுடியவில்லை . சிறிது நேரங்கழித்து அவர்கள் வந்த ஆட்டோவில் சம்பத்தும் பூங்கொடியயும் வந்திறங்கினார்கள். பூங்கொடி தலைமுடியைக் கொண்டை யிட்டிருந்தாள். தங்கத்தின் அருகாமையிலிருந்த நாற்காலியில் பூங்கொடி அமர்ந்தவளாக பிள்ளைகளை அழைத்து வைத்துக்கொண்டாள். பிள்ளைகள் இருவரும் சம்பத்தை கண்டதும் அழுத்தொடங்கினார்கள். பூங்கொடி அவர்களை சமாதானப்படுத்தினாள். அவர்களைத் தொடர்ந்து தங்கமும் அழுத்தொடங்கினாள். "யாருக்கு என்ன பாவம் செஞ்சோம். இப்படி வந்து தலையில் எழுதியிருக்கே. எந்த பாவி முண்டை கண்ணுபட்டுச்சோ. நாங்க தான் கஷ்டப்படுறோம். பிள்ளை களையாவது படிக்கவச்சு கண்ணு குளிர அழகுப்பார்க்கலா முன்னா முடியாமப் போகும் போல இருக்கே. என் புருஷன் போ யிட்டானா என்னையும் என் பிள்ளைகளையும் யாரு பார்ப்பாங்க" என்று அழுதாள். அவள் அழுவதை பார்த்த சம்பத், தனது கையை வாயில் பொத்தியபடி அழ ஆரம்பித்தான். அவனது வயிறு குலுங்கி குலுங்கி நின்றதை பூங்கொடி கவனித்தபடி தான் இருந்தாள். அவளுக்கு என்ன செய்வது என்று தெரியவில்லை. பிள்ளைகளை உறங்க வைக்கலாமென மருத்துவமனையில் ஏதாவது நீளமான பெஞ்சு இருக்கிறதா என்று தேடினாள். அந்த மருத்துவமனையில் நீளமான பெஞ்சே இல்லை. மூன்று கால் நாற்காலி தான் இருந்தது. வேறொரு நாற்காலியில் அமர்ந்து கொண்டு கால்களை நீட்டியபடி பிள்ளை களை தனது மடியில் போட்டுக்கொண்டாள். பிள்ளைகள் இருவரும் உறங்கத் தொடங்கினார்கள். பிள்ளைகளைப் பார்த்ததும் தங்கத் தின் அழுகை மேலும் கூடியது. அவள் ஹோ வென்று அழ ஆரம் பித்தாள். "டேய் சம்பத்து, என் பிள்ளைகளை நீ தாண்டா காப் பாத்தணும். இரண்டுமே பொம்பளைப்பிள்ளையா போச்சேடா" என்று அவனை இழுத்து கட்டிக்கொண்டு அழுதாள்.

வேலுச்சாமிக்கு இரண்டு மனைவிகள். மூத்தத்தாரத்து மனைவி யின் பிள்ளை தான் பூங்கொடி. அவளது அம்மா இறந்து பத்து பதினைந்து வருடங்களுக்குப் பிறகு வேலுச்சாமி தங்கத்தை திருமணம் செய்து கொண்டார். அவர்களது நிச்சயதார்த்தத்தின் போது பூங் கொடி சடங்காகி வீட்டிலிருந்தாள். சம்பத்திற்கு காத்தமுத்து பெண் கேட்டார். தன் மகளை கால் இல்லாதவனுக்குத் தரமுடியாது என்று வேலுச்சாமி சொல்லிவிட்டார். உடனே காத்தமுத்துவும் தங்கத்தை அவருக்குப் பெண் தரமுடியாது என்று சொல்லிவிட்டார். நாப்பது வயசுக்காரனுக்கு இருபது வயசுப்பிள்ளையைத் தர்றோம். கால்

இல்லைன்னா இப்போ என்னா என்று கட்சிக்காரர்களை வைத்து பூங்கொடியை சம்பத்திற்கு திருமணம் செய்து வைத்துவிட்டார். பூங்கொடி அன்றிலிருந்து வேலுச்சாமியுடன் பேசுவதில்லை. தங்கம்மா தங்கம்மா என்று பூங்கொடி தங்கத்தை பெயர் சொல்லித் தான் அழைப்பாள். தங்கம் அழுவதை அவளால் பார்த்துக் கொண் டிருக்கமுடியவில்லை. கண்களைத் துடைத்துவிட்டு வாயை பொத் தியபடி அழுதாள்.

டாக்டரின் அறையிலிருந்து வந்த நர்ஸ் அவர்களிடம் பணத் தைக் கட்டுங்கள் என்று சொன்னாள். சம்பத் அவளிடம் என் னாச்சு என்று கேட்டதற்கு டாக்டர் வந்து சொல்வாரென்று மேல் மாடிக்குச் சென்று இரண்டு குளுகோஸ் பாட்டில்களுடன் வந்தாள். அவர்களை கடக்கும் போது, திரும்பவும் பணத்தை சீக்கிரமாக கொண்டு வாருங்கள் என்று சொன்னாள். சம்பத்தை தன்னுடன் அழைத்துக் கொண்டு வீட்டிற்கு நடந்தாள் தங்கம். அவர்கள் நடந்தே தான் வீட்டிற்கு வந்தார்கள்.

வீட்டின் உள்ளறையில் விளக்குகள் எரிந்து கொண்டிருந்தன. அவள் சம்பத்தை வாசலிலேயே உட்கார வைத்துவிட்டு வீட்டுக்குள் சென்றாள். பணத்தை எடுப்பதற்காகத் தான் அவள் வீட்டுக்குள் செல்கிறாள் என்று யூகித்துக்கொண்ட சம்பத் இந்த மனுஷன் செத்துப்போனால் எல்லாமே தன் தலையில் தானே விழும். பிள்ளைகளை படிக்க வைக்கவேண்டும். தங்கத்தை நல்லபடியாக பார்த்துக்கொள்ள வேண்டும். மிலிட்டரியிலிருந்து பென்ஷனை அவளது பெயருக்கு மாற்ற வேண்டும். ரேஷன் கார்டில் பெயர் நீக்கம் செய்ய வேண்டும். வேலுச்சாமியின் பெயரிலிருந்து தங்கத்தின் பெயருக்கு மாற்ற வேண்டும். பிறகு முனிசிபாலிட்டியில் போய் இறப்பு சான்றிதழ் வாங்கவேண்டும் என்று அவனுக்கு பல யோசனைகள் மனதில் நகர்ந்து கொண்டிருந்தன. யோசிக்க யோசிக்க அவனுக்கு மூக்கு வலியெடுக்க ஆரம்பித்தது. சுண்டு விரலால் மூக்கினுள் நுழைத்து ரத்தம் வருகிறதாவென்று பார்த்தான். வரவில்லை. பிறகு கன்னங்களையும் உதட்டையும் தொட்டுப் பார்த்துக் கொண்டான்.

தங்கம் பணத்தை எடுத்துக்கொண்டு வீட்டை பூட்டினாள். சாவியை அவனிடம் தந்து விட்டு நடந்தாள். தனக்குப்பின்னால் வரும் சம்பத்திடம் சொன்னாள். அவள் கண்களைத் துடைத்தபடி சம்பத்திடம் அப்பாவுக்கு ஒரு வார்த்தை சொல்லிட்டு வந்துறட்டா என்று கேட்டாள். அவன் கோபமானவனாக, "அப்புறம் எதுக்கு என்னை ஆட்டோக்காரன் கிட்டே சொல்லி ஆளுக்கு முதல்லே வரச்சொன்னே. மாமாவோட தாய்ப்பிள்ளைகளையும், உங்கப்பன் ஆத்தாளையும் கூப்பிட்டு வரச்சொல்லவேண்டியது தானே. ஏதாவது வேலைக்கின்னா நான் வரணும். உட்காந்து புழமை பேசனுமின்னா

அந்தாளு வரணும். பரமு வீட்டுக்குப்போனீங்களே என்னன்னு சொன்னீயா. ஏன்டா சண்டை போட்டேன்னு ஒரு வார்த்தை கேட்டியா. இல்லை அந்த ஆளையாவது ஏய்யா இப்படி நடந்துக் குறேன்னு கேட்கிறாயா" என்று திட்டினான். தங்கம் மீண்டும் அழுத் தொடங்கினாள். அவன் சரி சரி அழாதே அழாதே என்று அவளை சமாதானப்படுத்தினான். அவள் தனது முந்தானையால் கண்களைத் துடைத்தபடி பணத்தை வைத்திருந்த மஞ்சள் பையை மார்போடு இறுக்கமாக அணைத்தபடி நடந்தாள்.

தங்கம் அவனிடம், "நீ ஏன்டா அந்தாளுகிட்டே சும்மா சண்டைப் போட்டுக்கிட்டே இருக்கே. புதூர்க்காரன்கிட்டே போய் ஏன் மண்ணெண்ணைக்கு பேரம் பேசிட்டு வந்தே. அவரு தான் அவனுக்கு வாடிக்கையா தந்துட்டு இருக்காரில்லை. நீ ஏன் குறுக்கப்போய் விழுறே. நான் தான் கொஞ்சம் நாள் பொறு. என்னோட ரேஷன் கார்டை உனக்கு தர்றேன்னுச் சொன்னேனில்லை" என்று திட்டினாள். சம்பத் ஒன்றும் பேசவில்லை. ஊரிலே இருக்கிறவங்க எல்லோரும் அவருக்கிட்டேயேவா மண்ணெண்ணை வாங்கணும் என்று திரும்ப கேட்டதற்கு தங்கம் ஒன்றும் பதில் பேசவில்லை. அவர்கள் வேகமாக நடந்தார்கள். நாய்கள் குலைக்கும் சப்தம் தொடர்ந்து கேட்டுக்கொண்டே தான் இருந்தது. இரவு நேரத்தில் நடமாட்டமில்லாத தெருக்களை கடக்கும் போது இருவருக்குமே பயமாகத் தான் இருந்தது. தங்கம் பயந்து கொண்டே தான் நடந்தாள். அவளுக்கு மருத்துவமனைக்கு நுழைந்ததும் சிறுநீர் வந்துவிட்டது. எங்கு போய் இருக்க வேண்டும் என்று தெரியாமல் சேலையைத் தூக்கி வைத்துக்கொண்டு நின்றவள் நர்ஸ்ஸிடம் கேட்டாள். அவள் வேலுச்சாமியை அனுமதித்திருந்த தீவிர சிகிச்சைப்பிரிவுக்கு பக்கத்திலிருந்த அறையை காட்டி அந்த அறையில் பாத்ரூம் வசதி உள்ளது என்றும் ரூபாயை கொண்டு வந்துட்டாங்களா என்று கேட்டாள். தங்கம் சிறுநீர் கழிக்காமல் கூட கொண்டு வந்த பணத்தை அவளிடம் தந்தாள்.

சம்பத் தீவிர சிகிச்சைப்பிரிவு படுக்கையின் பக்கம் சென்ற போது பூங்கொடி அறையின் வாசலில் உட்கார்ந்திருந்தாள். அவளுக்குத் தூக்கம் கண்களை உறுத்திக்கொண்டிருந்தது. பிள்ளைகள் இருவரும் அவளது மடியில் தலைவைத்து உறங்கி கொண்டிருந்தனர். தங்கம் கழிப்பறையிலிருந்து வந்ததும் முதலில் வேலுச்சாமியை தான் பார்த்தாள்.

சம்பத் மருத்துவமனையில் இருந்த கடிகாரத்தைப் பார்த்தான். பஸ்ஸ்டாண்டில் இருக்கும் டீக்கடையில் போய் டீ குடித்துவிட்டு வரலாமென்று மருத்துவமனையை விட்டு வெளியேறினான். சாலையின் நடுவே நடந்து சென்றான். யாரும் எதிரேயும் பின்பாகவும் வராதது அவனுக்கு நடப்பதற்கு உற்சாகமாக இருந்தது. சாலையில்

தனக்கு நிறைய்ய வேலை இருப்பதாக நினைத்துக் கொண்டான். மருத்துவமனையில் என்னென்ன வேலையிருக்கிறதோ என்று டீக்கடையின் முன்பாக நின்றான். டீக்கடையில் டீயைக்குடித்துவிட்டு வீட்டிற்கு நடந்தான்.

6

சம்பத் வீட்டின் கதவைத் திறந்து உள்ளே சென்ற போது இரண்டு எலிகள் குறுக்காக ஓடிக்கொண்டிருந்தன. அறையில் நேற்றிரவுப் படுத்திருந்த பாயும் தலையாணியும் அப்படியே தான் கிடந்தது. அவசரத்தில் சுருட்டி வைக்காமல் சென்றிருந்தது அவனுக்கு ஞாபகத்திற்கு வந்தது. குனிந்து அவைகளை எடுத்து வைத்தான். ஓடிய எலிகள் திரும்பவும் அவனைக் கடந்து போனது. சம்பத்திற் காகத்தான் காத்திருந்தது போல அவர்களின் வீட்டிற்கு எதிரே குடியிருந்தப் பெண் அவனைப் பார்த்ததும் வந்தாள். சம்பத்திடம் அவள் காத்தமுத்துவை போலீஸ்காரர்கள் நேற்றிரவு பிடித்துக் கொண்டுப் போய்விட்டதாகச் சொன்னாள். வீட்டில் வைத்திருந்த அரிசி மூடைகளை எல்லாம் எடுத்துக் கொண்டுப்போய் விட்டதாக அவள் சொன்னாள். சம்பத்திற்கு பயமாக இருந்தது. அப்பாவிற்கு ஊரில் யாரோ வேண்டாதவர்கள் தான் பெட்டிஷன் போட்டு இப்படி செய்து விட்டார்கள் என்று நினைத்தான். வீட்டிற்குள் நுழைந்ததும் முதலில் மறைத்து வைத்திருந்த அரிசி மூடைகளை எல்லாம் வேறு இடத்திற்கு மாற்றி வைக்க வேண்டுமென யோசனை செய்தான். தன்னிடம் வேறு பெயரிலிருந்த ரேஷன் கார்டுகளை சாமி படங் களுக்குப் பின்பாக ஒளித்துவைத்தான். அப்பெண்ணிடம் இரண்டு மூடை அரிசியை மட்டும் உங்களது வீட்டில் வைத்துக்கொள்ளலாமா என்று கேட்டாள். அவள், "உங்கம்மா ஏற்கனவே ஒரு மூடை அரி சியை கொடுத்துவைச்சிருக்காங்க. நீ வேணா டீக்கடைக்காரருக்கிட்டே போய் கேளு" என்று சொன்னாள். அவனும் சரி என்று டீக்கடைக்குப் போனான்.

அவன் டீக்கடைக்காரரிடம் கேட்டுவிட்டு திரும்பும் போது அவள் வீட்டு வாசலில் தான் நின்றிருந்தாள். சம்பத்திற்கு கக்கூஸ் போக வேண்டுமென்ற அவசரத்தில் அவளை கடந்து வீட்டிற்குள் போனான். அவள் அவனை இடைமறித்து டீக்கடைக்காரர் என்ன சொன்னார் என்று கேட்டாள். சம்பத் எரிச்சலுடன் ஒரு மூடையை மட்டும் வைச்சுக்கச் சொல்லியிருக்காரு என்று சொன்னான். அவளும் வேணுமின்னா ஜீனியை வேணா தாயேன். எங்க பந்தக்கடையிலே போய் வைச்சிருக்கேன் என்றாள். சம்பத் வேண்டாமென்றான். அரிசி குறைந்தால் கூட பரவாயில்லை. ஜீனி குறைந்தால் ஒன்றும் செய்யமுடியாது என்று நினைத்தவன் பேசாமல் நின்றான். அவள்

75

வாசலில் நின்று கொண்டிருந்தது அவனுக்கு எரிச்சலாக இருந்தது. ஏன் இப்படி காலையில் வந்து நிற்கிறாள் என்று தெருவை வேடிக்கைப் பார்த்தான். அவள் அவனது அருகாமையில் வந்து நின்று கொண்டு, "எங்க வீட்டு ரேஷன் கார்டிலிருந்து என் பேரையும் என் புருஷன் பேரையும் மட்டும் தனியாக எடுத்து வேற புது கார்டு வாங்கணும் சம்பத்து. நீ தான் தாலூக்கா ஆபிஸ்சுக்குப்போய் செய்து தரணும். முருகேசனுக்குப்பாரேன். நீ போய் சொன்னதும் அவங்க சம்சாரம் பேரையும் பிள்ளை பேரையும் சேர்த்து எழுதித்தந்துட்டாங்க" என்றாள். சம்பத், "எதுக்கு இரண்டு ரேஷன் கார்டு. உங்க மாமி யாரும் உங்க கூட ஒன்னாத் தானே இருக்காங்க" என்று கேட்டான். அவள், "கலர் டி.வி தர்றாங்களாம். இரண்டு கார்டு இருந்தா இரண்டு டி.வி வாங்கலாமில்லே" என்று சொன்னதும் சம்பத் சிரித்துக்கொண்டான். பிறகு அவன் சரி செஞ்சுதர்ரேன் என்று சொன்னான். சம்பத்திடமிருந்து இந்த வார்த்தையை கேட்டபிறகு தான் அவள் வாசலைவிட்டு இறங்கினாள். சம்பத் அவசரமாக கக்கூஸில் போய் அமர்ந்து கொண்டான்.

சம்பத் குளித்து விட்டு வேறு உடை மாற்றி வரும் போது பத்துமணியாகி யிருந்தது. தெருவில் யாருமில்லை. டிக்கடையில் தான் இரண்டு மூன்று பேர் அமர்ந்திருந்தனர். அவனுக்குப் பசியாக இருந்தது. குளித்துவிட்டு வந்ததால் தூக்கமும் அசத்தியது. என்ன செய்வது என்று தெரியாதவனாக டிக்கடையில் போய் அமர்ந்தான். கீரை வடையும் டீயும் சாப்பிட்டான். டிக்கடையிலிருந்தவர்கள் அவனிடம் காத்தமுத்துவை பற்றி விசாரித்தார்கள். தனக்கு ஒன்றும் தெரியாது என்றும் தான் இப்போது தான் தன் மாமாவை ஆஸ்பத்திரியில் சேர்த்துவிட்டு வருவதாகவும் அவருக்கு ராத்திரி நெஞ்சு வலி வந்துவிட்டதாகவும் சொன்னான். டீயை குடித்தபடி தொலைக்காட்சியையப் பார்த்தான். தொலைக்காட்சியில் வடிவேல் காமெடியைப் பார்த்ததும், சம்பத் அருகில் போய் உட்கார்ந்து கொண்டான். டீ குடித்துவிட்டு கணக்கில் எழுதிக்கங்க என்று சொல்லிவிட்டு மருத்துவமனைக்கு நடந்தான்.

அவன் நடந்து சென்று கொண்டிருந்தப் பாதைக்கு எதிர் பக்க மிருந்து பூங்கொடி வந்து கொண்டிருந்தாள். அவளோடு தங்கத்தின் மூத்தப்பிள்ளையும் நடந்து வந்து கொண்டிருந்தது. இரண்டாவது பிள்ளையை அவள் தூக்கித்தோள் மேல் போட்டிருந்தாள். பூங்கொடி மெதுவாகத் தான் நடந்து வந்து கொண்டிருந்தாள். அவளது கண்கள் சற்றுமுன் அழுது கலங்கியிருந்ததை சம்பத்தினால் தூரத்திலிருந்தே பார்க்க முடிந்தது. அவர்கள் இருவரும் சந்தித்துக் கொண்ட போது பிள்ளைகள் தான் முதலில் மாமா என்று ஓடி வந்தன. பூங்கொடி உதட்டை பிதுக்கியபடி பிள்ளைகளை ஓரக் கண்ணால் பார்த்துவிட்டு

கையை அசைத்தாள். சம்பத்திற்கு திக்கென்றிருந்தது. உண்மையா என்று கேட்டான். அவள் ஆமாம் என்று அவனிடமிருந்து வீட்டு சாவியை வாங்கிக்கொண்டாள். "வீட்டிலிருக்கும் ரூபாயை எடுத்துட்டு ஆஸ்பத்திரிக்கு வர்றேன். அதுவரைக்கு நீங்க எங்கேயும் போகாமல் இருங்க" என்று சொன்னாள். அவனுக்கு என்ன செய்வதென்று தெரியவில்லை. அப்பாவையும் போலீஸ்காரர்கள் கூட்டிக்கொண்டு சென்றிருக்கிறார்கள். தன்னையும் போலீஸ்காரர்கள் அழைத்து கொண்டுப்போய் விட்டால் என்ன செய்வது என்று யோசித்தபடி நின்றான். அவனைக்கடந்து ஊளையிட்டபடி நாயொன்று ஓடியது. அதைத் தொடர்ந்து சிறுவர்கள் கல்லை எடுத்து விரட்டியபடி ஓடினார்கள். மூன்று நாட்கள் தான் எங்காவது போய் இருந்துவிட்டு வரலாமென்று நினைத்து பஸ்ஸ்டாண்டிற்கு சென்றான். வெளியூருக்குக் கிளம்பும் பஸ்ஸில் ஏறி அமர்ந்து கொண்டான். இறந்து போன தன் அக்காவின் கணவனுக்கு செய்யவேண்டியதைக்கூட செய்யாமல் இப்படி செல்கிறோமே என்று வருந்தியபடி டிக்கெட் எடுத்துக்கொண்டான். தனது அப்பா யாரையேனும் வைத்து ஸ்டேஷனிலிருந்து வெளியே வந்திருப்பார் என்ற நம்பிக்கை அவனிடம் இருந்தது. அதே சமயம் அவர் தன்னையும் காட்டிக்கொடுத்திருப்பார் என்றும் நம்பினான். ஜன்னல் பக்கமாக தலையை வைத்துக் கொண்டு கண்களைத் துடைத்துக்கொண்டான். அவனுக்கு தங்கத்தின் பிள்ளைகளும் அவளது முகமும் கூடவே பூங்கொடியின் முகமும் மனதில் வந்து நின்றது.

7

பூங்கொடி 12ம் நம்பர் ரேஷன் கடையில் வரிசையில் நின்றிருந் தாள். அரிசி வாங்குவதற்கு அன்று கூட்டமாக இருந்தது. அவள் வரிசையில் தனக்கு முன்பாக நின்றிருந்தவர்களைத் தள்ளிக்கொண் டிருந்தாள். அவளிடம் மூன்று ரேஷன் கார்டுகள் இருந்தது. வாங்கிய அரிசியை கொண்டுப்போவதற்கென தள்ளுவண்டியை கொண்டு வந்து நிறுத்தியிருந்தாள். ஆண்களின் வரிசையில் கூட்டம் குறைச்சலாக இருந்தது. யாரையாவது வைத்து கூப்பனுக்குப் பதியலாமென்று பார்த்தாள். அவளுக்குத் தெரிந்தவர்கள் யாரும் இல்லை. பெண்களின் வரிசையில் கூட்டம் குறைவதாக இல்லை. புதன்கிழமை நாளாதுவுமாக எதற்கு இவ்வளவு பேர் நின்றிருக்கின்றனர் என்று அவள் வரிசை யிலிருந்து விலகிவிடாமலிருக்க தனக்கு முன்னால் நின்றிருந்தவளின் தோள்பட்டையைப் பிடித்தபடி நின்றிருந்தாள். அவளுக்குப் பின்னால் இருந்தப் பெண் அவளது பிருஷ்டத்தில் முழங்காலால் எத்திவிட்டுக்கொண்டே, அவளது தோளைப் பிடித்துத்தள்ளிவிட்டாள். பூங்கொடி தனக்கு முன்னால் இருந்தவளோடு கீழே விழப்போனாள். பூங்கொடியை அப்பெண் பிடித்துக்கொண்டாள்.

77

பெண்களின் வரிசை நேரமாக நேரமாக நீண்டு கொண்டு தான் போனது. பூங்கொடிக்கு எரிச்சலாகவும் கோபமாக இருந்தது. எப்படி தான் சம்பத் அவனது கட்டக்காலை வைத்துக்கொண்டு வரிசையில் நின்று அரிசி வாங்கினானோ என்று நினைத்தாள். நினைத்தவள் அழுதும் விட்டாள். கூட்டத்தை வரிசைப்படுத்து வதற்காக வந்த ரேஷன் கடைக்காரன் கையைப்பிடித்து இழுப்பது போல இழுத்துவிடுவதும், அசமந்தமாக நின்றப்பெண்களின் மாரைத் தட்டி விடுவதும், மாரைப்பிடித்து கொள்வதுமாக வரிசையிலிருந்தப் பெண்களின் ஊடே கடந்து சென்றான்.

சம்பத்தை தாசில்தார் விசாரணைக்கென அழைத்துச்சென்று நான்கு நாட்களுக்கு மேலாகிவிட்டது. யாரை வைத்து என்ன செய்வது என்று அவளுக்குத் தெரியவில்லை. தனது அப்பா இருந்தால் ஒரு வேளை ஏதாவது செய்திருக்கலாமென்று நினைத்தவள் கண்களைத் துடைத்துக் கொண்டாள். பிறகு கூட்டத்தோடு கூட்டமாக நெருக்கிக்கொண்டுப் போனாள். அவளுக்கு எப்படியாவது இன்று கூப்பன் வாங்கி விட வேண்டுமென்ற வெறி வாய்விட்டு கத்தவைத்தது.

பூங்கொடி ஆங்காரம் கொண்டவளாக தனக்கு முன்பாக நின்றிருந்தவளைப் பிடித்தபடி வரிசையைவிட்டு விலகினாள். பிறகு இரண்டு மூன்று பேரையும் பிடித்துக்கொண்டு கூட்டத்தின் மேல் சாய்ந்தாள். வரிசை குலைந்து முன்னால் நின்றிருந்தவர்கள் பின்னாலும் பின்னால் நின்றவர்கள் முன்னாலுமாக மாறினார்கள். பூங்கொடி பத்துப்பதினைந்து பெண்களுக்கு முன்பாக நின்றிருந் தாள். அவளுக்கு சந்தோசமாக இருந்தது. இனி இதே போல தான் வரிசையை குலைத்து நிற்க வேண்டுமென்று நினைத்தாள்.

பூங்கொடி கூப்பன் வாங்கிய பொழுது பகல் ஒரு மணியாகி விட்டது. அவளிடமிருந்த சாக்குப்பைகளை எடுத்து அரிசி போடும் இடத்திற்கு சென்றாள். அங்கேயும் கூட்டமாக தானிருந்தது. கூட்டத்தில் பில் காணாமல் போய்விடுமென்ற பயத்தில் சட்டைக்குள் திணித்துக்கொண்டாள்.

தங்கம் ரேஷன் கடைக்கு பூங்கொடியைத் தேடி வந்தாள். பூங்கொடியை அந்த கூட்டத்தில் வந்ததும் கண்டுப்பிடித்து விட்டாள். நேராக அரிசி போடும் இடத்திற்கு தான் போனாள். இருபது கிலோவாக மூன்று மூடை அரிசியை வாங்கி தள்ளு வண்டியில் போட்டுக்கொண்டாள் பூங்கொடி. தங்கமும் அவளும் நேராக புரோக்கர் வீட்டிற்குத் தான் தள்ளிக்கொண்டுப் போனாள். பூங்கொடி தள்ளுவண்டியை அவரது வீட்டின் முன்பாக நிறுத்தி விட்டு வீட்டிற்குள் சென்றாள்.

தங்கத்திற்கு அந்த புரோக்கர் பழக்கமானவர் தான். வேலுச்சாமியிடம்

பாட்டில் வாங்கி விற்பவர். தங்கம் தனது கணவனின் முகத்திற்காவது ஒரு ரூபாய் இரண்டு ரூபாய் கூட்டி வாங்கிக் கொள்வார் என்று நினைத்தாள். பூங்கொடி வாசலுக்கு வந்து நின்று மூடையைப் புரட்டிப் போட்டாள். "சீக்கிரமா புரட்டிப் போடும்மா யாராவது வந்துறப்போறாங்க" என்று ஒவ்வொரு மூடையாக வீட்டிற்குள் கொண்டுப்போய் போட்டாள். தங்கம் எவ்வளவு ரூபாய் தர்றான் என்று கேட்டாள். அதற்கு பூங்கொடி, "அதே விலை தான். எல்லா பயலுகளும் பயந்து போயிருக்கானுங்க. வர்ற ரூபாயை ஏன் வேண்டாங்கனும். நம்ம என்ன பாலம் கட்டியா கமிஷன் அடிக்கிறோம்" என்று தள்ளுவண்டியை தள்ளிக் கொண்டு வீட்டிற்குப் போனாள். அவளது வேகத்திற்கு தங்கத் தினால் நடக்க முடியவில்லை. மதிய வெயில் அவளது பொட்டில்லாத நெற்றியில் அழுத்தமாக விழுந்தது. வெயிலின் உஷ்ணத்தை பொருட்படுத்தாமல் அவர்கள் இருவரும் நடந்து கொண்டிருந்தார்கள். தங்கம் தனக்கு முன்னால் சென்று கொண்டிருந்த பூங்கொடியைத் தொடர்ந்தும், பூங்கொடி வெறி கொண்டவள் போல யாரையோ தேடிப்போவதைப்போலவும் நடந்தாள். அவர்கள் ஒருவரைத் தொடர்ந்து ஒருவர் நடந்து கொண்டிருந்தனர்.

மழைக்குப் பின் புறப்படும் ரயில் வண்டி

1

மழைகாலம் தொடங்கி விட்டதற்கும் ரயில் சத்தம் வீட்டிற்கு அருகாமையில் கேட்பதற்கும் ஏதோ தொடர்பு இருக்கிறது. மாலை நேரத்தில் புறப்படும் ரயில் வண்டி சில நாட்களாக மழைக்காகச் சற்று தாமதமாகப் புறப்படுகிறது. வீட்டிற்கும் ரயில்வே ஸ்டேஷ னுக்கும் தொலைவு தான். வெயில் காலத்திலும் காற்று காலத்திலும் கேட்காத ரயில் சப்தம் இந்த மழை காலத்தில் மட்டும் எப்படி கேட்கிறது என்று தெரியவில்லை. ரஞ்சனி அவளது ஊருக்குப் போய்விடுவதாக என்னிடம் சொல்லிய போது, எனக்கு வேதனையாக இருந்தது. அவள் கடந்த சில மாதங்களாகவே ஊருக்குப் போய்விடுவது குறித்த திட்டமிடுதலில் தான் இருந்தாள்.

உமாதேவியின் திருமணத்திற்குப் பிறகு ரஞ்சனி வீட்டிலேயே இருக்க வேண்டுமென கனகு அக்கா சொல்லியதையும் அவள் கேட்கவேயில்லை. அவள் செல்வத்தின் ஞாபகமாக இருந்தாள். செல்வத்திற்கும் அவளுக்கும் திருமணம் முடிந்து சில தினங் களுக்குப் பிறகு இந்த ரயில்வே ஸ்டேஷனுக்கும் அதையொட்டி யிருக்கும், ஆற்றுக்கும் ஒரு பகல் பொழுதில் சென்றிருக்கிறார்கள். ரயில் ஊரை விட்டுச்செல்லும் போது சில மைல் தூரத்தில் ஆற்றுப் பாலத்தினை கடக்க வேண்டும். ஆற்றுப்பாலத்திற்குக் கீழே நீச்சலிட்டபடி விளையாடிக் கொண்டிருக்கும் சிறுவர்களும், மீன் பிடிப்பதற்காக கரையில் அமர்ந்திருக்கும் வயதானவர்களுமாக இருந்த ஆறும் அதன் கரையும் ரஞ்சனிக்குப் பிடித்திருந்தது. அவளுக்குப் பிடித்த அதே ஆறு தான் செல்வத்தை மரணிக்கச் செய்தது. திருமணம் முடிந்து எட்டு மாதங்கள் கழிந்திருந்த சமயத்தில் தனது நண்பர்களுடன் குளிக்கப்போனவன் திரும்ப வரவேயில்லை. அவனது மரணத்தை யாரும் ஏற்றுக்கொள்ள வில்லை. ரஞ்சனி அவனது ஞாபகத்திலிருந்து

வரமுடியாமல், அவர்களது அறையிலேயே இருந்தாள். உமாதேவியின் திருமணம் முடிந்து ஊருக்கு அனுப்பும் போது கூட அவள் இந்த ரயில்வே ஸ்டேஷனுக்கு வரவில்லை.

மழைகாலத்து ரயில்வே ஸ்டேஷன் அமைதியானது. நடை மேடை யிலிருந்த சிமிண்ட் பெஞ்சுகளில் நீர் வழிந்து கொண்டிருந்தது. எனக்கு ஆறும் ஆற்றில் ஓடும் நீரும் தான் ஞாபகத்திற்கு வந்தது. ஆற்றில் ஓடும் நீரில் மழைத்துளிகள் விழுவதை ஒரு முறை அருகாமையில் நின்று பார்த்துக்கொண்டிருந்தோம். அந்த சமயம் ரஞ்சனிக்குப் பிடித்த தேன் பூக்கள் ஆற்றின் வழி நெடுகப் பூத்துக் கிடந்தது. அவள் வீட்டில் அதிகாலையில் எழுந்ததும், பனித் துளிகளுடன் தரையில் உதிர்ந்து கிடக்கும் பன்னீர் பூக்களைத் தான் எடுத்துவைப்பாள். பன்னீர்ப்பூ செல்வத்திற்குப் பிடித்தமான பூ. அதன் நீளமான காம்புகளை அவன் கையில் ஏந்தியபடி அமர்ந்திருக்கும் காட்சி இப்போதும் பன்னீர் பூக்களோடு ஞாபகத்திற்கு வருகிறது.

ரயில் வண்டி மழைக்காக சற்று தாமதமாகத் தான் புறப்படும் என்று ஸ்டேஷன் மாஸ்டர் சொன்னார். டிக்கெட் எடுத்து அவளது கையில் தந்த போது இதனைச் சொன்னதும் அவள் பரவாயில்லை என்று சொன்னாள். அப்பா எங்களுடன் வந்திருந்தார். ரயிலை விட்டு இறங்கியதும் ரஞ்சனியின் வீட்டிலிருந்து யாரேனும் வந்து அழைத்துச்செல்வதாக பேசியிருந்தனர். இந்த திட்டமிடுதல் எல்லாம் சரியாகத் தான் நடைபெறுகிறது. ஆனால் ரஞ்சனியைத் தான் யாரும் சமாதானப்படுத்தி வீட்டில் இருக்க வைக்கமுடியவில்லை. அவளுக்கு வீடும், வீட்டிலிருப்பவர்களும் பிடித்திருக்கும் பொழுது ஏன் வேறு எங்காவது போகவேண்டும் என்று தெரியவில்லை.

ரஞ்சனியை சமாதானப்படுத்த வேண்டி கனகு அக்கா கடந்த கோடைகால விடுமுறையில் தனது பிள்ளைகளுடன் வந்திருந்தாள். அவளது பிள்ளைகளுக்கு ஆற்றில் விளையாடுவதென்றால் பிரியம். நாங்கள் எல்லாரும் ஆற்றிற்குச் சென்றிருந்தோம். ஆற்றில் ஆழமற்ற இடத்தில் பிள்ளைகளை விளையாட விட்டுவிட்டு, கரையில் அக்காவும் நானும் உட்கார்ந்து கொண்டோம். அவள் தன் கையில் சிறிய கூழாங்கற்களை வைத்துக்கொண்டு ஆற்றில் வீசினாள். பதிலுக்கு அவளது பிள்ளைகள் ஆற்றில் கிடந்த கூழாங்கற்களை எடுத்து அவள் மேல் வீசினார்கள். அக்காவிற்கு அழுகை வந்துவிட்டது. எதற்கான அழுகை என்று தெரியவில்லை. அவளது மௌனம் முழுக்க உடைந்து அழுகையாக பீறிட்டது. கனகு அக்காவிற்குப் பழைய சம்பவங்கள் ஞாபகத்திற்கு வரத்தொடங்கிவிட்டது போல. அவள் என்னைப்போல இளமைகால நினைவுகளில் வாழ்பவள் அல்ல. என்ற போதிலும் சிறு சிறு ஞாபகங்கள் வந்து அதனை நினைவு

கூர்பவளாகத் தான் இருந்தாள். ஆறு நகர்ந்தபடி இருக்கிறது. எங்களது நிழலை இழுத்துக்கொண்டு. கூடவே எங்களையும், இழுத்துக்கொண்டு போவது போல வேகம்.

பிள்ளைகளின் விளையாட்டு சத்தம் கூடிவிட்டது. செல்வம் அண்ணன் இறந்த பிறகு, அக்காவிற்கு ஆற்றிற்கு வருவதற்கு மனமில்லை. ஆறும் ஆற்றில் ஓடும் நீரும் என்ன செய்தது. ஆற்றில் தவறி விழுந்து செல்வம் அண்ணன் இறந்து போனதற்கு ஆற்றை கோவித்து என்ன செய்ய? கனகு அக்கா தான் பேசினாள்.

"ரஞ்சனிக்கு இங்க இருக்கப்பிடிக்கலை. வேறு எங்காவது போகணுமினு சொல்லுறா. எவ்வளவு தூரம் எடுத்துச் சொல்ல முடியுமோ அவ்வளவும் சொல்லிட்டேன். அவள் இஷ்டப்பட்டா உன்னையே கல்யாணம் செய்துக்கலாம். அப்படின்னு சொன்னேன். முடியவே முடியாதுன்னட்டா"

"உன்னையா யாரு இதெல்லாம் கேட்கச்சொன்னாங்க. அவங் களுக்கு என் மேல் அந்த மாதிரியெல்லாம் அபிப்ராயமில்லை. இப்போ நீ கேட்டப்பிறகு, அவங்க என்னைய வேற மாதிரி தப்பான ஆளாத்தான் பார்ப்பாங்க"

"நாந்தான் கேட்குறேன். இது வெங்கட்டிற்குத் தெரியாது. அவன் சொல்லி கேட்கலைன்னு சொன்னேன்னடா"

"அதுக்கு அவங்க என்ன சொன்னாங்க"

"வெங்கட் அப்படியான ஆள் கிடையாது. நீங்க வெங்கட் கிட்டே கேட்டீங்கன்னா கோபத்தில் பெரிய சண்டையே நடந்துரும். தயவு செய்து சும்மா இருங்கன்னு சொல்லிட்டா. அவளுக்கும், உனக்கும் ஒரு மாதிரி தான் ஓடுது மனசில"

பிறகு நான் ஒன்றும் பேசவில்லை. ஆற்றின் கரையில் கூடை யுடன் வயதானவர் அமர்ந்திருந்தார். அவருடன் வந்த சிறுவன் தூண்டிலில் விழும் மீன்களைப் பிடித்து கூடையில் சேர்த்து கொண் டிருந்தான். கனகு அக்காவின் பிள்ளைகள் ஆற்றில் ஓடும் மீன் களை துரத்தத் தொடங்கினார்கள்.

கனகு அக்கா "பத்தாவது படித்துவிட்டு வந்த போது இதே போலத் தான் கூழாங்கல்லை எடுத்து வைத்து தட்டாங்கல் விளை யாடினேன். இப்போது இரண்டு பிள்ளைகள் பெற்று ஆற்றங் கரையில் உட்கார்ந்திருக்கிறேன். இடையே எத்தனை காலம், எப்படி போனது என்றே தெரியவில்லை. ஆறு நம் சிறுவயது காலத்தை இழுத்துக்கொண்டுப் போய்விட்டது போலத்தோன்றுகிறது வெங்கட்" என்றாள். கனகு அக்கா சொல்வது போலத்தான் எனக்கும் தோன்றியது.

உண்மையிலேயே எங்களது சிறு பிராயத்தை யெல்லாம் இந்த ஆறு தான் இழுத்துக்கொண்டுப்போயிருக்கிறது போல. நாங்கள் எல்லாம் இந்த ஆற்றின் கரையில் கிடந்தோம்.

ஆறு தான் அண்ணன் வாழ்வை மூழ்கடித்துவிட்டது. இந்த ஆற்றின் கரையில் இப்போது விளையாடுகிறப் பிள்ளைகளைப் போலத் தானே, கூழாங்கற்களை எடுத்து எத்தனைத் தடவை ஒருவர் மேல் எறிந்து விளையாடியிருக்கிறோம். இந்த ஆறு எல்லாவற்றையும் பார்த்துக்கொண்டு இருக்கிறது. எல்லோரையும் பார்க்கச் செய்கிறது. காலத்தை இழுத்தபடி நகரும் ஆறு, எங்களது பால்ய காலத்தையும் தன்னுடன் இழுத்துக்கொண்டு போகிறது.

கனகு அக்கா தன் பிள்ளைகளை அழைத்துக்கொண்டு ஊருக்குப் போன போது ரஞ்சனி எதுவும் பேசவில்லை. அவள் தன் முடிவில் எந்த மாற்றமும் செய்யவிரும்பாதவள் போல அமைதியாக இருந்தாள். பிறகு தான் அவள் என்னிடம் ஊருக்குப்போவதை தெரிவித்தாள். ஒன்றும் பதில் பேசவில்லை. ரயில்வே ஸ்டேஷனுக்குச் செல்லும் வழியில் அவள் என்னிடம், "நானும் செல்வமும் இந்த சைக்கிள் ரிக்ஷாவில்தான் முதன்முதலாக கோவிலுக்குப்போனோம்" என்று எங்களை கடந்து சென்ற சைக்கிள் ரிக்ஷா வண்டியை அடையாளம் காட்டினாள். அந்த சைக்கிள் ரிக்ஷாவையேப் பார்த்தேன், அவள் என் நினைவுகளை மீட்டெடுப்பவள் போல வாங்க போக லாம் என்றாள்.

ரஞ்சனி என்னிடம் வாங்கிக்கொண்ட டிக்கெட்டை தன் தோல்பை யினுள் வைத்துக்கொண்டாள். இரவு நேரத்திற்கான உணவை மட்டும் வெளியே எடுத்துவைத்துக்கொண்டவள் என்னையும் அப்பாவையும் ஏறிட்டுப்பார்த்தாள். எங்களுக்கு என்ன செய்வது என்று தெரியவில்லை. உடனே புறப்படவும் முடிய வில்லை. அவள் பார்த்தப் பார்வை நீங்கள் இனி புறப்படலாம் என்பதை சொல்வது போல தான் தோன்றியது. இருந்த போதிலும் எனக்கு ரயில் புறப்படுவதற்கு முன்பாக செல்வதற்கு மனமில்லை. அப்பா யோசித்தவராக அவரது எதிரே இருந்த இருக்கையில் அமர்ந்து கொண்டார். அவளிடம், "உன்கிட்டே மன்னிப்பு கேட்கிறதிலே தப்பேயில்லை ரஞ்சனி. உன்னோட விருப்பத்தை நாங்க கேட்டிருக்கணும். உன் முடிவை நாங்க கேட்காமல் விட்டது தப்பு தான். உன்கிட்டே நாங்க எல்லோரும் மன்னிப்பு கேட்கிறதில் தப்பே யில்லை ரஞ்சனி" என்றார். அவருக்கு இந்த வார்த்தைகளை இப் போது ஏன் சொல்லவேண்டுமென்று தோன்றியது என்று தெரிய வில்லை . அவள் அமைதியாக தான் இருந்தாள். விசில் சப்தமும் அப்பாவின் அழுகையும் ஒருசேரத் துவங்கியது. ரயில்வே ஸ்டேஷனை விட்டு வெளியேறி நீண்ட சாலையில் நடக்கத் தொடங்கினேன். எனக்குப்பின்பாக ரயில் புறப்படும் சப்தம் கேட்டது.

2

கனகு அக்காவும் பிள்ளைகளும் கோடைவிடுமுறைக்கு வந்து மூன்று தினங்கள் கழிந்திருந்தன. கோடை வெயிலுக்குப் பயந்து அவர்கள் வீட்டை விட்டு வெளியே எங்கும் செல்லவில்லை. வீட்டின் மொட்டை மாடியில் இரவில் படுத்துக்கொள்வதும் பகல் பொழுதுகளில் பின்னாலுள்ள மரத்தடியில் உட்கார்ந்து கொள்வதுமாக இருந்தார்கள். பிள்ளைகள் யாரும் ஆற்றைப் பற்றி எதுவும் பேசாமல், உமாவுடன் விளையாடுவதும் கொஞ்சுவதுமாக இருந்தார்கள். அக்கா தான் பிற்பகல் வேளையில் வெயில் தாங் காமல் நாவறண்டவளாக ஆற்றுப்போகலாமா என்று கேட்டாள். பிறகு பிள்ளைகளும் ஆரம்பித்துவிட்டார்கள். அக்காவிற்கு ஆற்றை மறக்கமுடியவில்லை போல. அக்காவும் பிள்ளைகளும் புறப்பட்ட பொழுது ரஞ்சனி எதுவும் சொல்லவில்லை. ரஞ்சனியின் கண்கள் எதையோ புறக்கணிப்பது போல திசை திரும்பிக்கொண்டிருந்தது. யாரையும் அப்போது அவள் ஏறிட்டுப்பார்க்கவில்லை. எங்கோ பார்த்துக்கொண்டு தான் உமாவை அக்காவிடம் தந்தாள். எதையோ நினைத்துக்கொண்டு தான் பிள்ளைகளுக்கு கையசைத்து விடை தந்தாள். அவளுக்கு மனசில்லை என்பது தெரியும். தன் கணவன் மரணித்த இடத்தை அவள் என்றுமே மறக்கமுடியா தில்லையா. அனைவரையும் ஆற்றுக்கு அனுப்பி விட்டு கண்ணாடியில் தன் முகம் பார்த்தும், பின்பாக செல்வம் அண்ணனின் படத்தையும் பார்த்து அழுவாள். அழுவதற்கு அவளுக்கு ஆயிரம் காரணங்கள் இருக்கின்றன. எனக்கு ஒன்று மட்டும் தான். அவரவர்கள் அழுவதை கண்டுப்பிடித்து வந்து ஏன் அழுகிறீர்கள் என்று யார் கேட்கப்போகிறார்கள். காரணங்கள் வெளியே தெரிவதில்லை. தெரியக்கூடாது என்று எங்களிருவரின் இடையே நிறைய வர்ணங்களை தீட்டியிருக்கிறார்கள் போல. வீட்டின் அறைகளில் பூசியிருக்கும் வர்ணங்களை விட உருவங்களுக்கிடையே பூசப்பட்டுள்ள வர்ணங்களின் பூச்சு தெளிவான, நம்பகமான உருவத்தை காட்டிவிடுகிறது.

கனகு அக்கா கரையில் அமர்ந்தபடி மாம்பிஞ்சுகளை தின்று கொண்டிருந்தாள். அக்கா நீ ஏதாவது கேட்கமாட்டாயா. ஏண்டா உனக்கும் ரஞ்சனிக்கும் ஏதாவது பிரச்சனையா இல்லையா, உங்களுக்கு சேர்ந்து வாழப்பிடிக்கலையா இப்படி ஏதாவது என்னிடம் கேட்கக்கூடாதா. என்னால் அமைதியாகவும் இருக்க முடியவில்லை. பேசாமலும் இருக்கமுடியவில்லை. யாருடனாவது என்னைப் பற்றி பேசவேண்டும். எத்தனை நாட்கள் இந்த ரயில்வே ஸ்டேஷனில் உட்கார்ந்து கொண்டு தனியாக பேசிக்கொண்டிருப்பது. ரஞ்சனி இரவில் தனியாக அழுகிறாள். அக்கா தயவு செய்து என்னிடம்

ஏதாவது எங்களைப் பற்றி பேசு. எங்களால் எதுவும் செய்ய இயலவில்லை. எங்களால் ஒன்றும் தீர்க்கமுடியவில்லை. எங்களால் ஒன்றும் யோசிக்கமுடியவில்லை.

கரையில் கிடந்த கூழாங்கல்லை எடுத்து ஆற்றில் வீசி எறிந்தேன். கல் விழுந்த சப்தமும், நீர் முகத்தில் தெறித்ததில் கும்மாள மிட்டப் பிள்ளைகளின் சத்தமும் உற்சாகத்தைத் தந்தது. விழுந்த கல்லையே எடுத்து பிள்ளைகளில் மூத்தவள் என் மீது வீசினாள். முகத்திற்கு வருவதற்கு முன் கையில் பிடித்துவிட்டேன். அக்கா எழுந்து கொண்டாள். சிறிது தூரம் நடந்து மாம்பிஞ்சுகளை பிடுங்கி சுவைத்தவளாக, என்னைத் திரும்பிப் பார்த்தாள். நானும் அவளது அண்மைக்குச் சென்றேன். பிறகு அவள் நிழல் தொட்டு நடந்த படியே இருந்தேன்.

கனகு அக்கா இந்த இடத்தில் வைத்து தான் என்னிடமும், பிறகு ரஞ் சனியிடமும் தனித்தனியாக கேட்டது. பிறகுதான் அக்காவாகப் போய் அப்பாவிடமும் ரஞ்சனியின் வீட்டிலுமாக பேசித் திருமணத்திற்கு முடிவு செய்தாள். ரஞ்சனி என்ன சொன்னாள் என்று திரும்பத்திரும்பக் கேட்டதற்கு கனகு அக்கா, "சரின்னுன்ட்டா சரின்னுன்ட்டா அவளுக்கென்ன கைப்பிள்ளையை வைச்சுட்டு அழுகிறவளுக்கு நாம் தானே எடுத்துச்சொல்லணும். எல்லாம் சரியாகப்போயிடும்" என்று மட்டும் பதில் சொன்னாள். எல்லாம் சரியாகப்போயிடும் என்று அவள் சொன்னது எனக்கு சந்தேகத்தைத் தந்தது. ஏமாற்றமும் வேதனையும் அன்றிலிருந்து என் மேல் கவிழத்தொடங்கிவிட்டது போல துயரமாக யிருந்தது. ஒரு நோயாளியைப் போல சதாவும் சோம்பலோடு அலையத் தொடங்கிய நாட்கள் அவை. ரஞ்சனியும் என்னைப்போல தான் வேண்டாத வெறுப்போடு ஏதாவது பேசியிருப்பாள். அதைத்தான் அக்கா தனக்கு சாதகமான பதிலாக எடுத்துக்கொண்டிருப்பாள். என்னிடம் அவள் பேசியதை நினைத்துப் பார்க்கும்போது அப்படித் தான் தோன்றுகிறது. இனி யாரும் எங்களை சமாதானப்படுத்த முடியாது என்பது நிச்சயமாகத் தெரியும். சமாதானம் செய்து தான் இப்போது என்னவாகப் போகிறது. எங்களுடன் பேசுபவர் களுக்கு வெளியே நாங்கள் பூசியிருக்கிற வர்ணங்களும் அது தரும் வெளிச்சமும் போதுமானதாக இருக்கும். உள்ளே வந்து, ஒவ்வொரு அறையாக திறந்துத் திறந்து பார்க்கும் போது, கண்களில் குத்தும் இருட்டும் அது தரும் திகைப்பும் வேண்டாத ஒன்றாக மாறிவிடும். ஒரு வேளை அதற்கு அஞ்சி தான் யாரும் எங்கள் மன அறைகளைத் திறப்பதில்லை போல. என்ன செய்யல. ரஞ்சனியும் என்னைப் போலத்தான் அவள் தன் மேல் கவிழ்ந்திருக்கும் வேதனையையும் ஏமாற்றத்தையும் கூடவே துரதிருஷ்டத்தையும் அனுபவித்துக் கொன்

டிருக்கிறாள். எனக்கு ஒன்று மட்டுமானது என்றால் அவளுக்கு இரண்டு விதமானது. உமாகுட்டியையைத்தான் எல்லாரும் தூண்டி லாக்கி எங்களைப் பிடித்து அடைத்துவிட்டார்கள். எங்களுக்குப் புத்தியும் மனமும் எங்கேபோனது என்று தெரியவில்லை. ரஞ்சனி வேறெங்காவது போய் வாழ்ந்து விடவேண்டுமென்ற ஆர்வத்தை வெளியே காட்டிக்கொள்ளவேயில்லை. அவள் தன்னை மனதில் பூட்டி வைத்தபடி அவளுக்கென்றிருக்கும் ஒரு உலகத்தில் சுருண்டு கொள் கிறாள். எப்போதாவது தான் நிஜத்திற்குத் திரும்புகிறாள். நிஜத்தில் அவளுக்கு செல்வத்தின் ஞாபகங்களை மீட்டெடுத்துக்கொள்ளவும், அவனுடனான கற்பனையில் புது வர்ணங்களை உருவாக்கவும் தடை செய்கிறது. அண்ணனின் ஞாபகத்தோடு இருப்பவளுடன் வாழ்ந்து கழிப்பது என்பது தீரா வேதனையாக இருக்கிறது. நெருங்க முடியாத இருளும் உலகமும் அவளுடையதாகயிருக்கிறது. யாரும் யாருக்கும் துரோகம் செய்துவிடவில்லை. அவளது உலகம் சின்னஞ்சிறியதாகவும் அதே நேரத்தில் உண்மையானதாகவுமிருக்கிறது என்ற போது ஏன் அதை துண்டிக்க வேண்டும்?

கனகு அக்காவின் பிள்ளைகள் விளையாடி ஓய்ந்தவர்களாக கரையேறினார்கள். அவர்கள் வீட்டிற்கு வர மனமில்லாதவர்களாக நடந்து வந்தார்கள். கனகு அக்கா அன்று முழுதும் ஆற்றைப் பற்றியும் ஆற்றுடன் கழிந்த சிறுவயதைப் பற்றியும் பேசியபடி யிருந்தாள். அக்கா சந்தோசத்தில் உமாகுட்டியையத் தூக்கி கொஞ்சி முத்தமிட்டாள். எனக்கும் ஆசையாகத்தான் இருந்தது. நானும் உமா குட்டியைத் தூக்கி முத்தமிட முயன்றேன். உமா அழத் தொடங்கி விட்டாள். என்னிடமிருந்து செல்ல அவள் போட்டக்கூச்சல் என்னால் மறக்கவே முடியாது. ஏன் இப்படியாக செய்கிறாள் என்பதுதான் தெரியவில்லை. உமா என்னை கடைசியாக முத்தமிட அனுமதித்ததை நினைத்துப்பார்க்கிறேன். செல்வம் அண்ணனின் மடியில் அமர்ந்து கொண்டிருந்தபோது அவள் என்னை முத்தமிட அனுமதித்திருக்கிறாள். என்னால் நம்பவே முடியவில்லை. செல்வம் இறந்த பிறகு எப்படி எனது முத்தத்தை நிராகரிக்கப் பழகினாள்?

கனகு அக்கா விடுமுறை கழிந்து சென்றதும் வீடும் அறைகளும் அமைதியானது போல கிடந்தது. பிள்ளைகள் இருக்கும் வீட்டில் பொருட்கள் ஓரிடத்தில் இருப்பதில்லை என்று அப்பாவும் அம்மாவும் காணாமல் போனதை எல்லாம் தேடிக்கொண்டிருக் கிறார்கள். நாய் குட்டி பொம்மையை தான் கண்டுபிடிக்க முடியவில்லை. பச்சை நிற நாய்க்குட்டி பொம்மை. பொம்மை நடக்கும் பொழுதெல்லாம் பீப்பீ என்று சத்தம் வரும். அந்த சத்தத்திற்கு உமா சிரிப்பாள். கனகு அக்கா குழந்தைக்கென்று மேலும் சில பொருட்கள் வாங்கிகொண்டு

வந்திருந்தாள். வரும் பனிகாலத் திற்குத் தேவையான உல்லன் குல்லாவும் பனியனும் வாங்கிக் கொண்டு வந்திருந்தாள் அந்த உடையும் அதன் நிறமும் உமாகுட்டிக்குப் பொருத்தமாக இருந்தது. செல்வத்தின் ஜாடையில் கண் களும் மூக்குமாக அவள் இருப்பதைப் பார்க்கப் பார்க்க கையில் தூக்கி முத்தமிட வேண்டுமென்ற பிரியம் தான் கூடுதலாக மேலிடும். ஆனால் அவள்தான் என்னை அனுமதிப்பதில்லையே. அடை யாளம் கண்டுகொள்ளும் குழந்தையிடம் முத்தத்தை பரிமாறி பிரியத்தை வெளிப்படுத்துவது இயலாத காரியம்தான்.

3

பனிகாலத்தின் தொடக்கத்தில் குழந்தைகளுக்கான உடைகளை சேகரிப்பதில் கவனமாக இருந்தாள் ரஞ்சனி. நிலக் கடலை அவிக்கும் மணம் வீடு முழுக்க பரவியிருந்தது. குளிருக்கு ஏற்ற உடைகள் எதுவும் ரஞ்சனியிடம் இல்லை . அதிகாலையில் அவள் எழுந்த போது தன்னிடமிருந்த சிறிய துண்டையே தலையில் கட்டிக் கொண்டிருந்தாள். அவளுக்கு என்று உல்லன் குல்லா கூட இல்லை. ரஞ்சனிக்குப் பிடித்த ஆரஞ்சு நிறத்திலான ஒரு உல்லன் ஸ்கார்ப்பை வாங்கிக்கொண்டு வந்தேன். அந்த ஆரஞ்சு ஸ்கார்ப்பின் இடையிடையே நீலநிறத்தில் கோடு போட் டிருந்ததோ, இல்லை கையில் தந்ததோ எதுவென்று தெரியவில்லை. ஆனால் அந்த ஸ்கார்ப்பை அவள் தலையில் கட்டிக்கொள்ளவில்லை. அன்று அவளாகத்தான் ஆற்றங்கரைக்குச் செல்ல வேண்டுமென என்னிடம் சொன்னாள். பனிகாலத்தில் அதுவும் மாலை வேளையில் ஏன் ஆற்றங்கரைக்குச் செல்லவேண்டுமென தயக்கத் துடனும் நிதானத்துடனும் கேட்டேன். ஏனென்றால் என்னுடைய கேட்கும் தொனி சிறிது உயர்ந்து கோபத்தையோ இல்லை சிறிது தாழ்ந்து என் மீதான இளக்காரத்தையோ அவளுக்கு தந்துவிடக் கூடாது என்பதில் கவனமாகயிருந்தேன். அவளுக்கு அப்படி கேட்ட து பிடித்திருந்தது போல. "எத்தனை நாள் தான் ஆற்றை மனசுக்குள்ளேயே நினைச்சுட்டேயிருக்கிறது" என்று சொன்னாள். எனக்கும் சரி என்று தான் மனதில் தோன்றியது. கிளம்பிவிட்டேன். குழந்தைக்கு கனகு அக்கா வாங்கிக்கொடுத்த உல்லன் தொப்பியை அணிந்து கொண்டு நடந்தோம். யாரும் பேசிக்கொள்ளாமல் நடப்பது என்பது மேலும் துக்கத்தைதான் வரவழைக்குமென்று நினைத்தேன்.

அவளது சேலையின் நிறம் சற்று அடர்த்தியான பசுமை கூடிய மஞ்சள் கலந்ததாக இருந்ததைப் பார்ப்பதற்கு ஆனந்தத்தை வர வழைத்தது. நடையில் தளர்வும் அதே நேரத்தில் பயமற்றத் தன்மையும் கொண்டிருந்ததை உணரமுடிந்தது. மிகச்சரியான விகிதத்தில் எங்கள் இருவருக்குமிடையேயான, புறவுலகம் பார்வைக்கான வண்ணங்கள் திட்டப்பட்டிருக்கின்றன. ரஞ்சனி இதையெல்லாம் விரும்புபவள்

அல்ல. யாரையும் எதையும் பொருட்டுப்படுத்துவதும் கிடையாது. புறவுலகம் என்பது அவளைப் பொருத்த வரை குழந்தையும் அது சார்ந்த ரத்த உறவுகளும்தான். ஆற்றங் கரைக்கு வந்து சேர்ந்த போது அங்கு யாருமில்லை. சற்று தூரத்தில் மாமரத்தில் மஞ்சள் மூக்குப்பறவைகள் அமர்ந்திருந்தன. அதே போல அதிசயமாக நீலநிற மைனாக்கள் கூட்டமாக நீரைப்பருகி விட்டுப் பறந்து கொண்டிருந்தது. ஒரு புத்தகத்தைத் திறந்து வைத்த வடிவத்தைப் போல மைனாக்கள் தூரத்தில் பறந்து கொண்டிருந்ததை நாங்கள் மூவரும் ஒன்றாகப் பார்த்தோம். அவளிடம் எந்த மாற்றமும் நிகழ்ந்திருக்கவில்லை . பதிலாக பறவைகளின் வருகைப் போல உதடுகளில் சிரிப்பை மனம் திறந்து உதிர்த்துக்கொண்டிருந்தாள். நெடும் நாட்களுக்குப் பிறகு நீலநிற மைனாக்களைப் பார்க்கிறேன் என்று அவளிடம் முதலில் பேசத் தொடங்கினேன். அவள் பதிலுக்கு முன்பு போலத்தான் சிரித்துக்கொண்டிருந்தாள். அவளுக்கு அப்போது சிரிப்பைத் தவிர வேறெதுவும் தோன்றவில்லை போல.

"இந்த பனிகாலத்தில் வீட்டிற்கு வருபவர்கள் என்று யாருமில்லை. நாம் தான் எங்காவது விருந்தாளிகளாக எங்காவது சென்று வரவேண்டும்" என்று சொன்னேன். அவள் அதற்கும் ஒன்றும் பதில் பேசவில்லை. எப்போது பேசப்போகிறாள் என்பதை விட நிச்சயம் பேசிவிடுவாள் என்கிற ஆர்வம் என்னிடமிருந்தது. ஏனென்றால் அவள் பேசுவதற்குத் தான் ஆற்றங்கரையைத் தேர்வு செய்து வந்திருக்கிறாள் என்பது எனக்குத் தெரியும். குழந்தையை மடியில் வைத்தபடி அப்படியே மணலில் அமர்ந்துவிட்டாள். அவளை விட்டுத்தள்ளி நானும் அமர்ந்து கொண்டேன். அவளாகவே "நீங்கள் என்ன செய்யலாமென்று நினைக்கிறிங்க" என்று கேட்டாள். அவளிடமிருந்து குழந்தையை வாங்கிக்கொள்வதற்காக கைகளை ஏந்தினேன். அவளோ குழந்தையைத் தரமறுத்தவளாக "அழுக ஆரம்பிச்சுட்டா நிறுத்துறது கஷ்டமாப்போயிடும்" என்று தன் மடியில் வைத்துக்கொண்டாள். ஆற்றைப் பார்த்தபடி அமர்ந்து கொண்டேன்.

அந்த மாலை நேரத்தில் பனி மெதுவாக தண்ணீரில் இறங்கி படர்வது கண்களுக்குத் தெரிந்தது. மணல் ஈரமாகத் தான் இருந்தது. கோடை காலத்தில் இம்மணலில் இருந்த வெப்பம் காணாமல் போய்விட்டது. இந்த ஆறு பார்த்துக்கொண்டிருக்கும் போதே யாரோ கோடையை விரட்டிவிட்டு பனிகாலத்தை ஆற்றில் போட்டு விட்டுச் சென்றுவிட்டார்கள் என்று தோன்றியது. கனகு அக்கா கேட்ட போது வேண்டாமென்று மறுத்திருக்க வேண்டும். அவளிடம் ஒன்றும் போசாமல் இருந்து விட்டது எவ்வளவு இழப்பையும், கசப்பான உறவையும் உருவாக்கி வைத்திருக்கிறது என்பதை ஏற்றுக்கொள்ளத்தான் வேண்டும். ரஞ்சனி தன்னை வதைக்கும்

செல்வத்தின் ஞாபகத்துடன்தான் வாழ்நாள் முழுவதும் இருக்கப் போகிறாள். அவள் ஒரு போதும் அவனை மறந்துவிட்டு, அதிலிருந்து மீண்டெழ முடியாது என்பது தெளிவாகிவிட்டது.

"நீங்க என்னோட சந்தோசமாக வாழ்ந்திருவீங்கன்னு நினைக்கிறீங்களா" ரஞ்சனி முதன்முறையாக இந்த கேள்விகளை வீட்டில் மாடியில் வைத்துக்கேட்டிருக்கிறாள். அப்போது கோடை காலமாகவோ அல்லது மழைகாலமாகவோ இருந்திருக்கலாம். சரியாக ஞாபகத்தில் இல்லாத பருவம் அது. ஆனால் அவள் கேட்டக் கேள்விக்கானப் பதிலைதான் இப்போது இந்த நாள் வரை சொல்லமுடியாமல் இருக்கிறேன். அவள் அதற்குப்பிறகு அந்த கேள்வியை இன்று வரை கேட்கவே இல்லை. ஒரு வேளை தனக்கும் பதில் தெரியாதக் கேள்வியை ஏன் கேட்க வேண்டு மென்று நினைத்துவிட்டாளோ. அந்தக் கேள்விக்கானப் பதிலைச் சொல்லியிருந்தால் இன்று வரையிலான துயரங்கள் எதுவும் எங்களை தீண்டியிருக்காதோ. எதுவும் இறுதியிட்டு சொல்வதற்கில்லை.

பனி பொழியத்தொடங்கிவிட்டது. மறுகரையிலிருந்து புல்கட்டுகளைத் தலைச்சுமையாகக் கொண்டு வந்த பெண்ணொருத்தி தனது சேலையை முழுங்கால் வரைத்தூக்கிக் கொண்டு ஆற்றைக்கடந்து வந்துகொண்டிருந்தாள். "பிள்ளையை சொல்லித்தான் எல்லாரும் நம்மை ஏமாத்திட்டாங்கன்னு நினைக்கிறியா ரஞ்சனி" என்று அவளிடம் பேசினேன். அவள் அதற்கு ஒன்றும் பதில் பேசாமல் அமர்ந்திருந்தாள். "இப்போ நீ ஏதாவது பேசித்தான் ஆகனும் ரஞ்சனி. இல்லைன்னா என்னால் நிம்மதியாக இருக்கமுடியாது" என்றதும் கோபமானவளாக "இப்போ என்னா, நான் உங்க கூட படுத்து எந்திரிச்சுட்டா எல்லாம் சரியாகப் போயிடும். அப்புறம் ஒன்னும் பிரச்சனையிருக்காது. எப்போதும் போல எல்லாா் மாதிரியும் இருக்கலாம்" என்று பேசினாள். அப்படி அவள் பேசியதற்கு பெரியதான காரணங்கள் எதுவுமிருக்காது என்பது எனக்குத் தெரியும். யாருடைய ஞாபகத்தை அவள் மறக்கவேண்டுமென்று போராடிக் கொண்டிருக்கிறாளே அவனது ஞாபகத்தை வரவழைத்து மனதார அழ வேண்டித் தானே இப்படி கோபப்பட்டு என்னுடன் பேசுகிறாள். பிறகு அவள் என்னிடம் "ஸாரி வெங்கடேஷ்" என்றாள்.

"கனகு அக்கா தான் எங்களை எல்லாம் வளர்த்தது. உனக்குத் தான் எல்லாம் தெரியுமே. அவள் பேச்சை யார் மீறி நடக்கமுடியும். அதிகாரம் இல்லை. கட்டளை இல்லை. அன்பு தான். அவள் பேச்சை மீறி எதுவும் செய்யக்கூடாதுங்கிற பிரியம் தான். வேறென்னும் பெரிசாகயில்லை. செல்வம் அண்ணன் இறந்ததும் அவங்களுக்கு உன்னை விட்டுக்கொடுக்க மனசுவரலை. நீ எங்களை விட்டுப் போ பிரக்கூடாதுங்கிற ஆதங்கத்தில் கல்யாணம் செய்துக்கச் சொன்னாங்க.

என்னோட மனசில நீ இல்லவே இல்லை. அதே போலத்தான் ரஞ் சனி மனசிலையும் நான் இல்லை. நான் யாரையும் காதலிக்கலை. எவ்வளவு நெருக்கடி, பதட்டம் கவலை, பயம் இப்படி வரிசையாக சொல்லிக்கிட்டேப்போகலாம். இப்போ ஒன்னுமே சொல்லமுடியாது. இந்த ஆற்றிற்கு எங்க அக்கா என்னைய கூட்டிட்டு வந்தப்போ இருந்த என்னோட வயசு இப்போ வேணு மினுக்கேட்டா யாரு எங்கப்போயி வாங்கிட்டுவாருவாங்க. அது போலத்தான் எல்லாமும். ரஞ்சனிக்குத் தெரியாதா. இல்லை வேற ஏதும் நான் புதுசா சொல்றேன்னா. உன்னோட இஷ்டம் தான் எல்லாமே. இதே வார்த்தையைத் தான் அக்காகிட்டே அன்னைக்கு இந்த மாந்தோப்பிற்கு பக்கத்தில் நின்னு சொன்னேன். உனக்கு விருப்பமிருக்கப்போயித்தான் நானும் சரின்னேன். இது அக்காவோடத் தப்பாயிருக்கலாம். இல்லை என்னோட, உன்னோட தப்பாகயிருக்கலாம்"

அவள் கண்ணீர் விட்டவளாக அமைதியாக இருந்தவள் எழுந்து கொண்டு "வாங்க வீட்டிற்குப்போகலாம்" என்று சொல்லியபடி நடந்தாள். நாங்கள் எழுந்த போது ஆற்றின் மறுகரையிலிருந்து வாத்து மேய்த்துக்கொண்டு வருபவர்கள் ஆற்றைக்கடந்து கரை யேறிக் கொண்டிருந்தார்கள். வாத்துக் கூட்டத்தின் சப்தம் வெளியெங்கும் கேட்கத் தொடங்கியது. அவள் நடந்தபடியே "மத்த வங்க மாதிரி என்னால் இதை அவ்வளவு சுலபமா கடக்க முடியாது வெங்கடேஷ். இதை நீங்க புரிஞ்சுக்கோங்கா" என்றாள். பதில் ஒன்றும் பேசாமல் அவளது முகத்தைப் பார்த்துக்கொண்டு நடந் தேன். அவள் எதை கடந்து வரமுடியாது என்று சொல்லியது எனக்குத் தெரியும். ஆனால் தெரிந்து கொள்ளமுடியாதவன் போல நடந் தேன். செல்வம் அண்ணன் இருந்த வீட்டில் அவள் சிறிது நாட்க ளாவது நடமாட்டுமே. பிறகு அவள் விருப்பம் போல தொலை வாக போய் வாழட்டும்.

நகரத்தை பனி மூடியிருந்தது. குழந்தைகளும் வயதா னவர்களும் உல்லன் குல்லாவும், பனியனுமாக நடந்து கொண் டிருந்தார்கள். சற்று தூரத்தில் வயதானவர்களை ஏற்றிக்கொண்டு சைக்கிள் ரிக்ஷா எங்களைக் கடந்து சென்றது. ரஞ்சனி என்னிடம், "நானும் செல்வமும் இந்த சைக்கிள் ரிக்ஷாவில் தான் முதன் முதலாக கோவிலுக்குப் போனோம்" என்று அந்த சைக்கிள் ரிக்ஷாவை அடையாளம் காட்டினாள். அந்த சைக்கிள் ரிக்ஷாவைப் பார்த்தேன். அதற்குள் ரிக்ஷா வண்டி என்னைக் கடந்து சென்றிருந்தது.

4

உமாகுட்டியின் காதுகள் துல்லியமான கேட்கும் புலன் கொண் டவை என்று பலமுறை அறிந்து வைத்திருக்கிறேன். அலுவலகம் முடிந்து வீடு திரும்பியது அவளுக்கு எப்படி தெரியுமென பல

90

நாட்கள் சோதனைக்குப் பின்பு கண்டுபிடித்துவிட்டேன். ஆச்சரி யமும் ஆனந்தமுமாக அவளைத்தூக்கி முத்தமிட முனைந்த போது முத்தம் பெற விரும்பாதவள் போல சிணுங்கலும் அழுகையுமாக என் தோளிலிருந்து விடுபட கண்ணீர் விட்டு அழத்தொடங்கி விட்டாள். உமாவிற்கு முத்தமிடுவது, அதுவும் அவளை அழ வைக்காமல் முத்தமிடுவது நேரடியாக அவள் எனக்கு விடுத்த சவாலாகத்தான் இன்று வரை இருக்கிறது. தூங்கும் அழகியை, அந்த குட்டி தேவதையை அவளறியாதபடி முத்தமிட்டுக்கொள்வது குற்றவுணர்ச்சியை அதிகரிக்கத்தான் செய்கிறது. அவள் தூங்கும் போது முத்தமிடுவதை நிறுத்தி பல மாதங்களாகி விட்டது.

இதே போல ஒரு சாரல் விழும் காலத்தில் ரயிலை வேடிக்கைக் காட்டுவதற்காக உமாவை அழைத்துச் சென்றிருந்தேன். சாரல் காலத்தில் எப்போதாவது மழை கணத்துப் பெய்யும். ரயில் ஊரை கடந்து செல்வதும் மழை வலுக்கத்தொடங்குவதும் ஒரே கணத்தில் நடந்தேறுகிறது. பயணிகள் ரயில் ஜன்னல்களை மூடிய பின்பும் ஜன்னல் குறுக்கு கம்பிகளில் மழை நீர் சொட்டுச் சொட்டாக வடியத்தொடங்கும்.

மழை அவளது ஜலதோஷத்தையும் தும்மலையும் அதிகப்படுத்தி விடுமென உடனே வீடு திரும்பி விட்டோம். உமா நீ சற்று வளர்ந்து மருத்துவர்களின் ஆலோசனைகளையும், அவர்களது கவனிப்புகளும் தேவைப்படாத வயதடையும் காலத்தில் ஆற்றுப் பாலத்திற்குச் செல்லலாம். பன்னீர் பூக்களிலுள்ள நீர் துளிகளையெல்லாம் என் மேலும் ரஜ்ம்மாவின் மேலும் உதறி விடுகிற விளையாட்டை யார் உனக்கு கற்றுக்கொடுத்தது என்று தெரியவில்லை. மிகச்சரியாக நீர்துளிகளில் ஒன்றேனும் கண்ணில் விழுந்துவிடுவது போல பன்னீர் பூக்களை உதறிவிடுகிறாய். ரஜ்ம்மாவிற்கு இது பிடிப்பதில்லை. என்ன விளையாட்டு கையெல்லாம் ஒரே தண்ணீர். சளிப்பிடிக்கப்போகிறது. சளிப்பிடித்தால் ராத்திரி எல்லாம் நாந்தான் சிரமப்படனும் என்று பூக்களை பறித்துத் தூர வீசி விடுவாள். அவள் கவலை அவளுக்கு. என் கவலையெல்லாம் பூக்களைத் திரும்பவும் சேகரித்தாலும் உன்னுடன் விளையாடுவதற்கு யாருமில்லை என்பதுதான்.

உன் கையிலிருந்தப் பூக்களைப் பறித்துவிட்ட பின்பு அன்றைய பொழுது முழுவதும் உன்னை சமாதானப்படுத்த வேண்டி எத்தனைப் பூக்களைத் தரமுடியுமோ அத்தனைப் பூக்களையும் தந்து தோல் வியை ஏற்றுக்கொண்டு உன்னுடன் சேர்ந்து விளையாடவேண்டும். உன் அழுகைக்கும் உன் பாதுகாப்பிற்கும் பயந்தவள் தான் ரஞ்சனி. ரஞ்சனியை ரஜ்ம்மா ரஜ்ம்மா என்று அழைத்துப்பழகி விட்டாய். எனக்கும் ரஜ்ம்மா ரஜாம்மா என்று அழைத்துப்பழக எவ்வளவு

வெட்கம். எவ்வளவு காலம். எவ்வளவு பயிற்சி. உனக்கெப்படி உடனே அவளது பெயரை சுருக்கவும், சுருக்கியது உனக்கானது மட்டும் தான் என்று கொண்டாடவும் தெரிந்திருக்கிறது.

மழை சத்தமும் நீரும் ஏதோ விளையாட்டு போலாகி விட்டது. ஜன்னலருகே நிற்க வேண்டுமென பிடிவாதம் கொண்டு அழுகிறாய். ரஞ்சனி உனக்கான உணவை தயாரிக்கத் தொடங்கி விட்டாள். ரஜ்ஜம்மாவையும் உன்னுடன் வேடிக்கைப் பார்க்க அழைக்கிறாய். அவள் சமையல் செய்வதை விட்டுவிட்டு வர மனமில்லாமல் மழைக்கு ஏற்ற உணவாக ரவா உப்புமாவை கிளறத் தொடங்குகிறாள். எனக்கு மழை வந்துவிட்டால் மின்சாரம் தடை பட்டுவிடுமென்ற கவலையில், வேண்டிய முன் ஏற்பாடுகளை செய்யும் வேகத்தில் இருக்கிறேன். உனக்கு மெழுகுவர்த்திகளும் தீப்பெட்டிகளும் அறைக்கு ஒன்றாக இருந்தாலும் மின்சாரம் தடை பட்டதும் உண்டாகும் பதட்டத்தில் என்னாகும் என்பது தெரியாது. கண்டுபிடித்து விளக்கேற்றுவதிலுள்ள சிரமத்திற்கு சில நாட்கள் சட்டை பாக்கெட்டிலேயே வைத்து நடமாடி இருக்கிறேன். நினைத்தது போல மின்சாரம் தடைபட்டுவிட்டது. சமையல் செய்து கொண்டிருந்த ரஞ்சனி முந்திக்கொண்டு விட்டாள். உப்புமா கிளறும் அவசரத்தில் அவள் ஏற்கனவே சமையலறையில் வைத்திருந்த மெழுகுவர்த்தியை பொருத்திவிட்டாள். வெளி அறையில் வெளிச்சம் இல்லை. உமாவைத் தூக்கி வைத்தபடி ஜன்னலில் நின்று மழையை வேடிக்கைக்காட்டியபடி இருந்தேன். மழையின் நீர் துளிகள் எங்கள் மேல் தெறித்துக்கொண்டிருந்தது. ஒரு துளி இரண்டு துளி என்று தெறித்து விழுந்ததும் உமாவின் குதூகலம் தொடங்கியது. அவள் மழை நீரை பிடிக்கவென கைகளை ஜன்னலுக்கு வெளியே நீட்டினாள். மலர்ந்த பூ போன்ற கைகளில் நீர் படாமலேயே மழை பொழிகிறது. மழை நீர் துளியை ஒன்றையேனும் பிடித்து என்னிடம் காட்டிவிட வேண்டுமென்ற ஆவலில் அவளது கை நீள்கிறது. இன்று எதிர்பாராமல் மழை நிற்பதற்கு முன்பே மின்சாரம் வந்துவிட்டது. உமா தன் கைகளை எதார்த்தமாக என்னிடம் காட்டினாள். திரண்டிருந்த நீர்துளி ஒன்று அவளது உள்ளங்கையில் பாதரசத்தினைப் போல வெளிச்சமாக அசைந்து கொண்டிருந்தது. பாதரசம் தான் மழை துளியாக விட்டதென உள்ளங்கையை பார்த்தேன். மழை நீர் என்ற போதிலும் அது வெளிச்சத்தை தந்தபடி உருண்டது. உள்ளங்கையில் தொடர்ந்து அவளால் நிறுத்தி வைக்க முடியவில்லை. நிறுத்தி வைக்கவும் தெரியவில்லை. வடிந்துவிட்டது. அவள் திரும்பவும் ஜன்னலுக்கு வெளியே கைகளை நீட்டியதும் தரையில் சிந்திய நீர் துளியைப் பார்த்தேன். ஒரு சொட்டு வெளிச்சத்தின் தடம் எப்படியோ மறைந்துவிட்டது.

மழை சமயத்தில் உமாவிற்கு நீர் துளியைப் பிடித்து விளையாடுவது தான் முக்கியமான விளையாட்டு என்றாகி விட்டது. அவள் விளையாட்டுத்தனமும், சிரிப்புமாக இருக்கும் போது முத்தமிட வேண்டுமென அவளைத் தூக்கிக்கொண்டேன். ரஞ்சனியைப் போல பின் நடப்பதை முன் அறிந்து வைத்திருந்தாள். என் முத்தத்தை வேண்டாதவள் போல சிணுங்கலும் அழுகையுமாகத் தோளிலிருந்து விடுபட எப்படித் தான் அவளால் முடிகிறதோ.

உமாவிற்கு இன்னொரு பெயர் இருக்கிறது. ரஞ்சனியும் அவளது சகோதரன் ஆசையாக அழைக்கும் பெயர் கூட. சாருதா என்று பக்கத்து வீட்டுக்காரர்கள் அழைக்கிறார்கள். சாருலதா அல்லது சாருதா அல்லது உமா அல்லது உம்மு குட்டி என்ற பெயர்களை கொண்ட என் மூத்த சகோதரனின் மகளுடன் பக்கத்து வீட்டு கௌசல்யாவும் கீதாவும் விளையாடுவதற்கு வரும் போது அவளுக்கு ஐந்தாவதாக மற்றொரு பெயர் வந்துவிடும். பள்ளிக் கூடத்திற்குப் போவதற்குள் அவளுக்கு எத்தனைப் பெயர்கள் வந்தடையப் போகின்றதென பெயர்களை ஒவ்வொன்றாக எழுதி வைத்துக்கொண்டேன். ஒரு நோட்டுக்கில் குட்டி தேவதை உமாவிற்கு என்று முதல் காகிதத்தில் எழுத ஆரம்பித்து அவள் வயது பிள்ளைகளும் இரண்டு மூன்று வயது கூடுதலான பிள்ளை களுமாக யார் யார் எப்போது எந்தெந்த கிழமைகளில் என்னென்ன பெயர் வைத்து அழைக்கிறார்கள் என்று எழுதுவதாக திட்டுமிட்டுள்ளேன். முதல் ஐந்து பெயர்கள் மட்டுமே இது வரை எழுதி யுள்ளேன்.

உம்மு குட்டிக்கு உமாதேவி என்று பெயரிட சிறப்பான கார ணங்கள் எதுவுமில்லை. எனது சகோதரியின் பெயரும் உமாதேவி தான். குடும்பத்திற்கு ஒரு உமா இருக்கவேண்டுமென எப்படியோ பெயர் வந்து சேர்ந்துவிட்டது. தங்கை உமாவும் இதே போன்ற மழை கால மொன்றில் திருமணம் முடிந்து கணவனுடன் ஊருக்குப்போனாள். அவளை வழியனுப்பி விட்ட பிறகிருந்து தான் ஓய்வான மாலை நேரங்களில் ரயில்வே ஸ்டேஷனுக்குச்சென்று வருவது நடந்தது. ரயிலில் தான் அவள் பயணித்தாள். உமா ரயிலேறியதும் ஆற்றுப் பாலத்தை கடக்கும் வரை, வழியனுப்ப வந்தவர்கள் யாரும் ஸ்டேஷனை விட்டுச்செல்லவில்லை. ரயில் பாலத்தைக் கடக்கும் சத்தத்தைக் கேட்டுவிட்டுத் தான் நடந்தோம். இன்னமும் உமா ஜன்னலில் கைகளை அசைத்துக்கொண்டிருப்பது போன்றதொரு காட்சி மனதை விட்டு நீங்காது தான் இருக்கிறது. அதற்குப்பிறகு உமாவும் அவளது கணவனும் பலமுறை பேருந்திலும் ரயிலிலும் ஊருக்கு வந்து சென்ற பிறகும் அந்த காட்சி மனதில் அழியாதிருப்பது ஏனென்றேத் தெரியவில்லை. ஒரு வேளை உமா கையைசைத்துவிட்டுச்

சென்றது தான், ரயில்வே ஸ்டேஷனுக்குச் சென்றுவர காரணமாக இருக்கிறதோ என்று சில நேரம் தோன்றக்கூடும். உமாவைப்போலவே விரல்களும் கண் விழிகளும் கொண்ட உம்முகுட்டிக்கும் பன்னீர் பூக்களும் குருவிகளும் பிடித்திருக்கின்றன. இந்த ஒற்றுமைக்காகத் தான் பெயரும் ஒன்றாக அமைந்துவிட்டது போல. உமாவிற்கு எப்படி தான் உடனடியாக கண்ணீர் விட்டு அழமுடிகிறதோ, ரஞ்ச னிக்கு புரிந்துவிட்டது. உமா குட்டியை தூக்கி சமாதானம் செய்து அழுகையை குறைக்கிறாள். ரஞ்சனியின் முத்தமும் மார்போடு அணைத்தலுமே உமாவினை சமாதானப்படுத்துவதற்குப் போது மானதாக இருந்தது. ரஜ்ம்மாவின் முத்தத்தில் என்ன இருக்கப் போகிறது என்று எரிச்சலோடு நினைப்பேன். முத்தமிடுவதில் ஆண் முத்தத்திற்கு தனி அர்த்தங்களும், பெண் முத்தத்திற்கு தனி அர்த்தங் களும் குழந்தைகள் கற்று வைத்திருக்கின்றனவா என்று தெரியவில்லை. உமாவிற்கு தன் அம்மாவின் முத்தம் தான் பிடித்திருக்கிறது போல.

அவள் தன் தாயின் முத்தத்தை மட்டுமே விரும்புபவளாக இருப்பது எனக்கு மேலும் பதட்டத்தையும் வருத்தத்தையும் அதிகப்படுத்தியது என்று தான் சொல்லவேண்டும். உமாவிற்கு முத்தம் தருவதில் அப்படியென்ன சிக்கலும் தடையும் இருக்கிறது என்று நீங்கள் கேட்கலாம். நீங்கள் கேட்காத போதும் கூட என் மனதில் தோன்றும் இக்கேள்விக்கான பதிலையும் புரிந்து கொண்டு தானிருக்கிறேன். நான்கு வயது முடிவடையாத குழந்தை என் முத்தமிடலை நிராகரிப்பது எதற்கென்று என்பதை உள் மனம் விசாரிக்கத்தான் செய்கிறது.

5

வீட்டின் வாசல்படியில் காலைத்தூக்கி மூத்திரமிருந்து கொண் டிருந்த நாயைப் பார்த்ததும் அப்பாவிற்கு எங்கிருந்து தான் அவ்வளவு கோபம் வந்ததோ, நாயை விரட்டுவதற்கென்றே ஒரு குச்சியை வைத்திருக்கிறார். குச்சியை எடுத்துக்கொண்டு விரட்டினார். அப்பாவிற்கு நாயைக் கண்டால் பிடிக்காது. சிறு வயதில் கனகு அக்கா, உமாதேவி, நான் எங்களுடன் உமாவிற்கு அடுத்தாகப் பிறந்த இந்துமதி ஆகியோர் வீட்டின் முன்னால் விளையாடிக் கொண்டிருந்தோம். எங்களுக்கு அருகில் நாய் ஒன்று சாக்கடைக்குள் நின்றிருப்பதை நாங்கள் கவனிக்கவில்லை. இந்துமதி அந்தப் பக்கமாகச் சென்றாள். நாய் சாக்கடையில் வெளியேறி குலைத்தபடி ஓடியது. வேறொன்றும் செய்யவில்லை. எனக்கு நன்றாக ஞாபகம் உள்ளது. இந்துமதி குலைத்ததைக் கண்டு பயந்து விட்டாள். அன்றிரவு அவளுக்கு காய்ச்சல் வந்துவிட்டது. அவளை எங்களிடமிருந்துப் பிரித்துச்செல்ல வந்த காய்ச்சல். அதற்குப்பிறகு அப்பா எந்த நாயைப் பார்த்தாலும் ஆத்திரமும் கோபமுமாக விரட்ட தொடங்கிவிடுவார். பழக்கப்பட்ட

94

நாய்கள் தெருவுக்குள் நுழைந்தாலும் கண் இமைக்கும் நேரத்தில் தெருவை கடந்துவிடும்.

அப்பாவுக்கு நாய்கள் மீதான பயமும் கோபமும் இந்துமதியால் வந்தது தான். இந்து இறந்து போனதற்கு காரணம் நாய் தான் என்று அவர் நம்பிக்கொண்டிருந்தார். ஏனென்று தெரியவில்லை. அப்பாவைப் போல ரஞ்சனிக்கும் நாய்கள் மீதான பயம் இருக்கத் தான் செய்தது. அவள் தூரத்தில் வரும் நாயிக்கு சில நேரங்களில் பயந்து ஒதுங்கி நின்றிருக்கிறாள். ஆனால் உமாகுட்டிக்கு நாய் ஒரு விளையாட்டாகவே இருந்தது. அவளும் செல்வம் அண்ணனைப் போல நாய்களுடன் விளையாடினாள். அவளும் நாய்களுக்கு கையி லிருந்ததை எல்லாம் தூக்கிப்போட்டு தின்னக்கொடுத்தாள்.

ரஞ்சனி ஊருக்குப்போன இரவு எதற்கென்று தெரியவில்லை, தெருவில் ஓடிய நாயை விரட்டி விரட்டி அப்பா அடித்துக் கொண்டிருந்தார். வழக்கமாக அந்த நாய் அவரை கண்டதும் பயந்து ஓடிவிடும். தெருவிற்குள் வருவது கூட இல்லை. வீல் வீல் என்ற சத்தம் கேட்டு எனது அறையிலிருந்து வெளியே வந்து பார்த்தேன். அம்மா கூட வாசலில்தான் நின்றிருந்தாள். அவள் வேண்டாம், வேண்டாம் என்று சொல்லியும் அப்பா அடித்து விரட்டிக் கொண்டிருந்தார். நாயின் ஓட்டத்திற்கு சமமாக இருந்தது அவரது ஓட்டம். குறுகலான எங்களது தெருவில் அவரது ஓட்டமும் நாயின் ஓட்டமும், ஒரு வட்டத்திற்குள் சொல்லி வைத்தது போல ஓடிக் கொண்டிருப்பது தெரிந்தது. எனக்கு பார்ப்பதற்கு பொறுக்க முடியவில்லை. நாயை விரட்டிவிட்டு வியர்த்தபடி கம்பை கையில் வைத்தபடி வந்தார். அவரது வேகம் இன்னமும் குறைந்திருக்க வில்லை. அம்மா ஒன்றும் பேசவில்லை. தெருவே அவரை நின்று வேடிக்கைப் பார்த்தது. அவரது கோபம் மேலும் கூடியதற்கு அது ஒரு காரணமாக இருக்கலாம் என்று நினைத்துக்கொண்டேன், அவரோடு ஒன்றும் பேசவில்லை. எனது அறைக்குச் சென்று விட்டேன்.

அன்றிரவு முழுக்க எனக்கு உறக்கம் வரவில்லை. ரஞ்சனி ஊருக்குச் சென்றுவிட்டதை மறுநாள் அதிகாலையில் தொலைபேசி மூலமாகச் சொன்னாள். அவளோடு அம்மா தான் பேசியிருக்க வேண்டும். அந்த காலை நேர தொலைபேசி வேறு யாருடையதும் அல்ல, என்பதை அப்பா உணர்ந்திருக்கிறார் போல. தொலை பேசியை அவர் கையில் தொடவில்லை. வெறுப்பு என்று சொல்வதை விட வேண்டாம் என்ற எண்ணம் வந்துவிட்டது. அவர் அன்று காலையில் அதிசயமாக ஒரு நாய் குட்டியை அவரது நண்பனின் மகளிடமிருந்து வாங்கி கொண்டு வந்தார். நாயிக்கு பாட்டில் பால் தரவேண்டுமென்று அம்மாவிடம் சொல்லி வீட்டில் ஏதாவது பாட்டில் இருக்கிறதா ரப்பர்

மூடி இருக்கிறதா? என்று தேடினார். பிறகு புதிதாக ஒரு பிளாஸ்டிக் பால் பாட்டில் வாங்கிக்கொண்டு வந்தார். அதற்கு என்று தனியாக ஒரு சாக்கை விரித்துப் போட்டுப் படுக்கச் செய்தார். எப்போதும் அதனுடனேயே பேசுவதும், அதனுடனேயே விளையாடுவதுமாக இருந்தார். ஓய்வு பெற்றபின் அவர் விரும்பிப்படிக்கும் புத்தகங்களும் நடைபயிற்சியும் நின்று போனது.

எனது வேலையை வேறெங்காவது மாற்றித் தரமுடியுமா என்று எனது மேலதிகாரியிடம் கேட்டேன். நல்ல மனிதன். எனது அகச் சிக்கல்களைப் புரிந்து கொண்டு ஒரு யோசனை சொன்னார். ஒன்று இரண்டாவது திருமணம் செய்து கொள்வது. மற்றொன்று வேறு ஊரில் போய் தற்காலிகமாக பணிபுரிந்து விட்டு வருவது என்று சொன்னார். முதலில் சொல்லியதை நடைமுறைப்படுத்த வேண்டு மென்றால் இப்போது இருக்கின்ற நிம்மதி கூட பிறகு கிடைக்காது.

ரஞ்சனி ஊருக்குச் சென்ற பிறகு அவளது அம்மாவும் அப்பாவும் என்னுடன் இரண்டு முறை பேசினார்கள். "கொஞ்சம் நாள் பொறுமையாக இருங்க தம்பி. தயவு செய்து எங்க பேச்சை கேளுங்க" என்று மன்றாடினார்கள். அவர்கள் என்னுடன் பேசும் போது நிச்சயமாக அவள் அருகாமையில் இருப்பாளா, அல்லது அவள் தான் அவசரப்பட்டு என்னைவிட்டுப் பிரிந்து ஊருக்கு வந்து விட்டதற்காகவும் என்னிடம் பேசியதற்காகவும் அவளது பெற்றோர்கள் மூலமாக சமாதானமாக பேச வருகிறாளா என்று யோசித்தேன். எனக்கு எதுவும் புரியவில்லை. அவர்களது பேச்சை மீறி வேறு ஏதாவது செய்தால் அவர்களது முடிவு வேறுவிதமாக அமைந்துவிடலாம். வேறு ஊருக்குச் சென்றுவிடுவது உத்தமம் என்று கிளம்பிவிட்டேன். புறப்படுவதற்கு மூன்று தினங்களுக்கு முன்பாக சம்பிரதாயமாக ரஞ் சனியிடம் சொல்லிவிட்டுச் செல்லலாமென்று தோன்றியது. அவள் அதை ஒரு வேளை விரும்புவாள் என்று கூட நினைத்தேன்.

எனது நினைப்பு அத்தனையும் திசை மாறிப்போனது. அவளுக்கும் எனக்கும் இருக்கும் உறவுமுறை தொடர்பில் மேலும் விரிசல் தான் விழத்தொடங்கியது. அவள் நான் சொல்லுகின்ற தகவலை வேறு விதமாக அர்த்தப்படுத்திக்கொண்டு விட்டாள். என்னை அலட்சியமாக பார்த்தாள். என்னுடைய உரையாடலுக்கு அவள் எந்த பதிலும் பேசவில்லை. மாறாக "உங்க அண்ணன் வாழ்ந்த வீட்டிலே நான் உங்க கூட வாழமாட்டேன்னு நீங்க நினைக்கிறீங்க போலிருக்கிறது. அதான் வேற இடத்திற்குப் போறேன். நீயும் வா. அங்க வந்து எங்கூட படுன்னு சொல்லாமல் சொல்லுறீங்க" என்றாள். நான் பயந்துவிட்டேன். பேசமுடியாமல் அப்படி வாயடைத்து நின்றேன்.

"நீ என்னை இப்படித் தான் நினைச்சுட்டு இருக்கே. நானும் உன்னையே விட, என்ன சொல்லுறதுன்னு தெரியலை. மன்னிக் கனும். இனி நீங்க விருப்பப்பட்ட மாதிரியே வாழ்ந்துக்கிடலாம்" என்று சொல்லிவிட்டு வந்துவிட்டேன். பணிக்குச் செல்லும் ஊருக்கு முற்றிலும் புதிய நபராக மாறியிருக்க வேண்டுமென்ற விருப்பம் எனக்கு இருந்தது. எனக்கு தனியாக இருப்பதற்கு ஏற்றது போல ஒரு வீட்டை எடுத்துக்கொண்டு பணிக்குச் சென்றேன்.

எனக்கு மாற்றல் பணி கிடைத்த இடம் ஒரு கிராமம். கிரா மத்தின் அத்தனை வீடுகள் ஒன்று போலிருந்தது. யாரோ என்னை கண்காணித்துக்கொண்டிருப்பது போன்றே தான் மனதில் தோன்றியது. யார் என்னை கண்காணிப்பது என்று சுற்றும்முற்றும் பார்க்கிறேன். யாரும் இல்லை. யாரும் என்னைத் தெரிந்திருப்பதற்கு வழியில்லை. யாருடைய முகமும் இதற்கு முன்பாக எனக்கு அறிமுகமாயிருக்கவில்லை. தினமும் மாலையில் சினிமாவும், அலுவலக பணியாளர்களுடன் மைதானத்தில் நடையுமாக கழிந்தது. முழுமையான சந்தோசத்தை உணர்ந்து வாழ்ந்த நாட்களாக மாற்ற வேண்டுமென்று மனதில் ஒரு வேகம் இருந்து கொண்டேயிருந்தது. நினைப்பதை நடைமுறைக்கு கொண்டுவருவதில் ஏற்படும் சிக்கல்கள் ஏராளமாக இருந்தது.

கோடைகாலம் முடிகின்ற தருணத்தில் தான் இந்த ஊருக்கு வந்திருந்தேன். கோடைக்காலத்திற்கு ஏற்ற உணவுகள் என்று எதுவு மில்லை. பதிலாக எனது விருப்பமற்ற உணவு கூட இப்போது, விரும்பி சாப்பிடக்கூடிய உணவாக மாறிவருவது எனக்கு ஆச்சரி யத்தை வரவழைத்தது. சிறுகச் சிறுக ஆற்றங்கரையையும் ரஞ்சனி யையும் மறக்க வேண்டியதின் அவசியத்தை உணர்ந்து கொள்ளத் தொடங்கினேன். இந்த கிராமத்தின் வீடுகளில் எரிந்த விளக்குகள் கூட எனக்கு வேறொரு உலகத்தை காட்டின.

கிராமத்தில் அப்போது மக்காசோளமும் தக்காளியும் தோட்டங்களில் பயிரிட்டுக்கொண்டிருந்தனர். சோளம் விளையும் தோட்டங்களுக்கு ஊடாக என்றாவது நடந்து சென்று வருவேன். சோளத்தின் செந்நிறமும் அவ்விடத்திலிருந்து வரும் காற்றும் என்னை முற்றிலுமாக மாற்றி விட முயன்று கொண்டிருந்தது. தினமும் அந்த தோட்டங்களுக்கு ஊடாக சென்றுவருவது ஒரு வித்தையை போல என்னுள் நடந்தது. கோடை காலம் முற்றிலும் முடிந்திருந்தது. மக்காசோளத்தை எடுத்த பிறகுத் தோட்டத்தை வெறுமனே விட்டிருந்தனர். சோளம் கதிர்கள் அறுக்கப்பட்ட வெறும் நிலம் ஏனோ எனது வீட்டையும் ஊரையும் நினைவுக்குக்கொண்டு வந்தது. திரும்பவும் ஊருக்கு சென்றுவிடலாமா என்று கூட யோசித்துக் கொண்டிருந்தேன். எனக்குள் திரும்பவும் ஊரில் ஓடும் ஆறும், கன்கு அக்காவும் வரத்தொடங்கினார்கள்.

கிராமத்தில் ஆறு இல்லை. பதிலாக குளம் இருந்தது. மீன் பிடித்துச்செல்வார்கள். ஞாயிற்றுக்கிழமை மாலை வேளையில் குளத்திற்குச் செல்வேன். குளத்தின் கரையில் சாராயம் விற்றுக் கொண்டிருந்தார்கள். மொச்சைப்பயிறும் குச்சிக்கருவாடும் வாழை இலையில் வைத்து விற்றுக்கொண்டிருந்தார்கள். அவர்களின் அருகில் அமர்ந்து கொண்டு இரவு வரை பேசிக்கொண்டிருப்பேன். மண்ணெண்ணை விளக்கில் சாராயம் குடிக்க வருபவர்களின் முகம் ஒன்று சொன்னது போலிருக்கும். சாராயம் குடிக்க வந்தவர்களில் ராமையா எனக்குப் பழக்கமானான். அவனுக்கும் எனக்கும் ஒரே வயது என்பது. கூட எங்களது நட்புக்கு காரணமாக அமைந்து விட்டது. அவன் தினமும் இரவில் வந்து சாராயம் குடித்து விட்டுச் செல்வான். வாரத்தில் ஏழு தினங்களும் அவனுக்கு போதையும் அதன் ருசியும் தேவைப்பட்டது.

ஒரு முறை அவனிடம், "ஏன் குடிக்கிறாய்?. உனது வீட்டில் யாரும் உன்னை திட்டமாட்டார்களா?" என்று கேட்டேன். அவன் அதற்கு சிரித்துக்கொண்டான். டீக்கடையில் இருக்கும் கண்ணாடி தம்ளர்களில்தான் சாராயம் ஊற்றித் தருவார்கள். அந்த கண்ணாடி தம்ளரின் வழியாக அவன் மண்ணெண்ணை விளக்கைப் பார்ப் பான். அவனுக்கு போதை அதிகமாகும் போது அவ்வாறு செய்வதை நான் பல முறை பார்த்திருக்கிறேன்.

"என் அண்ணன் இறந்துட்டாரு. அவருக்கு கல்யாணம் செய்து இரண்டு மாதம் கூட முழுசாக முடியலை. இங்கிருந்து கிணறு வேலைக்கு நாங்கள் போவோம். பழையனூரத்துக்குப் போகிறப்போ தான் அவரு இறந்துட்டாரு. மூனு நாள் தங்கி அந்த ஊரு கிணறை தூர் எடுத்தோம். படி போட்ட கிணறு அது. எங்கிருந்தோ ஒரு பாம்பு வந்து அண்ணனை போட்டிருச்சு. அந்த ஊரு வைத்தி யருங்க, மருந்து தந்து பார்த்தாங்க. முடியலை. அண்ணன் இறந் துட்டாரு. முப்பது நாள் முடிஞ்சு என்கிட்டே எங்க மதினியை கல்யாணம் செய்துக்கக்கேட்டாங்க, என்னால முடியாதுன்னு சொல்லிட்டேன். எங்க அப்பாரும் அம்மாவும் பிடிவாதமாக மதினியாரை கல்யாணம் செய்யனுமின்னு ஏற்பாடு பண்ணிட்டு இருந்தாங்க. என் கிட்டேக்கேட்டது போல மதினியார்கிட்டேயேயும் கேட்கணுமில்லை. அவங்க எதுவும் அவங்ககிட்டே கேட்கலை. அவங்களும் எதையோ மனசிலே வைச்சுட்டு இரண்டாம் கல்யா ணத்திற்கு கழுத்தை நீட்டிட்டாங்க. கல்யாணம் செய்து இன்னைக் கோட மூனு மாசம் முடியப்போகுது. எங்களுக்குள்ளாற எந்த பேச்சுவார்த்தையும் இல்லை. குடிக்கிறது கூட பச்சைத் தண்ணி மோந்துட்டு வான்னு சொன்னதும் இல்லை. அவங்களும் செய்ததும் இல்லை. அப்படி இருக்கு எங்க பொழுப்பு. நான் இந்த விசயத்தை

பெரிதுப்படுத்தினது இல்லை. ஆனால் அவங்களுக்கு என்னுடன் சேர்ந்து வாழனுமிங்கிறதை விட, எங்களோடு பாதுகாப்பு அவசிய மின்னு நினைக்கிறாங்க போல. நானும் அவங்களை தொந்தரவு செய்யுறது கிடையாது" என்றான்.

ராமையாவுக்கு என்ன சொல்வது என்று தெரியவில்லை. அன்று இரவு அவன் எனது அறையில் உறங்கினான். சாராயத்தின் வாசனை எனக்கு பழக்கப்பட்டிருந்தது. அவனுக்கு தோசையும் வாழைப் பழமும் வாங்கிக்கொடுத்தேன். அவன் போதையில் அவனது மனைவியைப் பற்றி வர்ணிக்கத் தொடங்கினான். அவளது மார்பகங்களை தான் புகழ்ந்து கொண்டிருந்தான். அதற்காகவாவது அண்ணன் இன்னும் நெடும் நாட்கள் உயிரோடு இருந்திருக்க வேண்டும் என்றான். பேசட்டும். பேசிப்பேசித்தான் அவனது துயரங்கள் கரையவேண்டும் என்று நினைத்துக் கொண்டேன்.

"நான் பலதடவை உடல் உறவு செய்திருக்கிறேன். எல்லாமே இப்படியாகத்தான்" என்று கண்களை மூடிக்கொண்டு கனவு காண்பது போல அமைதியாக படுத்திருந்தான். பிறகு கண்களை விழித்து இது தப்பா என்று கேட்டான். நான் தலையை ஆட்டினேன். என்னைப்போலத்தான் இவனும். ரஞ்சனியை இவ்வாறாகத்தான் நான் விரும்பியிருக்கிறேன். யார் யாரை எப்படி விரும்புகிறார்கள். இந்த இருட்டில் கண்களை மூடிக்கிடக்கும் ஆணின் மனதில் வரும் பெண்ணின் முகமும், உறுப்புகளும் யாருக்குச் சொந்தமாக இருக்கப்போகிறது. அல்லது உண்மையில் அவன் கனவு காண்பது வந்தடையப் போகிறதாக என்றும் தெரியவில்லை. அவன் உறங்கட்டும். உறக்கத்தில் கனவு காணட்டும் என்று விட்டு விட்டேன்.

காலையில் அவன் வெட்கத்துடன் எழுந்து கொண்டான். அவனால் நேற்றிரவை இன்னமும் ஞாபகத்தில் வைத்திருக்க முடிகிறது என்று அவனுக்கு காப்பியும் இரண்டு பிஸ்கட்டும் தந்தேன். அவன் மறுப்பின்றி வாங்கிக்கொண்டான். அவனுடன் கிணறு வெட்டும் வேலைக்கு வரலாமா என்று கேட்டேன். அவன் எனது முகத்தை பார்த்தபடி காப்பியை குடித்துக்கொண்டிருந்தான். நான் இரண்டாவது தடவையாக கேட்டதும் சரி என்றான். அன்று அலுவலகத்திற்கு விடுப்பு சொல்லிவிட்டு கிளம்பினேன். அருகாமையில் உள்ள தும்மலக்குண்டு கிராமத்திற்கு சென்றோம். அந்த ஊரில் அதிகமாக ஆலமரங்கள் இருந்தன. கிணற்றின் அருகில் கூட ஆலமரங்கள் தான் நின்றிருந்தன. ஒரு மரத்தின் அருகாமைக்கு சென்று அமர்ந்து கொண்டேன்.

சிறுவர்கள் கிணற்றில் விழுந்து வந்துவிடக்கூடாது என்பதற்காக பலரும் மேட்டில் நின்று வேடிக்கைப் பார்த்தபடி இருந்தனர். சிறிது தூரத்தில் இருந்த டீக்கடைக்கு நடந்து சென்றேன். அந்த இடத்தில்

இரண்டு ஆட்டுக்குட்டிகளை கட்டிப் போட்டிருந்தார்கள். அதற்கு பக்கத்தில் கோழிகள் மேய்ந்து கொண்டிருந்தன. கடைக்குள்ளே சென்று உட்கார்ந்து கொண்டேன். எதுவும் கேட்காமலேயே டீ கொண்டு வந்து தந்தார். கடையில் பொரி உருண்டை கண்ணாடி பாட்டில்களில் வைத்திருந்தார்கள். இரண்டு உருண்டை களை வாங்கிக்கொண்டேன். கண்ணாடி பாட்டிலைத் திறந்ததும் கோழிகள் கடைக்குள் வந்து எனது கால்களினடியில் நின்று கொண்டன. கோழிகளுக்கு பொரி உருண்டைகளை பிய்த்துப் போட்டேன். கொத்தித் தின்னத் தொடங்கியது. டீயைக்குடித்து விட்டு கிணற்றுப் பக்கமாகச்சென்றேன்.

அவர்களுக்கு மதிய உணவைக்கொண்டு வந்து தந்தார்கள். மம்பட்டிகளையும் கோப்பைத் தட்டுகளையும் கிணற்று மேட்டில் வைத்துவிட்டு தங்களது தலையில் கட்டியிருந்த உறுமால்களைக் கழட்டி உதறிக்கொண்டார்கள். அவர்களது கைகள் முழுவதுமாக சிவப்பு நிற மண் அப்பிக்கிடந்தது. அவர்கள் கைகளை கழுவிக் கொண்டார்கள். அவர்களுடன் சேர்ந்து மதிய உணவு சாப்பிட்டு எழுந்து கொண்டேன். கொட்டை அரிசியும் பூசணிக்காய் சாம்பாரும் கருப்பு நிறத்தில் ரசமும் தந்தார்கள். ராமையா இனி மூன்று நாட்கள் வேலை முடிகிற வரையில் இந்த சோறுதான் என்று சொன்னான். என்னை ஊருக்கு அனுப்புவதாகவும் பஸ் ஏற்றிவிடுவதாகவும் சொன்னான். நான் மறுத்துவிட்டேன். காலையில் அவர்களுடன் கிணற்றுக்குச் சென்று வேலை செய்யத் தொடங்கினேன். ராமையா மம்பட்டிப் பிடிக்கவும், மண்ணை கூடையில் அள்ளி மேட்டில் வீசவும் சொல்லித்தந்தான். கம்ப்யூட்டர், டேலி, செல் ஃபோன் என்று எல்லாம் மறந்துவிட்டு கிணற்றைத் தோண்டிக் கொண்டிருந்தேன். எதற்கு என்று தெரியவில்லை. அவர்களில் ஒருவனாக வேலை செய்தேன். நான்கு நாட்கள் வேலை செய்த பிறகு எனது கைகளில் கொப்புளங்கள் வெடிக்கத் தொடங்கின. பல் விளக்கமுடியவில்லை. சாப்பிட கூட முடியவில்லை. மம்பட்டி பிடிப்பதை விட்டு விட்டு மேட்டில் நின்று வேடிக்கைப் பார்த்தேன். புதிய நீர் ஊற்று விட ஆரம்பித்தது. சகதியான தண்ணீரை அள்ளி ஒருவர் ஒருவர் வீசி விளையாடினார்கள். பிறகு அவர்கள் மேலேறி வந்து என்னுடன் அமர்ந்து கொண்டார்கள். ராமையாவை அழைத்துச் சென்றவர் தோட்டத்துக்காரரிடம் பணம் வாங்கிக் கொண்டு வந்தார். ராமையா எனக்கு பணம் தந்தான். நான்கு நாட்கள் சம்பளத்தைத் தந்தான். எனக்கு சந்தோசமாக இருந்தது. முதன்முதலாக நான் சம்பளம் வாங்குவது போல உணர்ந்து அங்கிருந்தவர்களுடன் டீயும் சிகரெட்டும் குடித்தேன். அன்றிரவு ஊருக்குப் புறப்பட்டோம். ரயிலேறி செல்லலாமென்று அவர்கள் சொன்னார்கள். அவர்களுடன் ரயில்வேஸ்டேஷன் சென்றேன்.

6

மார்கழி மாதத்தின் தொடக்கத்தில் திரும்பவும் வீட்டிற்கு வந்தேன். எனக்கு வேலை செய்வதற்கு விருப்பமில்லை என்று விருப்ப ஓய்வு பெற்றுக்கொண்டு பணத்தை முழுவதும் வங்கியில் சேமித்து விடலாமென்ற திட்டத்தில் இருந்தேன். அம்மா ஒரு நோயாளியைப் போல உருமாறியிருந்தாள். துயரம், வீட்டில் உபயோகப்படுத்தும் ஒரு பொருளைப்போல் அவளுக்குள் சேர்ந்து கொண்டிருந்தது. யாரும், யாருடனும் கவலையை பகிர்ந்து கொள்வதில் விருப்பம் கொள்ளவில்லை. அது தேவையுமில்லை என்பது போல இருந்தனர். அப்பா அவர் வளர்க்கும் நாயை குழந்தையைப் போல் சீராட்டிக் கொண்டிருந்தார். அதனுடன் பேசுவதும், அருகாமையில் உறங்கு வதுமாக இருந்தார். இப்போது அவரது கவலையெல்லாம், தெரு நாய் ஏதாவது வீட்டிற்குள் வந்து இந்த நாயை கடித்துவிட்டுச் சென்றுவிடக்கூடாதே என்பது தான். அவர் பாதுகாப்புடன் இருந்தார். அவரது மீதி வாழ்வு, தான் வளர்க்கும் நாய் குட்டியுடைய சந்தோசத்தை முன்னிட்டு தான் என்பது போல எனக்குப்பட்டது. நான் அவரை தொந்தரவு செய்யவில்லை. மனமுமில்லை. அவரிடம் வேலையை விட்டுவிட்டு தும்மலக்குண்டிற்கு சென்றுவிடப் போகிறேன் என்று சொன்னேன். அவர் என்னிடம் எதுவும் பேசவில்லை. நாயுடன் பேசியபடி இருந்தார். தும்மலக்குண்டில் இருப்பது தெரியாமல் வீட்டு விலாசத்திற்கு உமாதேவி எனக்கு கடிதம் எழுதியிருந்தாள். அம்மா அக்கடிதத்தை எடுத்து என்னிடம் காண்பித்தாள்.

அவள் கடந்த மாதம் எனக்கு அனுப்பியிருந்த கடிதம். அக் கடிதத்தை படித்து முடித்து விட்டு அம்மாவிடம் அவள் எழுதி யிருந்த கடிதத்தைப்பற்றி சொன்னேன். அவள் தங்களுக்கு எல்லாம் தெரியும் என்பது போல பேசினார்கள். உமாதேவி, ஏன் இன்னமும் ரஞ்சனியை பற்றியும் அவளது குழந்தையைப் பற்றியும் நினைத்துக் கொண்டிருக்கிறாய். அவள் வேறு ஒரு திருமணம் செய்து கொண்டு வேலைக்குச் செல்கிறாள். செல்வத்தின் நினைவுகளிலிருந்து முழுமையாக விடுபட்டவள் போலதான் தெரிகிறது. அவளை ஒரு முறை சந்தித்த போது அவளது அளவிற்கு அதிகமான அலங்காரம் என்னை நிம்மதியிழக்கச்செய்துவிட்டது. அவளுக்கு வாய்த்திருக்கிற கணவனுக்காக கூட இது அமைந்திருக்கலாம் என்று என்னை சமாதானப்படுத்திக்கொண்டேன். எனக்கு அவளது செயல்கள் அனைத்தும் புதிதாக இருந்தது.

நீ இன்னொரு திருமணத்திற்கு உடனடியாக யோசிக்க வேண்டும் என்று எனக்கு கடிதம் எழுதியிருந்தாள்.

கிராமத்தில் ராமையாவுடன் கடந்து ஏழு, எட்டு மாதங்களாக சந்தோசமாக இருந்த பொழுதுகள் அனைத்தையும் கருகி சாம்பலாகி காற்றில் பறப்பது போலிருந்தது. அதே நேரம் அந்த சந்தோச மான தருணம் வாய்த்ததற்கு காரணம் ஒரு வேளை ரஞ்சனிக்கு மற்றொரு திருமணம் அமைந்ததாக கூட இருக்கலாம். எனது உள்மனதின் செயல்பாடுகள் அனைத்தும் அந்தந்த காரணங்களுக் காக அந்தந்தப்பொழுதில் பலனையும் விளைவையும் பிரதிபலித் திருக்கிறது. எனது மகிழ்ச்சியான இந்நாட்களில் தான் ரஞ்சனி அவளது விருப்பமான வாழ்க்கையைத் தேர்வு செய்து கொண் டிருப்பாள் என்று தோன்றுகிறது. அவளது இந்த காரியத்தின் மூலம் ஒரு நிழலைப் போல தொடர்ந்த அவளது துயரங்கள் முழுவதும் முற்றிலுமாக விலகிச் சென்றுவிட்டது என்று தான் சொல்லத் தோன்றுகிறது. அவளது விருப்பங்கள் இதுதான் என்றால் அதற்கு யாரும் தடைவிதிக்கப்போவதில்லை. அவளது விருப்பத்தை வேறு யாரேனும், நிறைவேற்றிவைக்கத் தான் போகிறார்கள்.

அவளை வேறு ஒரு அந்நியமான நபருடன் இணைத்துப் பார்ப்பதில் எனக்கு உடன்பாடு இருந்தது. அது எனது தனிப்பட்ட விருப்பமும் கூட. மேலும் சொல்வதென்றால் அவள் என்னை அவளுடனான உடலுறவுக்காகத் தான் ஏங்கி கல்யாணம் செய்து கொண்டிருப்பதாக நினைத்துக்கொண்டிருக்கிறாள். அந்த நினைப்பு அவளிடமிருந்து நீங்க இந்த சந்தர்ப்பம் சரியாக இருக்கும். ஏனெனில் அவளது திருமணத்திற்கு பிறகான அவளது இல்லற வாழ்க்கை முழுமையாக அமைய வேண்டுமென்றால் அவளும் குறைந்த பட்சம் ஒரு குழந்தையாவது பெற்றுக்கொள்ள வேண்டும். அதை தான் அவளும் அவளது புதிய கணவனும் விருப்பமாக கொண் டிருப்பார்கள் என்று நினைத்தேன்.

கடிதத்தைப் படித்து முடித்துவிட்டு அப்பாவின் அருகில் நின்றேன். அப்பா என்னை ஏறிட்டுப் பார்க்கக்கூட இல்லை. அவர் தனது செல்ல நாயுடன் விளையாடிக்கொண்டிருந்தார். அவர் நாயுடன் பேசுவதும், விளையாடுவதும் எனக்கு உமாகுட்டியுடன் விளையாடி பேசுவதை நினைவுப்படுத்தியது. மிக தாமதமாகத் தான் உணர்ந்து கொண்டேன் என்று சொல்லவேண்டும். அப்பா தனது பேத்தியின் நினைவுகளாகத் தான் இன்று வரை இருக்கிறார் என்பதை நினைக்கும் போது என்னால் மேற்கொண்டு ஒன்றும் செய்யமுடியவில்லை. கனகு அக்காவுக்கு ஃபோன் செய்து சொன்னேன். அவள் ஒன்றும் பேசாமல் எனக்குத் தெரியும். திருமண வரவேற்புக்கு ரஞ்சனி என்னை அழைத்திருந்தாள் என்று சொன்னாள். ஏன் எனக்கு நீ தெரிவிக்கவில்லை. அப்பாவுக்கு தெரியுமா என்று கேட்டேன். அதற்கு அவள் அப்பா தான் அவளுக்கு கல்யாண ஏற்பாட்டை செய்து வைத்தது. ரஞ்சனிக்கு இப்போது

கல்யாணம் செய்திருக்கிற பையனை அவர் தான் பார்த்து முடிவு செய்தது என்று சொன்னாள்.

அப்பா நீங்கள் ஏன் இப்படியான காரியத்தை செய்தீர்கள். இது எனக்கு துரோகம் செய்தது போல தான் அப்பா. என்னைத் தனியாக விட்டுவிட்டு நீங்கள் அனைவரும் அவரவர்களுக்கான வழிகளில் பயணிக்கத் தொடங்கிவிட்டீர்களே என்று பார்த்து பேசாமல் மனதில் நினைத்தபடி நின்றிருந்தேன். நான் நினைத்ததை அவர் உணர்ந்தவராகத் தான் இருந்திருப்பார் போல. எனக்கு வீட்டில் இருக்கவேப்பிடிக்கவில்லை. வீட்டைவிட்டு உடனடியாக எங்காவது சென்றுவிட வேண்டுமென்று தோன்றியது. எனது வேலையை விட்டுவிட்டு தும்மலக்குண்டில் இருக்கப் போகிறேன் என்பதை சொன்ன போது அப்பாவும், அம்மாவும் ஒன்றும் பேசாமல் இருந்ததற்கு அடிப்படையான காரணம் இதுவாகத்தான் இருக்கும் போல. அவர்கள் என்னை எதன் பொருட்டு நிராகரிக்கிறார்கள் என்று தெரியவில்லை. அல்லது எதன் பொருட்டு என்னை புறந்தள்ளுகிறார்கள் என்றும் தெரியவில்லை. ஊரில் இருக்கும் போது மாலை நேரங்களில் செல்லும் ரயில் ஸ்டேஷனுக்குச் சென்று வர நினைத்தேன்.

அன்று மாலையில் ரயில்வேஸ்டேஷனுக்குச் சென்றேன். தூரத்தில் தெரிந்த ரயில் பெட்டிகளின் சிவப்பு நிறமும், பச்சை நிற எஞ்சின் பெட்டியும் எனக்கு எனது சகோதரியை ஞாபகப்படுத்தியது. வழக்கமான இடத்தில் அமர்ந்து கொண்டேன். எனக்கு தெரிந்தவர்கள் இரண்டு மூன்று பேர்கள் நடைமேடையில் நடந்து வந்து கொண்டிருந்தார்கள். அவர்கள் என்னை கவனித்துவிட்டு வருகிறார்கள் என்று தோன்றியது. தூரத்தில் அப்பா அவரது நாய் குட்டியுடன் நடந்து வந்து கொண்டிருந்ததைப் பார்த்தேன். அவரும் மாலை நேரத்தில் ரயில்வேஸ்டேஷன் வந்து செல்வது பழக்கமாயிருந்திருக்கிறது போல. அவர் என் அருகாமைக்கு வராமல் வேறு பக்கமாக நடந்து சென்றார். பிறகு எழுந்து வீட்டிற்கு வந்துவிட்டேன். அவர் அன்றிரவு வீட்டிற்கு வரும் போது வாசலில் அமர்ந்திருந்த அம்மா, அவரிடம், "அவனுக்கு ஒரு பெண்ணை பார்க்க வேண்டாமா. அவன் இந்த வயதிலே தனியாக இருந்து சாகனுமின்னு என்னா தலையெழுத்தா?" என்று மெதுவாக கேட்டாள். அப்பா ஒன்றும் பேசாமல் நாய் குட்டியுடன் வீட்டிற்குள் நுழைந்தார். அவளுக்கு என்ன தோன்றியதோ, தலையில் அடித்துக் கொண்டு அழத்தொடங்கினாள்.

அவராக சமையலறைக்குள் சென்று தட்டில் சாப்பாட்டைப் போட்டு சாப்பிடத் தொடங்கினார். அவருக்கு தண்ணீர் மோந்து வைக்கக்கூட அம்மா வரவில்லை. அறைக்குள் சென்று படுத்துக் கொண்டாள். எனக்கு பசியும் உறக்கமும் ஒருசேர வரத்தொடங்கியது. எழுந்து அவர் முன்பாக

அமர்ந்து கொண்டேன். தட்டை எடுத்துவைத்துக் கொண்டு சோற்றை எடுத்துப்போட்டுக் கொண்டேன். அப்பா சாப்பிட்டு எழுந்து அவரது அறைக்குச் சென்று விட்டார். எனக்கு தட்டில் இருந்த சாதத்தை பாதிக்கு மேலாக சாப்பிட முடியவில்லை. தொடர்ந்து விக்கிக்கொண்டே வந்தது. தண்ணீரைக் குடித்துக்குடித்து வயிறு நிரம்பத் தொடங்கியது. அம்மாவை எழுப்பி சாப்பிடச் சொன்னேன். அவள் மறுத்துவிட்டுப் படுத்துக்கொண்டாள். இரவில் திரும்பவும் கனகு அக்காவுடன் பேசினேன். அவள் இந்த கோடைவிடுமுறைக்கு வருவதாகவும், அடுத்த வருடம் என்றால் பெரியவள் சடங்காகிவிடுவாள் வேறு எங்கேயும் போகமுடியாது என்று என்னிடம் சொன்னாள். காலம் எவ்வளவு வேகமாக உருண்டபடி இருக்கிறது என்று நினைத்துக்கொண்டேன். அக்கா சொன்னது போல ஆறு நிழலையும் பால்யகாலத்தையும் இழுத்துக்கொண்டு போவது போல கனகு அக்காவின் பிள்ளையின் சிறுவயது பிராயத்தையும் முடித்து வைத்துவிட்டது என்று தான் தோன்றுகிறது.

கனகு அக்கா சொன்னது போல கோடைவிடுமுறைக்கு வந்தாள். அவள் பிள்ளைகளில் மூத்தவளும் வந்திருந்தாள். அவளிடம் நான் பேசிக்கொண்டிருந்தேன். அவள் செல்ஃபோனில் விளையாடிக் கொண்டிருந்தாள். தொடர்ந்து அவளது தோழிகளுக்கு செய்திகள் அனுப்பிக் கொண்டேயிருந்தாள். அவளுக்கு இதன் பொருட்டு தனிமையும் ஒரு இடமும் தேவைப்பட்டது. அவள் எனது அறைக் குள் போய் அமர்ந்து கொண்டாள். சத்தம் போட்டு விளையாடும் பிள்ளைகளது பருவம் முடிந்துவிட்டது போல. அவரவர்கள் தங்களுடனிருக்கும் அந்தரங்கமான பொருட்களுடன் தங்களது பொழுதுகளை கழிக்கத் தொடங்கினார்கள்.

கனகு அக்கா என்னிடம் எதாவது பேசுவாள் என்று காத் திருந்தேன். அவளும் அம்மாவைப்போல எனக்கொரு திருமணம் செய்து வைக்க விரும்புவாள் என்று நினைத்தேன். அவள் எதைப் பற்றியும் பேசவில்லை. அவளது கணவனின் வேலைபளுவையும் பள்ளிக்குச்செல்லும் பிள்ளைகளின் படிப்பைப்பற்றியுமே அம்மாவுடன் பேசிக்கொண்டிருந்தாள். கனகுவை பார்க்கும் போது எனக்கு ஆங்காரமாக வந்தது. அவள் தானே எனது சந்தோசத்தை பறித்து ஆற்றங்கரையில் குழிதோண்டி புதைத்தவள் என்று நினைத்தேன், அவள் மட்டும் எனக்கு ரஞ்சனியை திருமணம் செய்து வைக்காமல் இருந்திருந்தால் இத்தனை காலம், எவ்வளவு இழப்புகளை இழந்திருக்கவேண்டியதில்லை என்றுதான் நினைக்கத் தோன்றியது. அதே நேரம், ஒரு வேளை ரஞ்சனியுடன் வாழும் வாழ்க்கையைப் பற்றியும் கற்பனை செய்யத் தோன்றியது. அவளுடன் சேர்ந்து வாழ்ந்தால்

எப்படியிருந்திருக்கும் என்று நினைத்துப் பார்த்தேன். என்னால் ஒரு கணநேரத்தில் மேல் அவளுடன் இணைந்த வாழ்க்கையை கற்பனையால் கூட மீட்டெடுக்க முடியவில்லை. பாதியிலேயே அறுந்து விட்ட ஒரு பட்டத்தைப் போல தான் அந்தரத்தில் பறந்து கொண்டிருந்தது அவளுடனான வாழ்வைப் பற்றிய கற்பனை.

அக்கா ஆற்றங்கரைக்கு என்னை அழைத்தாள். என்னால் வரமுடியாது என்று உறுதியாக சொன்னேன். அவளும் என்னை கட்டாயப்படுத்தவில்லை. முன் கூட்டியே தெரிந்து வைத்திருந்தவள் போல அப்பாவை அழைத்துக்கொண்டு நடந்தாள். அவள் போன பிறகு நான் அம்மாவைப் பார்த்தேன். அவள் என்னை நேரிட்டுப் பார்க்கமுடியாதவளாக சமையலறைக்குப் போய் வேலை செய்யத் தொடங்கினாள். அவளுக்கு ஏதாவது வேலையைத் தொடர்ந்து செய்து கொண்டிருந்தால் போதும். என்னால் அவளைப் போல நிதானமாக இருக்கமுடியவில்லை . என் மனதில் வீட்டிலிருந்தவர்கள் அனைவரும் அயோக்கியர்களாக மாறத் தொடங்கினார்கள்.

என்னால் இப்போது என்ன செய்யமுடியும். அல்லது என்ன செய்யலாம் என்று யோசித்தபடி இரவு முழுக்க விழித்திருந்தேன். எனக்கு உறக்கம் வரவில்லை. கனகு அக்கா எப்போது வந்தாள், பிள்ளைகள் சாப்பிட்டார்களா என்று தெரியவில்லை. அதிகாலை யில் அம்மா வாசல் தெளிப்புக்காக கதவைத் திறந்த போது நானும் எழுந்து கொண்டேன். அவளது முகத்தை பார்த்தேன். இரவு முழுக்க தூங்காதிருந்த விழிகள். எனது பையை எடுத்துக் கொண்டேன். என்னிடமிருந்த அனைத்து துணிகளையும் எடுத்து திணித்து வைத்திருந்தேன். அவளிடம் எதுவும் பேசவில்லை.

தெருவைத் தாண்டிச் சென்ற பிறகு நாய் குலைக்கும் சத்தம் கேட்டது. வீட்டிலிருந்த நாயை அம்மா கையிலிருந்த விளக்கு மாறால் அடிப்பதை என்னால் புரிந்து கொள்ளமுடிந்தது. அதைத் தொடர்ந்து அம்மா அழுகின்ற சத்தமும், அப்பா அவளை அடிக்கின்ற ஓசையும் கேட்டது. நான் எதையும் பொருட்படுத்தவில்லை. பேருந்து நிலையத்திற்குச் சென்றேன். ராமையாவுடன் சிறிது நாட்கள் இருந்துவிட்டு பிறகு வேறெங்காவது போய்விடலாமென்று நினைத்து பேருந்தில் ஏறி அமர்ந்து கொண்டேன்.

தும்மலக்குண்டில் இறங்கிய போது விடிந்திருந்தது. எனது அறைக்குச் சென்று உறங்கிவிட்டேன். அன்று முழுக்க உறங்கினேன். இரவில் குளத்துப்பக்கம் சென்று அமர்ந்து கொண்டேன். சாராயம் விற்றுக் கொண்டிருந்தவர்கள் மட்டும் தான் இருந்தனர். சூடாக தட்டப்ப யிறும் கருவாட்டுத்துண்டும் வாழை இலையில் வைத்திருந்தனர்.

பயிரை வாங்கி தின்னத்தொடங்கினேன். உப்பு கூடுதலாக இருப்பதாக அவர்களிடம் சொன்னேன். அவர்களும் சிரித்துக் கொண்டு சட்டி யிலிருந்த பயிரைக்கிளறிவிட்டுக் கொண்டார்கள். இரவு நெடு நேரத்திற்குப்பிறகு ராமையாவும் மற்றொருவனும் வந்து சேர்ந்தார்கள். ராமையா தலைவாரி இருந்தான். புதுசட்டைப் போட்டிருந்தான். என்ன ராமையா என்ன விசேஷம் என்று கேட்டேன். என்னை பார்த்ததும் சிரித்தபடி அருகில் வந்து அமர்ந்து கொண்டான். அவனுடன் வந்தவனும் எனது பக்கத்தில் அமர்ந்து கொண்டார். "ஸார் இவரு தான் வீர லெட்சுமியோட புருஷன். இப்போ இவங்க வீட்டிலே தான் எங்க மதினியார் இருக்காங்க" என்றான். எனக்கு முதலில் புரியவில்லை . ராமையா அவனது மதினியார் என்று யாரை சொல்லுகிறான் என்பதை என்னால் புரிந்துகொள்ளமுடியவில்லை. அவனிடம், "உன்னோட சம்சாரம் தானே ராமைய" என்று கேட்டேன். அவனும் ஆமாம் ஆமாம் என்று தலையை ஆட்டியபடி கண்ணாடி தம்ளரை வாங்கி குடித்தான்.

"இவரைத் தான் ஸார் எங்க மதினியார் கல்யாணம் செய்துட்டாங்க. மூன்று நாளைக்கு முன்னாடி இரண்டு பேரும் யாருக்கும் தெரியாமல் கல்யாணம் செய்துட்டாங்க. அப்புறம் பஞ்சாயத்துப் பண்ணி நாங்கத் தான் இவங்களை சேர்த்து வைச்சோம்" என்றான்.

எனக்கு என்ன பேசுவது என்று தெரியவில்லை. ஏன் இவ ரோட இருக்கிறதுக்கு பேசாமல் உங்க மதினியார் உன்னோடவே இருக்கலாமில்லை. ஏன் இன்னொரு கல்யாணம் செய்துக்கனும்" என்று கேட்டேன். அவன் "ஸார் அவங்களுக்கு என்னைப் பிடிக்கலைப்போல" என்று சொன்னான். எனக்கு ரஞ்சனியின் ஞாபகம் வந்தது. அவளை மனதில் நினைத்துக்கொண்டேன்.

சீனி ஆசாரி வீட்டுப்பிள்ளைகள்

எருவு தட்டி காய்ந்த மதிலில் வறட்டியில்லாத போதும் வட்ட வட்டமாய் வறட்டியின் அடையாளம் இருப்பது மாதிரி தான் பழைய நினைவுகள் ஈஸ்வரியிடம் இருந்தன. ஈஸ்வரி ஏறிய வண்டி அழகாகயில்லை. வண்டியில் பூட்டிய குதிரை சிவப்பு நிறத்தில் இருந்தது. வண்டிக்குள் வைக்கப்போருக்கு மேலே சாக்குதான் விரிந்து கிடந்தது. கல்யாணத்தன்று வந்த குதிரை வண்டியில் ஜமுக்காளம் விரித்திருந்தார்கள். உட்கார்ந்து போக ஆசையாகயிருந்தது. ஈஸ்வரி, அந்த வண்டிக்குள் கண்ணாடியிருந்ததை இப்போது நினைத்துக்கொண்டாள். அவள் அமர்ந்திருந்த பக்கம் மதுரைவீரன் படமும், மாப்பிள்ளை பக்கம் கட்டபொம்மன் படமும் ஒட்டியிருந்தது. இப்போது அவள் வருகிற வண்டியில் ஒன்றுமில்லை.

"இந்த ஊருக்கு எப்போ பஸ் வருமென்று பேசிக்கிறாங்க"

"எனக்கென்ன சாமி தெரியும்" குதிரை வண்டிக்காரன் இருமிக் கொண்டு ஈஸ்வரியின் வீட்டுக்காரருடன் பேசினான்.

சொர்ணத்தாயின் தோப்பில் புதுசாய் பம்பு செட் போட்ட போது கரண்ட் ரூம்பில் லெட்சுமி வெளியே காவல் காத்து நின்றதை அவளால் நினைக்காமல் இருக்க முடியவில்லை. அவர்கள் துணி துவைத்து முங்கு நீச்சலில் ஒளிந்து விளையாடிய குளம் வற்றிக் கிடக்கிறது. வெளிக்கிருக்க உட்கார்ந்து விட்டு வருகிறார்கள்.

வீட்டுக்குப் போனதும் வீருசின்னுவை தான் பார்க்க போக வேண்டுமென்று நினைத்தாள். ஈஸ்வரியும், லெட்சுமியும், வீருசின்னுவும் ஒன்றாக படித்தார்கள். வீருசின்னு வீட்டில் கோவில் திருவிழாவின் போது கூடையில் மொளைப்பயிறுப் போட்டு வைத்திருப்பார்கள். வீருசின்னு தான் ஒவ்வொரு கூடையிலும் பெயர்களை எழுதுவாள்.

பிறகு திருவிழாவின் கடைசி நாளில் அவளிடம்தான் எல்லாரும் வந்து வாங்க வேண்டும். ஊரே காத்துக் கிடக்கும் அவளுக்கு முன்னால்.

பெரிய மனுஷிகள் மாதிரி மூன்று பேரு பாவாடையைத் தூக்கிக்கொண்டு மொளப்பயிறு கூடைக்களுக்கெல்லாம் தண்ணீர் தெளித்து பந்தல் நிழலில் தூக்கி வைப்பார்கள். பந்தல் நிழலில் அப்படியே குத்த வைத்து உட்கார்ந்து விடுவார்கள். குளுகுளுவென இருக்கும். வியர்த்து உடலெல்லாம் தண்ணீர் வடியும். கத்திக்கத்திக் கூடைகளைத் தூக்கித் தந்த உடம்பு வலிக்கும். அப்படி கூடையைத் தூக்கி விடுவார்கள்.

"உங்க மூனு பேருக்குத் தான்டி கோயிலே கும்புடுறாங்க ஊருலே"

பந்தலில் கட்டியிருந்த ரேடியோ குழாய்களிலிருந்து பாட்டு வந்து கொண்டிருந்தது. ஈஸ்வரியின் கல்யாணத்தின் போது கூட நிறைய்ய பாட்டுக்கள் போட்டார்கள். ஒன்றுமே மனசோடு சேர்ந்து இவளால் பாடமுடியவில்லை. சோலைநாயக்கன்பட்டியில் வைத்து தான் திருப்பூட்டு நடந்தது. அன்னக்கிளி உன்னைத் தேடுதே பாட்டை இவள் கேட்க வேண்டும் என்று நினைத்திருந்தாள். ரேடியோகாரன் கடைசி வரை அந்தப்பாட்டைப் போடவே இல்லை.

திருவிழா நேரத்தில் புதுசாய் பாவாடை சட்டை எல்லாம் அவர்களுக்கு கிடைத்துவிடும். ஊரில் இவர்களோடு சேர்ந்து பிள்ளைகளுக்கெல்லாம் புதுசு கிடைக்கும். மூனு பேருக்கும் ஒரே மாதிரி ஒரே கலரில் ஒரே அளவில் கிடைப்பதில்லை. வீருசின்னு குளவை நன்றாக போடுவாள். அவள் வீட்டுக் கிழவியிடமிருந்து தெரிந்துகொண்டதாக லெட்சுமி யிடமும் ஈஸ்வரியிடமும் சொல்வாள். லெட்சுமிக்கும் ஈஸ்வரிக்கும் குளவை இடுவதற்கு உடனே வருவதில்லை. அவர்களும் நாக்கை வளைத்துப் பார்த்தார்கள். வரவில்லை.

லெட்சுமி இராத்திரியெல்லாம் கண்முழித்து குளவைப் போட்டு பழகினாள். பொங்கல் லீவு முடிந்து பள்ளிக்கூடம் போகும் போது மூனு பேரு புதுசைத்தான் கட்டிக்கொண்டுப் பித்தளைத் தூக்குச் சட்டியை தூக்கிக் கொண்டு, பள்ளிக்கூடத்து ரோட்டெல்லாம் சட்டியை ஆட்டியபடி நடப்பார்கள். பள்ளிக்கூடத்தில் மத்தப் பிள்ளைகளெல்லாம் பித்தளை சட்டியை கேலி செய்வார்கள். கேப்பைப் புட்டை தூக்குச்சட்டியில் அமுக்கி அழுக்கிகொண்டு வந்து வீருசின்னுவும், ஈஸ்வரியும், லெட்சுமியும் சாப்பிடுவார்கள்.

மந்தைக்கு ஒன்னாப்போய் திரும்பி வந்து விளக்குப் போட்டதும், கதைப் புத்தகத்தை எடுத்து வைத்துப்படிப்பார்கள். ஒருவர் படித்து ஒருவர் கேட்பார்கள். பல்லாங்குழி விளையாட்டில் காசிப்பிரிக்கும் போது சண்டை போட்டது கிடையாது. முத்தம்மாவின் மகள்

கனகத்துடன் பல்லாங்குழி விளையாடி காசு பிரிக்கும் போது சண்டையே வந்துவிட்டது. பல்லாங்குழி நடுரோட்டில் போட்டு உடைத்து விட்டு ஒருவர் முகத்தில் ஒருவர் முழிக்காமல் சண்டை போட்டு பேசாமல் இருந்தார்கள். கனகுக்கு இன்னமும் கல்யாணம் முடியவில்லை. அவளிற்கு மாமா மகனையே கல்யாணம் செய்து வைக்கப்போவதாக மந்தைக்குப் போன போது அவள் யாரிடமோ பேசிக்கொண்டிருந்ததை ஈஸ்வரி கேட்டாள்.

ஈஸ்வரியும் லெட்சுமியும் வீருசின்னுவும் கால் நீட்டி புளியம் பழம் தட்டிக்கொண்டிருந்த போதுதான் லெட்சுமி ஆளானாள். ஒட்ட நொய்யீத் தாதே என்று அவர்களிடம் சொன்னாள். வரிசை யாக ஈஸ்வரியும், அப்புறம் வீருசின்னும் ஆளானார்கள். ஆவணி யில் ஈஸ்வரிக்கும் கார்த்திகையில் வீருசின்னுவும் தை கடைசியில் லெட்சுமிக்கும் கல்யாணமானது.

"ரண்ட ரண்ட"

"பரண்ட பரண்ட"

"ஏக பத்திரி சென்னங்கேயித்தேரவா"

தெருவே குதிரை வண்டியிலிருந்து ஈஸ்வரியும் துரைசாமியும் இறங்கியதும் கேட்டது. ஈஸ்வரியின் தங்கச்சி விஜயாவும் வண்ணாத்தி மகள் ருக்குமணியும் கோல நோட்டோடு ஓடிவந்து பக்கத்தில் நின்று கொண்டார்கள். விஜயாவுக்கு கலர் பூந்தி ரொம்பபிடிக்கும். வைத்திருந்து வைத்திருந்து நாள் பூராவும் தின்று தீர்ப்பாள். அவளிடம் கொடுத்துவிட்டு அம்மாவிடம் சொன்னாள். வீருசின்னு வீட்டுக்குப் போக வேண்டுமென்ற ஆசை அவளுக்கு. சோலை நாயக்கன்பட்டி யிலிருந்து குதிரை வண்டியில் ஏறி உட்கார்ந்ததும் வந்துவிட்டது. ஈஸ்வரியிடம் அவளது அம்மா சொன்னாள்,

"வீருசின்னு, இன்னும் வரலை"

"பொங்கலுக்கு கூப்புட்டாங்களாம்மா அவங்க வீட்டுலே"

"கூப்பிடாமலா இருப்பாங்க"

இங்கேயிருக்கும் தொட்டப்பநாயக்கன்பட்டியிலிருந்து வீருசின்னு ஏன் வர்றல என்று ஈஸ்வரிக்கு யோசனை செய்ய தெரியவில்லை. வந்துவிடுவாள் என்று நம்பி அம்மாவோடு சேர்ந்து வெங்காயம் நறுக்கினாள். அவளுக்கு கண் எரிந்து கண்ணீ ராக வந்தது. தொட்டநாயக்கன் பட்டியிலிருந்து வரும் வீருசின்னு வினால் பள்ளிக்கூடத்தை பார்க்க முடியாது தான். லெட்சமி சின்னமனூரிலிருந்து வரும் போது பார்ப்பாள் என்று நினைத்துக் கொண்டு துரைசாமிக்கு

சாப்பாடு போட்டாள். அடியே வாங்கடி இன்னும் என்னாடி அங்கன செய்யுறீங்க இங்க நான் மட்டும் தவியாத் தவிக்கிறது தெரியலைய என்று மனதிற்குள்ளாக புலம்பிய படி இருந்தாள்.

ரெங்கநாதப்புரத்திலிருந்து சுடுகாடு தாண்டி பள்ளிக்கூடம் வரும் ஈஸ்வரியும் லெட்சுமியும் வீருசின்னுவும் நடந்தே போய் நடந்தே திரும்பினார்கள். ஈஸ்வரியின் ஒத்தசடையை, லெட்சுமி இரட்டை சடையாக சுடுகாட்டு புளியமரத்தின் நிழலில் நின்று மாற்றுவார்கள் மடமடவென்று பின்னும் நெளிவு சுளிவு எவளுக்குமே இந்த ஊரில் இன்னும் வரவில்லை.

ஈஸ்வரி இரும்பில் கால் தடைப்போட்டு குடிசைக்கட்டி உட்கார வைத்த போது பூ வைத்து அலங்காரம் பண்ணி பொறுமை யாக தாவணி கட்டிவிடுவாள். ஈஸ்வரிக்கும் வீருசின்னுவுக்கும் எப்படியோ கருவாட்டுக்குழம்பு செய்யும் பக்குவம் தெரிந்து விட்டது. நிலா வெளிச்சத்தில் செம்மண்ணில் மூவரும் பேசிய பேச்சுக்கள் தான் இந்த மரங்கள் குடித்து வளர்ந்திருக்கின்றன போல. பங்குனி, சித்திரையில் குளம் வற்றிய போது சொர்ணத் தாயின் தோப்பில் பம்பு செட் போட்ட போது, லெட்சுமி கூப்பிட்டுக்கொண்டு போனாள். சொர்ணத்தைக்கு மகனில்லை. லெட்சுமி தான் எல்லாமே. லெட்சமிக்கு ஆசை தான். ஈஸ்வரிக்காவது தனக்காவது ஒரு அண்ணன் இருந்திருக்கக்கூடாதா என்று கவலைப்பட்டாள். இந்த ஊரில் யாருக்கும் எதுவும் கொடுத்து வைக்கவில்லை. ஈஸ்வரிக்கும் துரைசாமிக்கும் கல்யாணம் நடந்து முடிந்தது. லெட்சுமி துரையை அண்ணே அண்ணே என்று அழைத்தாள்.

லெட்சுமி கூட ஊருக்கு இன்னும் வரவில்லை. வந்தவுடனேயே சொல்லி விடுவதாக சொர்ணம் அத்தை அவளிடம் சொன்னாள். ஈஸ்வரியை பார்த்தது அவர்களது வீட்டுக்கோழிகள் கக்கரப்புக் கரவென ஓடோடி வந்து உடலை குறுக்கி உட்கார்ந்து கொண்டன. கோயிலிலிருந்து வரும் பாட்டுச் சத்தம் கொஞ்சம் கொஞ்சமாக கேட்டது. பாதி கேட்டும் பாதி கேட்காதது அவளுக்கு என்னவோ மாதிரியிருந்தது. இந்த வருஷம் என்ன ஆனது என்று தெரியவில்லை. பைரவசாமி யாரை என்ன செய்துவிட்டது? ஏன் லெட்சுமியையும் வீருசின்னுவையும் இன்னும் இந்த ஊருக்கு வரவிடாமல் செய்திருக்கிறது என்று தெரியவில்லை.

துரைசாமி, ஈஸ்வரியைப் பெண் பார்க்க வந்த போது எனக்கு கல்யாணமே வேண்டாமென அழுதாள். மூனு பேரும் ஒன்னா செத்து போயிடலாம் என்று கூட யோசித்தார்கள். லெட்சுமி, "பாயினே முச்சுனே யாத்துரு மாத்தாடுத்தீயே" என்று சத்தம் போட்டு அழ ஆரம்பித்துவிட்டாள். சொர்ணத்திற்கு விஷயம் தெரிந்து எல்லாரையும் ஒரு போட்டு போட்ட துரும்தான் கல்யாணத்துக்கு ஈஸ்வரி சம்மதம் சொன்னாள்.

வீருசின்னு வீட்டிலிருந்து ஆள் வந்தது. வீருசின்னுவின் மாமியார் இறந்து முப்பது நாள் முடியாமல் எப்படி கோயில் பொங்கலுக்கு அனுப்புறதுன்னு சொல்லிட்டாங்க. உன்னைய எப்ப நான் பார்க்கப்போறேன். பைரவசாமி என்னோட வீருசின்னுவை கொண்டு வரமாட்டீங்களா. உங்க கோயிலுக்கு முளைப் பயிரெல்லாம் போட்டு தண்ணி ஊத்தி வளர்த்தோமே கல்யாணமாயி அவங்கவங்க ஊருக்கு போனதிலிருந்து யாரையும் பார்க்க முடியலையே சாமி. ஈஸ்வரியின் கண்ணீரும் மனதில் வேண்டுவதும் எந்த கல்லு சாமிகளுக்கும் கேட்கப்போவதில்லை.

சடங்காகி முழுசாக மூன்று வாரம் கழிந்து பள்ளிக்கூடம் போன போது புதுசாய் போட்ட இரும்புத் தடை கால் விரலை அழுத்தி இரத்தம் வந்தது. வீருசின்னு தடையை கழற்றி தலையிலிருந்து எண்ணையைத் தடவித் தேய்த்து விட்டாள். லெட்சுமியும் வீருசின்னுவும் ஆளுக்கொருப் பக்கம் நடந்து வந்தார்கள். ஈஸ்வரி தனது கால் விரலை பார்த்தாள். வீருசின்னு தான் அவளுக்கு நினைவுக்கு வந்தாள். ஈஸ்வரி அழுதுவிட்டாள்.

"இதுக்கு ஏன்டி அழுறே ஒரு எட்டு மாப்பிள்ளையோட பொங்கலு முடிஞ்சுப் போய்ட்டுவாங்க" காழுத்தாய் சொன்னாள்.

குளத்தில் கருங்கல் விழும் சத்தம் போல எப்போதும் அவளது காதிற்கு ஒரு சத்தம் கேட்டுக்கொண்டிருக்கிறது. கல் விழுந்தும் சிதறும் தண்ணீராய் தான் மனதிலிருக்கும் கவலைகள் சிதைந்து கொண்டிருக்கிறது. லெட்சுமியுடனும் வீருசின்னுவிடமும் சொல்வதற்குத்தானே அவள் ஊரிலிருந்து வந்தாள். அவர்களும் தன்னைப் போலவே சிதைந்து கொண்டுதான் இருப்பார்களோ. விஜயா அவளை தாயம் விளையாட வாக்கா என்று அழைத்தாள். அக்கா அழுவதை பார்த்ததும் போய்விட்டாள்.

வீட்டின் மதிலில் அவர்கள் மூவரும் நின்றிருப்பது போன்ற புகைப்படம் ஒன்று இருந்தது. இரட்டை ஜடையில் தான் விறைப்பாக மத்தியில் நிற்கவும் இந்தப்பக்கமாக லெட்சுமியும் அந்தப் பக்கமாக வீருசின்னுவும் நிற்பதை அண்ணாந்து பார்த்துப் பார்த்து ஏமாந்து போனாள். லெட்சுமி ஒனக்காகவே ஒத்தை ஜடை போட்டு நிக்குறேன்டி நீ வந்து தான்டி பின்னி விடனும். வாடி சீக்கிரம்மா வாடி. ஈஸ்வரி உம் என்று போட்டோவுக்கு கீழே உட்கார்ந்திருந்தாள். அவளுக்குப் போட்டோ எடுப்பதற்காக போடிக்குப் போய்வந்த நாள் ஞாபகத்திற்கு வந்தது.

"போட்டோ எடுக்கணும் லெட்சுமி"

"போனுருக்கு ஒகு போக்னே"

"நம்மு அப்பாரு சேரி எளண்டனே"

"நாளய ஓவானவா"

திடீரென்று பேசி டவுனுக்குக் கிளம்பிவிட்டார்கள். லெட்சுமி வீட்டுத் தோப்புக்காரன் தான் துணைக்கு வந்தான். லெட்சுமி நீலநிறத்தில் வெள்ளைப்பொடிப் பூ போட்ட சேலை கட்டியிருந்தாள். ஈஸ்வரி குங்குமம் கலரில் சேலை. வீருசின்னுதான் தாவணிப்போட்டு வந்தாள். ஈஸ்வரி தருவதாகச் சொன்ன இராமர் பச்சை சேலையையும், லெட்சுமி தருவதாகச் சொன்ன காப்பிக் கலர் சேலையையும் வேண்டாவே வேண்டாமென்று சொல்லி விட்டாள். அவளிடம் வெள்ளைக்கலரில் தாவணி மட்டுமிருந்தது. ஈஸ்வரியிடம் கத்தரிப்பூ கலரிலிருந்த பாவாடையை வாங்கினாள். ஈஸ்வரி கலர் சட்டையை லெட்சுமியிடமிருந்து வாங்கி கட்டிக் கொண்டாள். இரட்டை ஜடைப் போட்டுவிட்டாள்.

"முருகேசன் மாமா மூனு கலர் படத்திற்கு எவ்வளவு பணம்"

"தெரியலை தாயீ கடையில கேட்போம்"

மூனு கலர் படத்தை முருகேசன் மாமா தான் கண்ணாடி மாட்டிக்கொண்டு வந்தார். மூனு பேரும் வீட்டில் மாட்டி விட்டு சொர்ணத்தை தூக்குச்சட்டி நிறைய தந்த சோத்தை திங்க கொட்டகைக்கு உள்ளே போனான். லெட்சுமியும், ஈஸ்வரியும் தேம்பித் தேம்பி அழுதார்கள். கலர் படத்தை பார்க்க பார்க்க அவளுக்கு அழுகைத் தான் வந்தது. வீருசின்னு சத்தம் போட்டு அழுதாள். ஈஸ்வரியின் அம்மா காமுத்தாய் வந்தாள். செத்த வீட்டில் இருக்கிற மாதிரி மூனு பேரும் வட்டமிட்டு மோதி குனிந்து அழுது கொண்டிருந்தனர். லெட்சுமியின் அப்பா சங்கரலிங்கம் இறந்ததற்கு கூட இப்படி லெட்சுமி அழவில்லை. ஒன்னாகவே மூனு பேரும் அழ ஆரம்பித்து ஒன்னாகவே முடித்துவிட்டனர்.

ஈஸ்வரி அம்மா வாயை மூடுங்க கழுதைகளா என்று எல்லோ ரையும் முதுகில் வைப்பு வைத்தாள். தூசி தட்டி விட்டு எழுந் தார்கள். ஈஸ்வரிக்கு இன்னும் என்னென்னவோ ஞாபகம் வந்தது. வீருசின்னுவுக்கு முள் குத்தி கால் வீங்கி சலம் வைத்து நடக்க முடியாமல் படுத்துக்கிடந்தாள். விடிந்தால் பரீட்சைக்குப் போக வேண்டும். முழுபரீட்சை பாஸ் செய்தால் டீச்சர் டிரெயினிங் படிக்க வைக்க உசிலம்பட்டிக்காவது, இல்லை திருமங்கலத்திற்காவது அனுப்புவதாக சொர்ணம் லெட்சுமியிடம் சொன்னாள்.

லெட்சுமி டீச்சர் என்றால் ஈஸ்வரியும் வீருசின்னுவும் டீச்சர்தானே. லெட்சுமி மட்டும் தனியாக இவர்களை விட்டுவிட்டு போய் விடுவாளா.

வீருசின்னுவுக்கு காய்ச்சல் வேறு வந்துவிட்டது. சாதாரண முள் என்று ராத்திரி காலில் குத்திய போது நினைத்தது. இப்படியாகிவிட்டது. வீருசின்னு பரீட்சைக்கு வரவில்லை. லெட்சுமியிடம் ஈஸ்வரியும் வீருசின்னுவை விட்டுவிட்டுத் தனியாக மந்தைக்கு கூடப்போனதில்லை. பரீட்சைக்குப் போகப் போகிறார்கள். மூன்று பிள்ளைகள் தான் இப்படியென்றால் பிள்ளையைப் பெற்றவர்கள் இப்படியா இருக்க முடியும். திட்டியே உசிரையெடுத்தார்கள். அதற்குப்பின்னடி தான் மாப்பிள்ளைப் பார்க்க ஏற்பாடு தீவிரப்பட்டு வரிசையாக நடந்தது. லெட்சுமி சின்ன மனூரிலிருந்து இன்னமும் வரவில்லை.

முருங்கைமரத்திற்குப் பின்னால் பால் பொங்கி எழுவது மாதிரி நிலா வந்து கொண்டிருந்தது. குதிரை வண்டியின் சத்தம் ஒன்று கூட ஈஸ்வரியின் காதுக்கு கேட்கமுடியவில்லை. ரேடியோவின் சத்தத்திலும் ஈஸ்வரியின் காதுக்கு மட்டுமே கேட்கும் அந்த குதிரை வண்டியின் சத்தம். ஒத்த ஜடையைப் பிரிக்காமல் அப்படியே தான் வைத்திருந்தாள் ஈஸ்வரி. லெட்சுமி உனக்காக ஒத்த ஜடைப் போட்டு நிக்குறேன்டி, நீ வந்து தான்டி பின்னிவிடணும் சீக்கிரமா வாடி.

ஈஸ்வரி வெளித்திண்ணையில் உட்கார்ந்திருந்தாள். விஜயா வோடு, ருக்குவும் பல்லாங்குழி விளையாடிக் கொண்டிருந்தனர். புளியங்கொட்டைகள் ஒவ்வொரு குழியாய் மாறிமாறி விழுந்தது. டொக் டொக் டொக் என்ற சத்தம் ஒரு குழியில் விழுந்து முத்து மேலெழும்பி குதித்து அதே குழிக்குள் விழுந்தது. கோயில் திருவிழாவிற்காக தெரு முழுவதும் இரண்டு கலர் டியூப் லைட் கட்டி யிருந்தார்கள். அவள் வீட்டுக்கு முன் மஞ்சளும் சிவப்புமாக வெளிச்சம் தெரியத்தொடங்கியது. ருக்குமணி கள்ளாட்டை கள்ளாட்டை என்று கத்தினாள்.

2

ஈஸ்வரி சாம்பல் நிறப்பூனையை ருக்குவிடமிருந்து வாங்கிக்கொண்ட போது வேதனை பொறுக்காமல் அழுது விட்டாள். அவளது அம்மா காமுத்தாய் ஈஸ்வரியின் கைகளைப் பிடித்துக்கொண்டு "அழாதடி அழாதடி" என்று தேற்றினாள். புதுப் பொன்னையும் மாப்பிள்ளையையும் குதிரை வண்டியில் சோலைநாயக்கன்பட்டிக்கு அழைத்துக் கொண்டுப் போக ஊரிலிருந்து பெரியவர்கள் வந்திருந்தனர். ஈஸ்வரியும் அவளது தங்கை விஜயாவும் கட்டிப்பிடித்து அழுதுவிட்டார்கள். ஆசாரி வீட்டுப்பிள்ளைகள் தெருவில் நின்று அழுவதை பார்த்த மாரிமுத்துவும், குப்பம்மாளும் அவர்களை தேற்றி விடமுடியாது நின்றிருந்தனர். வண்டிக்காரன் குதிரை வண்டியைத் திருப்பி நிறுத்தி னான். வண்ணாத்தி மகள் ருக்குவிற்கும் அழுகையாகத் தான் வந்தது. விஜயா, அக்காவின் கைகளைப் பிடித்துக்கொண்டு

113

விசும்பினாள். ஈஸ்வரியும் மாப்பிள்ளை துரைசாமியும் குதிரைவண்டியில் ஏறி உட்கார்ந்து கொண்டனர். வண்டித்தெருவை விட்டுத் திரும்பி சென்றதை விஜயாவும் ருக்குவும் பார்த்தபடி நின்றனர்.

ஈஸ்வரி அவர்களை பார்த்துக்கொண்டு தான் வண்டிக்குள் அமர்ந்திருந்தாள். அவள் சாம்பல் நிறப்பூனையை மண் சட்டியில் போட்டு வைத்திருந்தாள். குதிரை வண்டியில் குலுங்கி குலுங்கி வந்தது பூனைக்குட்டி. மண் சட்டியிலிருந்து தலையை நீட்டி பூனைக்குட்டிப் பார்த்தது. ஆடிய மண் சட்டியைத் தூக்கி மடியில் வைத்துக்கொண்டாள் ஈஸ்வரி. ரெங்கநாதபுரம், தர்மத்துப்பட்டி வழியாக குதிரை வண்டி ஓடியது. எலிகள் விளையாடித் திரியும் வயல்களைத் தாண்டி குலுங்கிக்குலுங்கி ஓடியது குதிரைவண்டி.. பூனை மண் சட்டிக்குள் சுருண்டுப்படுத்து, தன் பச்சை நிறக் கண்ணை மூடிக்கொண்டு அப்படியே தூங்கிப்போனது.

ஈஸ்வரிக்கு தன் புருஷன் வீட்டுக் கொல்லைப்புறத்திற்குப் பின்பாகத் தெரியும் ஊரின் வயல்களும் தோட்டமும் தான் நினைவுக்கு வந்தது. திருமணம் முடிந்து ஊரிலிருந்து வந்த இரவில் அவள் கொல்லைப்புறத் திலிருந்தத் தண்ணீர் தொட்டியினருகேதான் அமர்ந்திருந்தாள். தோட்டமும் வயல்களும் நிலா வெளிச்சத்தில் வெள்ளியில் பூசியது போல அழகாகக் கிடந்தது. அவளுக்கு கொல்லைப்புறத்தை விட்டு எழுந்து வர மனமில்லை. எவ்வளவு நேரம் அமர்ந்திருந்தாள் என்று தெரியவில்லை. அவளைத் தேடி துரைச்சாமியே நேராக வந்துவிட்டான். பிறகு தான் அவள் படுக்கையறைக்கு வந்தாள்.

குதிரை வண்டியை விட்டு முதலில் துரைசாமி தான் இறங்கினான். வண்டி நிதானப்பட்டாலும், சக்கரங்கள் இரண்டும் நகர்ந்து கொண்டிருந்தன. வண்டிக்காரன் இறங்கிப் பிடித்துக் கொண்டான். துரைசாமி வீட்டிற்குள் நுழைந்தான். மருவீட்டுக்குப் போய் வந்தவர்கள் பூனையை கொண்டுவந்திருக்கிறார்கள் என்று தெருவிலிருந்தவர்கள் பேசினார்கள். வண்டியை விட்டு இறங்கியதும் முதலில் பூனையை கொண்டுவரக்கூடாது என்று வண்டிக்காரனிடம் தந்துவிட்டாள் ஈஸ்வரி. திரும்பிப்போகும் போது வீட்டிற்குள் விடச்சொன்னாள். இரண்டு பித்தளை அண்டா நிறைய அதிரசமும் முறுக்கும் மஞ் சள் துணியில் இறுகக்கட்டி அனுப்பியிருந்தார் சீனிஆசாரி. ஈஸ்வரி மூன்று பவுன் நகைக்கு ஜொலித்துக்கொண்டிருந்தாள். துரைசாமி வண்டிக்காரனுக்குப் பணத்தை தந்து அனுப்பிய போது, பொழுது சாயத்தொடங்கியது.

ஈஸ்வரி வீட்டினுள்ளிருந்த கேப்பையை முக்காபடி கணக்காய் கையிலெடுத்து முந்தானையில் போட்டுக் கொண்டாள். எலிகளெல்லாம்

கேப்பை மூடையில் தான் ஒளிந்திருந்தது. ஆள் அரவம் கேட்டு இரண்டு எலிகள் மூடையின் ஓட்டையிலிருந்து வெளியேறி வேறொருப் பக்கமாக ஓடியதை ஈஸ்வரி பார்த்தாள். "இருங்கடி, தண்டமாடம் எத்தனை நாளைக்கின்னுப் பாக்கிறேன்" என்று மனதிற்குள் நினைத்தவளாக கேப்பையைத் திரிக்க வீட்டின் வாசல் முன்னிருந்தத் திருகைக்குப் போனாள் ஈஸ்வரி. திருமணம் செய்து வந்த நாளிலேயே இந்த வீட்டில் எலிகள் தான் அதிகமாக யிருக்கிறது என்று துரைசாமியிடம் சொன்னாள். அவனும் என்ன செய்தாலும் எலிகள் போகமாட்டேன் என்கிறது என்று சொன்னான். ஈஸ்வரிக்கு, ருக்குவிடமிருக்கும் பூனையின் ஞாபகம் வந்தது. வீட்டில் பூனை வளர்க்கலாமா என்று கேட்டாள். அவனும் சரி என்று சொல்லிவிட்டான்.

குதிரை வண்டித் தெருவைத் தாண்டிப்போய் கொண்டிருப்பதை பார்த்தபடி நின்றிருந்தான் துரைசாமி. முருங்கை மரத்திற்குப் பின்னால் நகர்ந்து வரும் நிலவைப் பார்த்தாள் ஈஸ்வரி. கேப்பை மாவாக, மாவாக நிலா முருங்கை மரத்தைத் தாண்டி மேலே நகர்ந்துபோனது. முருங்கைப்பூவெல்லாம் வெள்ளை வெளேறென காற்றிலாடியது. வீட்டில் கறிக்குழம்பும் சோறும் சாப்பிட்டுவிட்டுத் தான் வந்திருந்தனர். மறுவீட்டுக்கறிக்குழம்பு ருசியில் துரைசாமி மயங்கிப்போய் சாப்பிட்டதும் அப்படி உறங்கிப் போனான். மதிய உறக்கம் இன்னமும் அவனது கண்களிலிருந்தது. வீட்டில் திறந்து கிடந்த ஜன்னலின் வழியாக நிலவைப் பார்த்தான். நகர்ந்து கொண்டிருந்த நிலவை ஜன்னலின் ஊடு கம்பிகளின் மையத்தின் மேகங்களுடன் பார்ப்பது துரைச்சாமிக்குப் பிடிக்கும். சோலைநாயக்கன்பட்டி நிலவுக்கு மட்டும் தான் அப்படியொரு குளிர்ச்சி இருந்தது. பார்த்துக்கொண்டே யிருப்பதற்கு கொடுத்து வைத்திருக்க வேண்டும்.

காலையில் அவர் கண்ணப்பனுடன் வேலைக்குப் போக வேண்டுமென்ற ஞாபகம் வந்தது. டவுனில் சினிமா தியேட்டரில் வேலை. பெஞ்சுகளை ரிப்பேர் செய்துத் தரச்சொல்லி இரண்டு தடவை ஆட்கள் வந்து கேட்டுச் சென்றிருந்தனர். கண்ணப்பனைத் தான் அவர்களுக்குத் தெரியும். வேலைக்குப்போக வேண்டுமென்று தனது பட்டறை சாமான்களை சாக்குப்பையில் சரி பார்த்து எடுத்து வைத்தார். அவனுக்கு கேப்பைக்களியைத் தின்னத் தின்ன தூக்கம் சொக்கிக்கொண்டு வந்தது.

ஈஸ்வரி, துரைச்சாமியின் அம்மாவின் அருகில் உறங்கிக் கொண்டிருந்த குழந்தையைத் தூக்கிக் கொண்டாள். துரைச்சாமியின் மூத்த தாரத்திற்கு இரண்டு பிள்ளைகள். மூத்தது ஆம்பளைப் பிள்ளை. இளையது பெண். பெண் பிள்ளையைத்தான் துரைச்சாமி வளர்க்கிறார். மூத்தவனை துரைச்சாமியின் அத்தை வீட்டில் வளர்க்கிறார்கள்.

ஈஸ்வரி தனது தோளில் குழந்தையை போட்ட படி வாசலில் நின்றாள். தூரத்தில் மலைகளும் மரங்களும் இருட்டில் கருப்பாக தெரிந்தன. மின்னிய நட்சத்திரத்தை அவள் பார்த்தாள். அவளுக்கு ஏனோ அழுகை அழுகையாக வந்தது. கண்களை துடைத்துக் கொண்டாள். தனது ஊரில் ருக்குவோடும் விஜயாவோடும் நட்சத்திரத்தையும் மலையையும் பார்த்தபடி உறங்கிய இரவுகளையும் அவர்களோடு விளையாடிய நாட்களை திரும்பவும் நினைத்துக் கொண்டாள்.

3

சீனி ஆசாரி காலையில் குளித்து டவுனுக்குப் போவதெற்கெனத் தயாராகயிருந்தார். ஆற்றில் அவரோடு குளித்துவிட்டு வந்திருந்த மாரியும் வெள்ளை வேட்டியைக் கட்டிக்கொண்டு நெற்றி முழுவதும் விபூதியை பூசி புறப்படத்தயாராகத் தானிருந்தான். ஆற்றில் குளித்துவிட்டு வரும் போது கொச்சி ஏரோப்பிளான் திரும்பிக்கொண்டிருந்தது. காமுத்தாய் கேப்பைக்கூழையும் பச்சை வெங்காயத்தையும் தட்டில் போட்டுத் தருவதற்காகக் காத்திருந்தனர். அவனும் ஆசாரியும் வெறும் வயிற்றில் தாலி உருக்கப்போகக்கூடாது என காமு கூழைக்கரைத்துக்கொண் டிருந்தாள். மாரிமுத்து வீட்டு வாசலில் படுத்திருந்தக் கழுதைகள் அரவம் கேட்டு எழுந்து கொண்டன. காமு கரைத்து தந்த கூழை வாங்கி ஆளுக்கு இரண்டு தம்ளர்கள் குடித்தார்கள். அவர்கள் ஊரிலிருந்து டவுனுக்குப் போகும் முதல் டவுன் பஸ் வந்துவிடும் நேரம் தான். மாரிமுத்து சாக்குப்பையில் கட்டியிருந்தப் பட்டறை சாமான்களைத் தலையில் தூக்கி வைத்துக் கொண்டான். தெருவை விட்டுப்போகும் போது பின்னால் கழுதைகள் இரண்டும் நடக்கத் தொடங்கிவிட்டன. காமுவும், குப்பம்மாளும் ஆளுக்கொன்றாய் பிடித்து இழுத்து கட்டிப்போட்டார்கள். கழுதைகள் கத்தத் தொடங்கிவிட்டதைக் கேட்டதும் சீனிஆசாரிக்கு ரொம்பவும் சந்தோசமாகயிருந்தது. தாலி உருக்கி விடுகிற இடத்தில் காணிக்கையெல்லாம் நிறைய்ய வைத்துத் தருவார்கள் என்று மாரியிடம் சொன்னார். மாரியும் சிரித்துக்கொண்டான்.

சீனி ஆசாரிக்கு ஆம்பளப்பிள்ளை இல்லை. மூத்ததாரத்திற்குப் பிறந்த இரண்டு பெண்பிள்ளைகள் மட்டும் தான். உமிநிறமும் ஒடிசலான திரேகமும் கூடிய பிறவி. ஆசாரியின் மகள் தனத்தின் கண்கள்தான் ஆசாரி வீட்டு பேர் சொல்லியது. கண்கள் ஒவ்வொன்றும் ஒத்தைக்கல் மூக்குத்தி மாதிரி. தனலட்சுமியின் அம்மா இறந்த போது தனம் கைப்பிள்ளையாக இருந்தாள். அதற்குப்பிறகுதான் ஆசாரி தூரத்துச் சொந்தத்தில் காமுத்தாயைப் பார்த்து கல்யாணம் செய்து கொண்டார். அவளுக்கு பிள்ளைகள் எதுவும் இல்லை . ஆசாரிக்கு தான் இருமலும் நோக்காடுமாக திரேகம் போய்விட்டது.

116

தாலி உருக்கிவிட பக்கத்து டவுனிலிருக்கிறவர்கள் அழைத்திருந்தனர். பட்டறை சாமான்களையும் உமியோட்டையும் தூக்கிக் கொண்டுப்போக அவரால் முடியவில்லை. தேவாங்குச் செட்டிமார்கள் வீட்டிலேயே வைத்து தாலி உருக்கிவிட வேண்டுமென சொல்லி பஸ் செலவிற்கு ரூபாயைத் தந்துவிட்டுச் சென்றிருந்தனர். மாரியைதான் நம்பி கை நீட்டி பணத்தை வாங்கிக்கொண்டார். அசலூருக்கு ஆசாரியோடு தாலி உருக்கிவிட மாரிமுத்துதான் துணைக்கு சாக்குப்பையைத் தூக்கிக்கொண்டுப் போவான்.

மாரியும் ஆசாரியும் தாலி உருக்கிவிட கிளம்பினார்கள். "காமாட்சியம்மா சாலம்மா சாலு. நா படேபாதை நாத்தோடபோனே" ஆசாரி கண்ணீரோடு உமியோட்டைத் தூக்கி மாரியின் தலையில் வைத்தார். "ஏப்பா நம்ம தலையில் எழுதி யிருக்கிறதுக்கு காமாட்சியம்மாவை ஏன் வையுறே" என்று மாரி அவரை கோவித்துக்கொண்டான். சீனி ஆசாரிக்கு தாலி வேலை மட்டும் தான். 'தாலி ஆசாரி' 'தாலி ஆசாரி' என்று பட்டப்பெயர் அவருக்கு வந்து சேர்ந்துவிட்டது. கரட்டுப்பட்டிப்புதூர், ஜக்கம்மாய் புரம் என்று நாய்க்கமார்களின் அந்தத்தம் கை வந்த கலை போகிற போக்கில் தோது சொல்லி தாலிகளின் அகல நீள நிரைகளுக்கு வாய்க்கும் உருவங்களை பேளுவு தகட்டில் வெட்டிவைத்திருந்தார். அவரது உடம்பில் ஓடும் ரத்தம் *பொட்டுலு பொட்டுலு பொட்டுலு என்று தான் ஓடிக்கொண்டிருந்தது. அந்தத்தின் தோது கேட்க என்று சீனி நைனாவிடம் ஆசாரிமார் இளவட்டப் பபயல்கள் வருவார்கள். நைனாவும் ஆசாரி பிள்ளைகளுக்கு சூதின்றிச் சொல்லித் தருவார். சீனி ஆசாரி ஒரு வேளை சாப்பாடுதான். அதுவும் ராத்திரி மட்டும். பகலில் காப்பியும் வடையுமாக வயிறு காய்ந்து பட்டறையில் உட்கார்ந்து உமியோட்டை ஊதினார்.

சீனி ஆசாரிக்கு உயிர் சிநேகிதம் வண்ணாப்பயல் மாரிதான். "அப்பச்சி எனக்கும் உங்க வேலையை சொல்லிக்கொடுங்க அப்பச்சி நானும் செய்யுறேன்" என்று தாலி உருக்க தலையில் உமி யோட்டைத் தூக்கி வைத்துக்கொண்டு மாரிமுத்து கேட்டான். சீனி ஆசாரி ஒன்றும் பேசாமல் ஏதோ யோசனையில் நடந்தார். "பாரு மாரி காமாட்சியம்மா ஊரு பய வீட்டுக்கெல்லாம் என்னை தாலி உருக்கிவிடக் கூப்பிட செய்யுறா. என் மகளுங்கு கல்யாணத்திற்கு வழி செய்யுறாளா" என்று அவனிடம் கவலையாகச் சொன்னார். மாரி உமியோடு இருந்த இரும்பு கோப்பைத் தட்டை சாக் குப்பையினுள் திணித்துவிட்டபடி ஒன்றும் பேசாமல் நடந்தான். ஆசாரிக்கு மூச்சு வாங்கியது. கொஞ்ச தூரம் நடந்தாலே தவிப்பாற வேண்டியதாக இருக்கிறது. ஆற்றிற்குப் போய்விட்டு வந்து சிறிது நேரம் படுத்திருந்த பிறகு தான் படபடப்பும

___
* தாலி

தவிப்பும் நிற்கிறது.

பஸ் நிறுத்தத்திற்கு வந்த போது அந்த காலை நேரத்தில் இவர்களைத் தவிர வேறு யாரும் நின்றிருக்கவில்லை. நேற்றிரவே பஸ் கண்டக்டரிடம் மாரி சொல்லிவைத்திருந்தான். "அய்யா கல்யாண சமாச்சாரம் லேட் செய்யாதீங்க. ஆசாரி கோபக்காராரு. உமியோட்டிலே புகைப்போட்டு ஏதாவது வாக்குக்கொடுத்துடு வாரு. கரெக்கெட்டா வந்து பஸ்ஸை நிப்பாட்டுங்க" என்று சொல்லி வைத்திருந்தான். பஸ் இன்னமும் வரவில்லை. தேவாரத்திலிருந்து போடிக்கு போகிற பஸ் இந்நேரத்தில் ஒன்றுதானிருக்கிறது. இதை விட்டுவிட்டால் ஊரைத் தாண்டி ரோட்டு விலக்கில் நிற்க வேண்டும். அங்கு சின்னமனூரிலிருந்து, போடிக்கு போகிற பஸ் வரும். ஆனால் நடக்கிற பொழுதில் இந்த பக்கம் ஏதாவது பஸ் வந்து சேர்ந்துவிடும். எந்த சாமி புண்ணியமோ பஸ் வந்து விட்டது. அவர்கள் இருவரும் பஸ்ஸில் ஏறிக்கொண்டார்கள். கண்டக்டர் அவர்கள் கேட்காமலேயே போடிடவுனுக்கு டிக்கெட் தந்து காசை வாங்கிக்கொண்டார்.

பஸ் ஆற்றைக் கடந்து போனது. ஆற்றைப்பார்க்கும் போது ஒவ்வொரு தடவையும் சீனிஆசாரிக்கு தனது சிறுவயது ஞாபகம் தான் வரும். மாரியும் அவரும் சிறுவயதில் ஆற்றுக்குப் போகும் போது கழுதை மேல் ஏறி உட்கார்வதற்கு சண்டை போட்டது இன்னமும் அவருக்கு ஞாபகத்திலிருந்தது. சீனி ஆசாரி தான் பட்டறை வேலைக்குப் போகவில்லை. மாரிமுத்துவோடு துணி வெளுக்கப்போகிறேன் என்று தூக்குச் சட்டியை எடுத்துக்கொண்டு கிளம்பிய போது அவரது அப்பா அடித்த அடியில் வலது குதிங்கால் இறங்கிக்கொண்டது. லேசாக சாய்த்துச் சாய்த்துத்தான் இப்போதும் நடக்கிறார். அதையெல்லாம் நினைத்துப் பார்த்துச் சிரிக்கக்கூட நேரமில்லை. காலம் அதன் போக்கிற்கு அனைவரையும் மாற்றிவிடுகிறது.

காமுத்தாயை இரண்டாம் தாரமாக கல்யாணம் செய்ததால் தான் தனக்கும் தன் குடும்பத்திற்கும் இப்படியாக இருக்கிறது என்று வேதனைப்பட்டார். காமுத்தாயை கல்யாணம் செய்து கொண்டு வந்ததிலிருந்து அவளுடன் சண்டை தான். ஒரு நாள் ஒரு பொழுது நிம்மதியாகவும் சிரித்த முகத்துடனும் அவள் வீட்டில் இருந்தது இல்லை. இரண்டாம் தாரமாகவும் தன்னை விட பதினைந்து வயது கூடுதலான ஆம்பளைக்கு வாழ்க்கைப்பட்டு வந்த வேதனையில் அவள் இருந்தாள்.

பஸ்ஸில் கொத்துக்காரப் பெண்கள் மட்டும் அமர்ந்திருந்தனர். சிலமலைத் தோட்டத்தில் கடலை எடுப்பிற்கு தேவாரத்திலிருந்து பஸ்ஸேறியிருந்தனர். சாக்குப்பையில் மேலாகயிருந்த உமியோட்டு

உமி பறந்தது. பட்டைக்கரியைத் தனியாக காகிதத்தில் பொட்டல மாகக் கட்டி காதறுந்த மஞ்சள் பையில் வைத்திருந்தார்கள். இடுக்கியும் ஊதுகுழலும் குத்துவசத்தில் சாக்குப்பையில் இருந்தது. இந்த வேலையெல்லாம் மாரியுடையது தான். பட்டைக்கரியை காகிதத்தில் பொட்டலமாகக் கட்டாமல் விட்டால் சட்டையிலும் வேட்டியிலும் அப்பிக்கொள்கிறது என்று ஆசாரியிடம் சொல்லி காகிதத்தில் இட்டிலி பொட்டலம் கட்டுவது போல கட்டிக்கொண்டான். பஸ்ஸில் அவர்களுக்குத் தெரிந்தவர்கள் என்று யாருமில்லை. காலையில் கூட்டமில்லாததாலும் முதல் பஸ் என்பதாலும் டிரைவர் வேகமாக இருந்தார். பஸ் சிலமலையில் நின்ற போது கொத்துக்காரப்பெண்கள் இறங்கிக்கொண்டார்கள். சிலமலை நிறுத்தத்தில் ஏறியவர்கள் ஆசாரியைப் பார்த்ததும் "டவுனுக்குத் தாலி உருக்கவாப்போறீங்க ஆசாரி" என்று கேட்டார்கள். அவரும் ஆமாம் என்று சொன்னார். அவர்கள் தங்களுக்கு நல்ல சகுனம் என்றும் இப்போது பார்க்க போகும் மாப்பிள்ளை அமைந்துவிடும் என்றும் பேசிக்கொண்டார்கள். பஸ் சிலமலையைத் தாண்டிப்போகும் போது கிழக்கு வெளுக்கத் தொடங்கியது.

டவுன் பஸ் போடி பஸ்ஸ்டாண்டில் நின்ற போது காலை வெயில் முகத்தில் விழுந்தது. பஸ்ஸை விட்டு இறங்கியதும் அவர்களை அழைத்துச்செல்வதற்கென ஆட்கள் நின்றிருந்தனர். "சுசியறா. யோஜ் ஜல வானீ ஜாமானுத்தப் பெட்டி கொச்ச சேவு தாங்குத்திரு. பனி முடிஞ்ஜிப் போயே, போ மயிருறேன்னு கனினீ யானே விடுசுடுத்திரு" என்று செட்டியாருக்குப் புரியக்கூடாது என்று மாரியிடம் பேசினார். மாரிக்கு ஆசாரி பேசுவதெல்லாம் புரியும். அவர்கள் வீட்டிலும் தெலுங்கில் தானே பேசுகிறார்கள்.

செட்டியார் வீட்டிற்குப் போன போது யாரும் வந்திருக்க வில்லை. ஏர் பொழுது முகூர்த்தம் என்பதால்தான் இவ்வளவு தாமதம். அவர்கள் இருவருக்கும் காப்பி தந்து குடிக்கச் சொன்னார்கள். மாரி வாசல் படியில் உட்கார்ந்து கொண்டான். மாரியை அவர்களுக்குத் தெரியும். சாகலை வீட்டிலிருந்து வந்திருப்பதை அவர்கள் யாரும் குற்றம் குறையாகச் சொல்வதில்லை. ஆசாரிதான் அவனுக்கும் காப்பிக் கொடுக்கச் சொன்னார். அவர்கள் இரு வரும் காப்பிக்குடித்து முடித்த போது ஆட்கள் வரத் தொடங்கினார்கள். செட்டியார் வீட்டம்மா "பரண்ட. பரண்ட" என்று வாசலுக்குப் போனார்கள். கூட்டம் சிறிது நேரத்தில் கூடிவிட்டது.

சீனி ஆசாரிக்கு கூட்டத்தைப் பார்த்ததும் நிதானம் தப்பிவிட்டது. எந்தெந்த சாமான்கள் எங்கிருக்கிறது என்று ஒவ் வொரு தடவையும் மாரி யிடம் கேட்டுத் தான் எடுத்துவைத்தார். தண்ணி சட்டிக்கு செட்டியார்

வீட்டில் ஒரு அகலமான போனியில் நீரை மோந்து வைத்தார்கள். உமியோட்டில் பட்டைக்கரியை அடுக்கி வைத்து நடுவில் கட்டிச்சூட்டை வைத்தார். ஆரம்பச் சானாவ. சம்பந்தகாராருரெல்லாம் பந்தேடித்தாரா" என்று ஆசாரி கேட்டது செட்டியார் "ஆரம்பிச்சண்ட ஆரம்பிச்சண்ட" என்று குரல் கொடுத்தார். சூட்டைப் பொறுத்தி விட்ட சீனி ஆசாரி, "காமாட்சியம்மா எம்பெருமான் நாராயணா முருகப்பெருமானே விசுருபெருமான் ரட்சிக்க" என்று கையெடுத்துக்கும்பிட்டார். வாசலில் உட்கார்ந்திருந்த மாரி விசுரு பெருமான் ரட்சிக்க என்று சொன்னதும் கையை பொத்தி சிரித்தான். அதற்கு அர்த்தம் அவனுக்கு மட்டும்தான் தெரியும். கூட்டத்திலிருந்தவர்கள் பயபக்தியோடு கையெடுத்துக் கும்பிட்டுக் கொண்டிருந்தனர். சூடம் உமியை பற்றி எரிய ஆரம்பித்தது. சீனி ஆசாரி ஊது குழலில் ஊத ஆரம்பித்தார். புஸ் புஸ் என்ற சத்தம் சீராக வெளியேறியது. அயிட்டத்திலிருந்து கற்பூரத்தின் வாசனை அந்த இடத்தில் பரவத்தொடங்கிய போது உமியோட்டு தீ ஒரு பந்தம் போல மேலெழுந்து அசைந்து நின்றது. ஊது குழலையும் இடுக்கியையும் தரையில் வைத்துவிட்டு அயிட்டத்தைத் தொட்டு வணங்கிக் கொண்டார். "செட்டியாரய்யா பவுனைக் கொண்டாங்க" என்றார். செட்டியாரும் சிவப்பு நிறத்திலிருந்த டப்பாவைத் திறந்து அதிலிருந்து பவுன் காசை எடுத்துத் தந்தார். பவுன் தங்க காசு, சீனி ஆசாரி பட்டறையின் மேல் மடக்கி வைத்து நெத்தி வசமாக தட்டினார். சொக்கத்தங்கம் அப்படியே இறுத்தை வாங்கியது. இரண்டாக மடக்கி தட்டிவிட்டு, பிறகு சப்சப்பென்று இரண்டு மூன்று தடவை இறுத்தினார். இறுத்து வாங்கி தங்கத்திலிருந்த எழுத்தும் படமும் அழிந்து காசு அகண்டு சப்பட்டையாகியது. சேர்மானத்திற்கு *பளுவுத்துண்டுகள் கொண்டு வந்திருந்தார். தன் முன் அமர்ந்திருந்தவர்களிடம் நிறுத்திக்காட்டி தங்கத்தோடு சிட்டி யில் போட்டு அயிட்டத்தில் தூக்கி வைத்தார். "எல்லாம் காமாட்சியம்மாவையும் அவங்கவங்க குலசாமியையும் கும்பிட்டுக்குங்க" என்று சொல்லிவிட்டு அயிட்டத்தை ஊதினார். அயிட்டம் கலகலவென்று தீப்பற்றிக் கொண்ட போது ஊதிக் கொண்டே சாம்பிராணியை எடுத்து ரெடியா வைச்சுக்குங்க என்று ஓரக்கண்ணால் பார்த்து சொன்னார். செட்டியார் அவரது சம்சாரத்தை பார்த்ததும் அவளும் எழுந்து வீட்டிற்குள் போனாள்.

சிட்டியில் தங்கமும் பளுவும் உருகி கண்விட்டது. இரண்டு தடவை நன்றாக கண்விட்டதும் உமியை எடுத்துப்போட்டு இடுக்கி யால் அயிட்டத்திலிருந்து வெளியே வைத்தார். "தேங்காய் வாழைப் பழம் பத்தி சூடம் எல்லாம் எடுத்து வையுங்க" என்றதும் தட்டு நிறைய பழங்களோடு இரட்டைத் தேங்காயும் ஆசாரியின் முன்பாக வைத்தார்கள்.

---

*பளுவு, தாமிரம் செம்பு * தாலி

பிள்ளையார் மஞ்சளுக்குப் பக்கத்தில் வெற்றிலை தான் இருந்தது. காணிக்கை என்று பணம் இல்லாததைப் பார்த்ததும் ஆசாரிக்கு சிவுக்கென்றானது. கோபத்தை வெளியே காட்டிக்கொள்ளாமல் தேங்காயின் குடுமியைப்பிய்த்து கொண்டு வந்திருந்த மூன்றாம் நம்பர் சுத்தியலின் நீட்டு வசத்தில் வைத்து உடைத்தார். தேங்காய் தண்ணீர் கீழே விழுகாமல் முடியில் தங்கி விடுவது போல தரையில் வைத்தார். பின்னர் அந்த தேங்காய் தண்ணீரையே தனது விரல்களால் எடுத்து சிட்டியில் புகைந்து கொண்டிருந்த உமியின் மேல் விட்டார். கருகி உமி அணைந்தது. சிட்டியின் உஷ்ணம் குறைந்ததும் இடுக்கியால் எடுத்து போனி நீரில் முக்கி உருக்கிவிட்ட தங்கத்தை எடுத்து தேங்காய் தண்ணியில் போட்டார். பிறகு சாம்ராணி கட்டியை உடைத்து உமியோட்டில் தூவிவிட்டார். புகை பரவியதும் கூட்டத்திலிருந்தப் பெண்ணிற்கு சாமி வந்து ஸ்ஸ்ஸ் என்று நாக்கை மடித்து கத்தினாள்.

"சீனி ஆசாரி அந்த பொம்பளையை அப்படியே வெளியில் தூக்கிக்கிட்டுப் போங்க" என்று கூட்டத்தை பார்த்து சொன்னார். ஆசாரி சொன்னதும் அப்படியே செய்தார்கள். அவருக்குத் தெரியும். இந்த நேரத்தில் தான் சொல்வதையே வேதவாக்காக கருதி எதையும் செய்வார்கள். குடைப்பிக்கச்சொன்னால் கூட பிடிப்பார்கள் என்று அவருக்குத் தெரியும். எட்டி வாசலில் அமர்ந்திருந்த மாரியைப் பார்த்தார். மாரியும் தலையை ஆட்டிக்கொண்டான். தேங்காய் தண்ணியில் இருந்து தங்கத்தை எடுத்து பட்டறையில் வைத்துக் கொண்டார். பிறகு தனது உள்ளங்கையில் வைத்து கண்பார்வையில் மச்சம் பார்ப்பது போல பார்த்தார். பளாச்சுளை, பளாச்சுளை என்று இரண்டு தடவை தனக்குள்ளாகச் சொல்லிக்கொண்டார். உட்கார்ந்திருந்தவர்களில் இரண்டொருவர் சிரித்துக்கொண்டார்கள்.

பிறகு தங்கத்தை எடுத்து பட்டறையில் வைத்து தட்டினார். மூன்று தடவைத் தட்டியதும் அஞ்சு பேர் இல்லைன்னா ஏழு பேர் வரிசையா வந்து மூனு தடவைத் தட்டு என்றதும் அதற்கென்று காத்திருந்தவர்கள் போல எழுந்தவர்கள் வரிசையாக நின்றனர். சீனிஆசாரிக்கு இன்னமும் கடுப்பும் கோபமும் குறையவில்லை. "சேன்ட்டிரி தம்மடுத் தட்டுன ஓட்டினும் பெட்டரேதுரா மாரி" என்று அயிட்டத்திற்கு சுட்டுத் தண்ணி ஊற்றிக்கொண்டே அவனிடம் சொன்னார். மாரியும் பதிலுக்கும் ஒன்றும் சொல்லாமல் எழுந்து வேட்டியை இறுக்கி கட்டிக்கொண்டான். ஐந்து நபர்கள் பட்டறையின் மேலிருந்த தங்கக் கட்டியை மூன்று தடவை தட்டி விட்டு சென்றதும் ஒரு தட்டில் அரைமுடி தேங்காயும் இரண்டு வாழைப்பழமும் அஞ்சேகால் ரூபாய் காணிக்கையும் இரண்டு கன்னி மல்லைகைப்பூவும் வைத்துத்தந்தார்கள். ஆசாரிக்கு கோபம் தலைக்கு ஏறியது. எழுந்து மாரியைப் பார்த்து

கிளம்பலாமா என்று கேட்டார். செட்டியார் அதற்குள் என்ன அவசரம் இட்டிலி சாப்பிட்டுத் தான் போகணும் என்றார். ஆசாரி ஒன்றும் பேச வில்லை. பிறகு கூட்டத்திலிருந்தவர் ஒருவரை அழைத்து செட்டி யாருக்கு கேட்கும்படியாக அங்கிருந்து வந்திருக்கிறோம் ஒரு நாள் சம்பளத்தையாவது கொடுக்கச்சொல்லுங்க என்று சொன்னார். செட்டியார் முகத்தை சுண்ட வைத்துக்கொண்டுப் பாக்கெட்டி லிருந்த ஐம்பது ரூபாய் தாளை எடுத்து தட்டில் வைத்தார். சீனி ஆசாரிக்கு மனசு குளிர்ந்தது. ரூபாயை கண்ணில் ஒத்திக்கொண்டு தட்டை வாங்கிக்கொண்டார். வெறும் தட்டைத் திருப்பித்தரக் கூடாது என்று ஒரு வெற்றிலையையும் இரண்டு கன்னி மல்லிகைப் பூவையும் திரும்பித் தந்தார். தங்கத்தைப் பத்திரமாக காகிதத்தில் மடக்கி வைத்துக்கொண்டார். "சூதானமா கொண்டு போங்க ஒஞ்சுறு அண்ணா. பத்திரவாங்கே ஓகன்டே" என்று செட்டியார் அம்மா சொன்னது ஆசாரி "ஒந்தும் அஞ்சபோட தாயீ" என்று சொன்னார். அவருக்கு இலையில் இட்டிலி வைத்து சாப்பிட அழைத்தார்கள். அவர் மாரியோடு கடைசியில் சாப்பிடுவதாக சொன்னது செட்டி யார் வீட்டுக்காரர்களும் சரி என்று விட்டுவிட்டனர். மாரி அமர்ந் திருந்த வாசல்படியில் அவனுக்கு அருகில் உட்கார்ந்திருந்த ஆசாரி அவனிடம் தேங்காயையும் வாழைப்பழத்தையும் ரூபாயையும் தந்தார். அவன் தன் மடியில் கட்டிவைத்துக்கொண்டான். தெருவில் பசுவின் பின்னால் கன்றுக்குட்டி வாயைக் கூடைப் போட்டு அழைத்துச்சென்றனர். பசுவையும் கன்றையும் பார்த்தபடி அமர்ந்திருந்தவர்களின் எதிரே வெயில் கண் கூசும் படியாகக்கிடந்தது. கேப்பைக்கூழைக் குடித்து விட்டு வந்த பசி காதடைத்துக்கொண்டு வந்தது. வாழைப்பழத்தை பிய்த்துத் தின்னலாமா என் யோசித்தான் மாரி. பிறகு அவனுக்கு பிள்ளைகளின் ஞாபகம் வந்தது. முதலில் சாப்பிட்டவர்கள் எழுந்து வராண்டாவில் வந்து நின்று கொண்டு காப்பியைக்குடிக்கத் தொடங்கினார்கள். சாப்பிட்ட இலையை எடுப்பதற்காக மாதாரி வீட்டுப்பெண் ஒருத்தி அவர்களது வீட்டின் பின் வாசலிலிருந்து பந்தி நடந்த இடத்திற்கு கூசிக்கூசி நடந்து வந்து கொண்டிருந்தாள்.

4

ருக்குமணி தன் வீட்டின் மேல் நகர்ந்து கொண்டிருந்த நிலவைத் தண்ணித் தொட்டியில் பார்த்தாள். நீரை அள்ளி முகம் கழுவிக்கொண்டாள். ருக்குமணிக்கு காது குத்தி கம்மல் மாட்டிக் கொள்ளவேண்டுமென்ற ஆசை ரொம்ப நாட்களாக இருந்தது. கவரிங்கடையில் கம்மல் டிசைனைப் பார்த்து வைத்திருந்தாள். சடங்கான போதிருந்தே சீனிஆசாரி அப்பச்சியிடம் காதுக்குத்தச் சொல்லி தொனதொனத்துக் கொண்டிருந்தாள். ருக்குமணி பிறக்கும் போது ஒரு காதுடன்

122

தான் பிறந்தாள். ருக்குமணி அம்மா குப்பம்மாள் தலைமுடியை ஆம்பளைப்பிள்ளைக்கு சீவுவது போல சீவிவிட்டு பள்ளிக்கூடம் போகும் நாட்களில் ஒத்தகாதை மறைத்து விட்டாள். ருக்குவிற்கு நிறைய்ய தலைமுடி. வண்ணாத்தி மகளுக்கு சாமி தலைமுடியை அழகாகத் தந்திருக்கிறானே என்று ருக்குவின் அப்பாவுக்குப் பெருமை. தன் வம்சத்தில் செம்பட்டையும் நரை முடியும் யாருக்குடி இருக்கு என்று சம்சாரத்தை இடக்குப்பண்ணி மகளை மெச்சிக்கொண்டார். பதிலா தெரியாது ருக்குவின் அம்மாவிற்கு. "ஓ தாத்தன் பாட்டன் கிழவி குமரிக்குன்னு யாருக்கு, எவனுக்கு ஒத்தைக்காது இருந்துச்சோ, எம்புள்ளைக்கும் இப்படி வந்து வாச்சிருக்கு" என்று பதில் சொல்லி திட்டுவாள் வண்ணாத்தி.

வண்ணாத்தி வீட்டுப்பிள்ளைக்குத் தெருவில் பழக்கமாக இருந்தவள் ஆசாரியின் இரண்டாவது மகள் விஜயா மட்டும் தான். விஜயாவிற்கும், ருக்குவிற்கும் நிறைய்ய விளையாட்டுக்களும், விடுகதைகளும் தெரியும். விடுகதைகள் சொல்வதில் இருவரும் கெட்டிக்காரிகள். கெட்டிக்காரிகளுக்கு எந்த விடுகதையாகயிருந்தால் என்ன? எங்கிருந்து எங்கிருந்தோ விடுகதைகளுக்குப் பதில் கேட்கவும், புதியதாக விடுகதைகள் கேட்கவும் பிள்ளைகள் வீடு தேடி வருவார்கள். தூக்கத்தில் எழுப்பிக் கேட்டாலும் என் பிள்ளைகளுக்குப் பதில் தெரியும் என்று ஆசாரியும் வண்ணானும் தெருவில் நின்று பெருமை பேசித்திரிந்தார்கள். ஆசாரி அப்பச்சியிடம் வண்ணான் கூட இரண்டொருத் தடவை ருக்குவுக்கு காதுக் குத்தி விடச் சொல்லிக்கேட்டிருக்கிறான். அப்பச்சியும் படி அரிசியும் தேங்காய் பழமும் கேட்டு வைத்தார். ஒரு பேச்சுக்குத் தான். வண்ணாப்பயலிடம் கழுதையும் பொதித் துணியும் தவிர வேறு என்ன இருக்கிறது என்று தருகிறேன் தரவில்லையென எந்த பதிலும் சொல்லாமல் விட்டுவிட்டான். மாரியின் நினைப்பு அப்பச்சிக்கு தெரிந்துதான் இருந்தது. ஒன்றும் பேசாமல் விட்டு விட்டார். இரவுகளில் அவர்கள் இருவரைத் தவிர வேறு யாரும் தெருவில் படுப்பதில்லை. மாரிமுத்துவும் சீனி ஆசாரியும் கொச்சிக்குப் போகிற ஏரோப்பிளானைப் பார்த்துக்கொண்டே பீடிக் குடிப்பார்கள். ராத்திரிப் போகிற ஏரோப்பிளேன் காலையில் திரும்பும் போது ஆற்றுக்குப்போய் குளித்துவிட்டு ஆற்றுப்பாலத்தைத் தாண்டி நடந்து வந்து கொண்டிருப்பார்கள்.

"அப்பச்சீ அப்பச்சீ எனக்கு எப்போ காது கத்திவிடப் போறீங்க சொல்லுங்க அப்பச்சீ சொல்லுங்க" சீனி ஆசாரியிடம் ருக்கு தினமும் கேட்டுக்கொண்டிருந்தாள்.

"அடேய் மாரிமுத்துப்பயலே படி அரிசி என்னாச்சு. உன்னோட பிள்ளைக்குத் தோடு ஜிமிக்கி வாங்கிட்டியா. கம்மல் செய்யப் பொடி

பொட்டு எதுவும் வீட்டிலே இருக்கா"

"அடப்போப்பா காலங்காத்தாலே ஏன் எரிச்சலை உண்டுப் பண்ணுறே"

"ஏன் அப்பனு, பெரிய வீட்டிலே ஒன்னும் ஆவலைய்யா"

"அங்கேயும் பொச்சு காய்ஞ்சு போய் கிடக்குறாங்கப்பா"

"வாங்காரு சாமி குளத்தில் தண்ணீ வத்திப்போச்சுன்னா ஊரே பொச்சு காய்ஞ்ச மாதிரி தான்ட அப்பனு"

"உன் பொழப்பு உத்தமம். உட்கார்ந்த இடத்திலேயேத் தங்கத்தை சொரண்டிக்கிட்டு இருக்கே"

"ஆமாண்டா கொடுக்கிறவன் இளிச்சவாயன் பாரு"

"காலையிலே ஏன் அப்பச்சி என்னை வேலை செய்யவிடாமல் வம்புக்கு இழுக்கிறே"

"சரிடா சரிடா. துணிகளுக்குப் பெட்டிப் போடு"

தெருவிலிருந்தப் பிள்ளைகள் ஆசாரியின் வீட்டைக் கடந்து பள்ளிக்கூடம் போவதற்கென நடந்து சென்றார்கள். சீனிஆசாரி தன் மரப்பெட்டியை எடுத்தார். திறந்து உள்ளே இருக்கும் பொருட் களை பார்த்தார். உறைகளில் கைவாரம் உடைந்த *ஹாலண்டு ரக கற்களும், முயல்மார்க் சிகப்பும் நிறைய்ய கிடந்தன. கற்கள் மெருகோடு பூத்திருக்கும் பூ மொட்டுகளென கிடந்தது. பார்வைப் பட்டைகளும், தாயத்துக்களும், யானை கண்ணியும் பெட்டி நிறைய்ய சேர்த்து வைத்திருந்தார். யாராவது வரட்டுமே. யாராவது வந்து கேட்காமலா போய்விடுவார்கள். தன் பிள்ளைகளுக்கு சொத்தே இது தான் என காழுவிடம் சொன்னார்.

"என்னத்தே சேர்த்து வைச்சு என்ன பிரயோஜனம். அபரஞ்சினான ஒரு பொட்டு உன்னினா?" என்ற அவளது புலம்பலும் கவலையும் சீனிஆசாரிக்கு எரிச்சலாக இருந்தது. சீனிஆசாரிக்கு கவலையே இல்லை. தன் கஷ்ட காலமெல்லாம் மாறி விடப்போகிறதெனச் சொன்னார். சொல்லும் போதெல்லாம் ருக்கு வீட்டுக்கழுதை விடாமல் கத்தியது.

---

* தங்க நகைகளில் பதிக்கப்படும் செயற்கை (கமலங்கள் கற்களின் மேல் பகுதியின் வட்டவடிவம். தற்போது சொல்லப்பட்டு நடைமுறையில் உள்ள அமெரிக்கன் வைரம் மற்றும் செயற்கை வைரம் வருவதற்கு முன்பாக 1980 மற்றும் 85களில் மேற்சொல்லப்பட்ட செயற்கை கமலங்களே அதிகமாக புழக்கத்தில் இருந்தன. புதிய கற்களின் விலைக்கு நிகராக சில சமயங்களில் உடைந்த மற்றும் பழைய நகைகளிலிருந்து எடுக்கப்படும் கற்களின் விலை அமைந்திருக்கிறது. (முயல்மார்க் திருச்சி நிறுவனத்தின் பெயர்)

கழுதை கத்துவது நல்ல சகுனம் என்ற ஆசாரியின் சமாதானத்தை அவள் நம்பியதேயில்லை.

"ராஜா வீட்டு அரண்மனை பொக்கிஷம் இது. திறக்கமுட, மூடத்திறக்க பொழுதெல்லாம் இந்த ஜோலி"

"நான் வேலை செய்யாமலா நீ சாப்பிடுறே"

"உனக்கு இரண்டாம் தாரமா வாக்கப்பட்டு வந்து தத்திய மாப்போச்சு, என்னோட வாழ்க்கை. பீ மூத்திரம் அள்ளத் தானாய்யா நீ என்னையை கல்யாணம் செய்துட்டு வந்தீர்று. ஓ மூத்த தாரத்துப் பிள்ளைகளும் என்னைப்போலவே இரண்டாம் தாரமாத்தான் வாக்கப்பட்டு போவாங்க. வகுறு எரிஞ்சு சொல்றேன்" என்றாள்.

சினிஆசாரி வீட்டில் சண்டை ஆரம்பித்துவிட்டது. வாய் பேச்சு கைகலப்பில் போய்விட்டது. சினிஆசாரி பட்டறைக் கட்டையைத் தூக்கி வீட்டுக்குள் எறிந்தார். மண் மதிலின் மேல் விழுந்து சுவரிலிருந்த மண் பெயர்ந்து விழுந்தது. தரையிலும் சேதம். காலில் தலையில் பட்டிருந்தால் என்னாகியிருக்கும். என்னையை கொல்லாமல் விடமாட்டான் இந்த மனுஷன் என்று தலையில் அடித்துக்கொண்டு வண்ணான் வீட்டுக்குள் போய் உட்கார்ந்து கொண்டாள். மாரிமுத்துவும் குப்பம்மாளும் பழையயதை கரைத்து வெங்காயத்தையும் சுட்டவத்தலையும் வைத்துக் குடித்துக் கொண்டிருந்த சமயம். ஆசாரியின் கோபம் குப்பம்மாளுக்கும், மாரிக்கும் தெரிந்துதான் இருந்தது. காமுவின் கண்ணீரும் புலம்பலும் எல்லாருக்கும் தெரிந்திருந்தது/ காமுவிற்கும் இரண்டு டம்ளர்கள் கரைத்து நீராகாரத்தை தந்தாள் குப்பம்மாள். மாரிக்கு வெட்கமாக இருந்தது. தன்னை சமாதானத்திற்கு ஒவ்வொரு முறையும் அப்பச்சி வீட்டில் அழைத்துச்சென்று பேசுவது அவனுக்கு சந்தோசம் என்ற போதிலும் தன் கூட படித்தவன் இப்படி கோபமாக கட்டிய பொண்டாட்டியிடம் இருக்கிறானே என்று வருத்தப்பட்டான். ஆசாரி வீட்டில் மதியம் நேரம் சமைக்கவில்லை. ஒரு வேளை சாப்பாடு அப்பச்சிக்கு சரி. பிள்ளைகள் என்ன பாவம் செய்தது என்று கடனுக்கு அரிசி வாங்கி சோறு பொங்கினாள் குப்பம்மாள். "அப்பச்சிக்கு இவ்வளவு கோபம் ஆகாது தாய்" என்று குப்பம்மாள் காமுவின் முன் உட்கார்ந்து கொண்டு வெங்காயத்தை உரித்தாள். அவளோடு நடந்ததையெல்லாம் பேசி மூக்கை சிந்தத்தொடங்கினாள் காமு. விஜயா வண்ணாத்தி மகள் ருக்குமணியோடு பள்ளிக்கூடம் போயிருந்தாள்.

பள்ளிக்கூடம் விட்டு மதிய சாப்பாட்டிற்குப் பிள்ளைகள் திரும்பி வந்த நேரத்தில் குப்பம்மாள் மதிய சமையலை முடித்திருந்தாள். ருக்கு, "அப்பச்சிக்கும் சோறு போட்டுத்தாங்க" என்று சொன்னாள். அவளுக்கு அப்பச்சி மேல் அவ்வளவு பிரியம். விஜயா ஒரக்கண்ணால்

கோபமாயிருக்கும் நைனாவைப் பார்த்தபடி அமர்ந்திருந்தாள். சீனிஆசாரி தன் பிள்ளையை பார்த்தும் பார்க்காதவர் மாதிரி உமியோட்டிற்கு சுட்டுத் தண்ணீ ஊற்றிக் கொண்டிருந்தார். உமியோட்டுப் புகைக்கெல்லாம் அவரது கண் கலங்கியது இல்லை. தன் பிள்ளை தன்னுடன் பேசாமல் இருக்கிறதே என்ற கலக்கம் தான். நீர் விளாவியவர் வேட்டி நுனியை எடுத்து முகத்தைத் துடைத்துக் கொண்டார். யாரும் தன் அழுகையைப் பார்த்திருக்கமாட்டார்கள் என்று நினைத்தார். ஆசாரி அப்பச்சியை எப்படி சாமாதானப்படுத்துவது என்று ருக்குவிற்கும் மாரிமுத்துவுக்கும் தெரியும். அவர்கள் இருவரும் பொழுது சாயும் நேரத்திற்குப் பட்டறையில் வந்து உட்கார்ந்து கொண்டார்கள். விஜயாவை பேசவிடாமல் வைத்துவிட்டால் அப்பச்சி வழிக்கு வந்து விடுவார். பிள்ளைகளோடு பேசாமல் இருந்தால் என்னாகுறது. அதுக்குத் தாண்டாப்பா அப்பனு குத்தவைச்சு உட்கார்ந்து ஊதி ஊதி சாகுறேன். சீனிஆசாரியிடமிருந்து இந்த பேச்சு வந்து விட்டால் அப்பச்சி சமாதானமாகிவிட்டார் என்று அர்த்தம். பிறகு வழக்கம் போல காழு வீட்டிற்குப்போய், சீனி மாமாவிடம் காசை வாங்கி அரிசி வாங்கி வந்தாள். அன்றிரவு ஆசாரி வீட்டில் குச்சிகருவாட்டு சொதியும் உருண்டை சோறுமாக ராப்பொழுது சாப்பாடு ஆனது. மாரி முத்துவிற்கும் ருக்குவிற்கும் சந்தோசம். கொச்சிக்குப் போகிற ஏரோப்பிளேனை பார்த்துக்கொண்டே படுத்தவர்கள் அப்படியே தூங்கிவிட்டார்கள்.

காலையில் முதலில் காழுத்தாய் தான் எழுந்து வாசலைத் திறந்தாள். எதிர் வீட்டிலிருந்த மாரியின் கழுதைகள் கதவுத் திறக்கும் சத்தத்திற்கு எழுந்து உட்கார்ந்து கொண்டது. கீழத்தெருவில் ஆசாரி வீட்டில் யாரோ இறந்து விட்டதாக மாரிதான் குப்பம்மாளிடம் சொல்லிக்கொண்டிருந்தான். அவனுக்கு ராத்திரியே தாக்கல் வந்துவிட்டது. ஆற்றிற்க்குப் போய்விட்டு இழவு வீட்டிற்குப் போகவேண்டுமென ஆசாரியோடு பேசினான். குப்பம்மாள் கடுங்காப்பிப் போட்டுக் கொடுத்தாள். ஆசாரியும் மாரியும் வாய்க்காலுக்குப் போனார்கள். ருக்கு எழுந்ததும் அப்பச்சி வீட்டிற்குத்தான் போனாள். அவளுக்கு எழுந்ததும் அப்பச்சியை ஒரு தடவையாவது பார்த்து காது குத்தச் சொல்லிக் கேட்டு விடவேண்டும். இல்லையென்றால் அன்று எதுவும் படிக்கவும் விளையாடவும் வராது. விஜயாவை அவள் சில தினங்கள் எழுப்பிவிடுவாள்.

காலையிலே இருவரும் எழுந்து உட்கார்ந்து கடுங்காப்பி கூட குடிக்காமல் விடுகதைகள் போட்டு பேசிக்கொள்ளத் தொடங் கினார்கள். விஜயா, ருக்குமணி போடும் விடுகதைகளை அழித்துக் கொண்டிருந்தாள். ருக்குமணியும் விஜயாவும் மாறிமாறி அடுக்கிக்கொண்டு போனார்கள்.

"பட்டுமேல் பட்டுடுத்தி பட்டணம் போறவளே உன் பட்டின் விலை

என்ன?"

"வெங்காயம்"

"ஊருக்கெல்லாம் ஒரு தோசை. அது எங்க வீட்டு கிணத்திலே ஊருது"

"நிலா"

"வரிசையாப்போகும் ஆனா கட்டெறும்பும் இல்லை. சரக் கேத்திப்போகும் ஆனா குதிரையும் இல்லை. புகைவிட்டுப்போகும் ஆனா ரயிலும் இல்லை. அது என்ன?."

"தப்புத்தப்பா சொல்லாதடி. ரயிலுக்குக் கேட்கிறதையும் மேகத்திற்கு கேட்கிறதையும் ஒன்னா கேட்குகிற. மாத்தி கேளு"

"சரி சரி வேறக்கேட்கிறேனே"

"ஆள் ஏறாத மலையில் ஆயிரம் பூப் பூத்திருக்கு"

"நட்சத்திரம்"

"ஆயிரம் பேர் கட்டிய மணி மண்டபம் ஒருவன் கண் பட்டால் அழியும் அந்த மண்டபம்"

"தேன்கூடு"

"ஏய் பிள்ளைகளா சோறாக்கி வைச்சுருக்கிறேன். போட்டு சாப்பிட்டுங்கடி"

"அம்மா நீ எங்க போறே" ருக்கு கேட்டபடி குப்பம்மாளின் பின்னால் நடந்து சென்றாள். குப்பம்மாளும் காமுத்தாயும் கீழத் தெருவில் யாரோ இறந்துவிட்டார்கள் என்று சொல்லியபடி சென்றார்கள். கீழத்தெரு இழுவு வீட்டிற்கு இருவருமே போனார்கள். வண்ணாத்தி தான் சாவு வீட்டில் துணி எடுத்து வெளுத்துத் தரவேண்டும். காமுவோடு குப்பம்மாளும் நடந்தாள். கீழத்தெருவில் இரண்டு மூன்று ஆசாரி வீடு இருந்தது. அவர்கள் பொன் வேலையும், தச்சுவேலையும் செய்து வந்தார்கள். அவர்கள் வீட்டில்தான் யாரோ கிழடுகட்டை மண்டையைப் போட்டுவிட்டது என்று மாரிமுத்து அப்பச்சியிடம் சொன்னான். அப்பச்சிக்கு இன்று பார்த்து அவசர வேலை. டவுனில் உருக்கிவிட்ட தாலி வேலை அவசரம். கட்டவரியை மட்டும் குடுத்துவிட்டுப் பட்டறையில் உட்கார்ந்து கொள்ளலாமென்று நினைத்தார். மயானக்கரைக்கு வரவில்லை யென்றால் நூறு ரூபாய் அபராதம் போட்டுவிடுவதாக சொல்லி அனுப்பிவிட்டார்கள். தகவல் தெரிந்தது காமுத்தாய் சோற்றை பொங்கி வைத்துவிட்டு முதலில் போய்விட்டாள். ஆசாரி வேக வேகமாக குண்டுமுத்துவை உடைத்துப்போட்டு கல்லில்

தேய்த்தார். பாம்புவிரலும் ஆள்காட்டிவிரலும் நடுங்கிக்கொண்டிருந்தன. குண்டுமுத்தைப் பிடிமானமில்லாமல் பிடித்து வெறும் கல்லில் தோல் தேய ரத்தம் வர தேய்த்த எத்தனையோ நாட்கள் மாரிமுத்து விற்குத் தெரியும். "இந்தா வந்துர்றேன். இந்தா இதை மட்டும் முடிச்சுட்டு கிளம்பிடலாம்" என்று மாரியைப் பிடித்து வைத்திருந்தார் சீனி ஆசாரி. மாரிக்கு பொறுமையில்லை. துணி எடுக்கணும். ஒத்தை ஆளாக குப்பம்மாள் போயிருக்கிறாள். கிழவியைக் குளிப்பாட்டணும். ஆசாரியும் சரி என்று மூத்தப்பிள்ளை தனத்திடம் வீட்டையும் பட்டறையையும் பாத்துக்கத்தாயீ என்று சொல்லிவிட்டு நடந்தார்கள்.

மாரியோடு சீனி ஆசாரியும் கிழத்தெருவில் துஷ்டி வீட்டிற்குப் போய் சேர்ந்த போது கூட்டம் கூடியிருந்தது. காமு நினைத்தது போல தச்சாசாரி வீட்டிலிருந்த கிழவி தான் இறந்திருக்கிறாள். வாய் திறந்து நீர் வடிய கிடந்தாள். அவளை கிடத்தியிருந்த இடத்தில் யாரும் இல்லை. மாரி வீட்டிற்கு நுழைந்ததும் குளிப்பாட்டுவதற்கு ஆள் தேடிக்கொண்டிருந்தார்கள். வெளியே நின்றிருந்த ஆசாரி இளந்தாரிப்பயல்கள் இரண்டு மூன்று பேர் கிழவியைத் தூக்கிப் பெஞ்சில் படுக்கவைத்தார்கள். குப்பம்மாளும் குளிப்பாட்ட வரட்டும் என்று இழவு வீட்டுக்காரர்கள் சொன்னது அவளுக்கு சந்தோசம். கிழவிக்குக் குளிப்பாட்டி நன்றாக மஞ்சள் பூசிவிட்டு சிங்காரித்துவிட வேண்டும் என்று சேலையை வரிந்துக்கட்டிக்கொண்டாள்.

குளித்து முடித்ததும் கால் ரூபாய் காசை நெற்றில் வைப்பதற்கு கொட்டப்பாக்கை தரையில் நீர் விட்டு தேய்த்தாள் காமு. பாக்கைத் தேய்க்கவே முடியவில்லை. குப்பம்மாள் தான் வாங்கி எச்சியைத்துப்பி ஒரு இழு இழுத்தாள். சர்ரென்று தேய்த்ததில் பாக்கு தேய்ந்து களிம்பு போல வந்தது. கால் ரூபாயை பாக்குக் களிம்பில் தடவி நெற்றியில் ஒட்டினார்கள். தேங்காய் வாழைப் பழம் வைத்து சாமி கும்பிட்டார்கள். பழையயத்துணி நிறைய்ய சேர்ந்துவிட்டது. குப்பம்மாளுக்கு வேலை வந்துவிட்டது. நாளெல்லாம் துவைத்தால்தான் வேலை தீரும். துணிப் பொதிகளைக் கட்டிக்கொண்டாள். அவளுக்குப் பாதி மூடி தேங்காயும் கொஞ்சம் வெற்றிலைப்பாக்கும் இரண்டு ரூபாயும் தந்தார்கள் ராத்திரிக்குள் துணிகளை துவைத்துத் தர வேண்டும் என்று விரட்டினார்கள். குப்பம்மாளிற்குப் போகவே மனசில்லை கிழவியை குமரி போல சிங்காரித்து வைத்திருந்தாள். யாரிடமாவது தான் சிங்காரித்ததைச் சொல்லவேண்டுமென்ற ஆசை. கிழவியைத் தூக்கி நாற்காலியில் உட்காரவைத்து சுவரில் ஆணியடித்து தாடையை இழுத்து கட்டி னார்கள். வீட்டிலிருந்தவர்கள் கிழவியின் முகத்தைப் பார்த்தபடி இருந்ததில் யாருக்கும் அழுகையே வரவில்லை. குப்பம்மாள் அப்படி சிங்காரித்திருந்தாள்.

சாயங்காலம் தான் மயானத்திற்கு எடுத்துக்கொண்டுப் போனார்கள். சீனி ஆசாரியும் கூட்டத்தோடு கூட்டமாக நடந்தார். கட்டவரியை மட்டும் குடுத்துவிட்டு பட்டறையில் உட்கார்ந்து வேலை செய்யலாம் என்று நினைத்தார். மயானக்கரைக்கு வரவில்லையென்றால் நூறு ரூபாய் அபராதம் போட்டுவிடுவதாக சொல்லிவிட்டார்கள். சீனிஆசாரி பயந்து கொண்டு வெறுங்காலோடு நடந்துவிட்டார். "ஏன்ய்யா இப்படி ஒரு வேலை வெட்டிய நிம்மதியா செய்ய விடுறீங்களா" என்று கேட்டதற்கு "மத்தவங்கச் செத்ததற்கு வரலைன்னா அப்புறம் உன் சாவுக்கு யாருய்யா வருவான்" என்று பதில் சொன்னார்கள். அவரும் பயந்து கொண்டு மயானக் கரைக்குப் போனார்.

கிழவிக்கு கேற்ற நல்ல குழி வாய்த்துவிட்டது. ஆசாரிமார்களில் சிலர் புதியதாக நோட்டும் பேனாவுமாக வந்திருந்தனர். மயானக் கரைக்கு வராதவர்களையெல்லாம் தனியாக பெயரெடுத்து வைத்தார்கள். நூறுரூபாய் அபராதம் வேண்டாம். பதிலாக மூன்று நான்கு மாதம் யாரும் அவர்களோடு பேசக்கூடாது என்று புதிய தாக பிரச்சனை செய்தார்கள். சீனிஆசாரிக்கு எரிச்சலாக இருந்தது. தான் வந்துவிட்டோம். இனி யாருக்கு என்ன ஆனால் தனக்கென்ன என்று கூட வந்திருந்த தன் வயதுக்காரர்களோடு வெளிக்கிருக்க வெள மயானக்கரையின் மேற்குப் பக்கமாக நடந்து போனார்.

மாரிமுத்து குழியில் இறக்கிய பின் கிழவியின் மேல் போர்த்தி யிருந்த சேலையை எடுத்துக்கொண்டான். அந்த சேலை நூறு ரூபாய் பெறும் என்று கூட்டத்திலிருந்தவர்கள் சொன்னதும் "நான் அதை வெச்சு என்ன செய்யப்போறேன். பழைய சேலைக்குத் தான் விக்கனும்" என்று தலை நிமிராமல் பதில் சொன்னான். மேற்குப் பக்கம் போனவர்கள் திரும்பி வந்து போது குழிமேட்டை மூடியிருந்தார்கள். தலைப்பக்கமாக இரண்டு மூன்று கல்லைப்போட்டு இளந்தாரிப் பிள்ளைகள் காலில் மதித்துக் கொண்டிருந்தார்கள்.

மயானத்திலிருந்து வீட்டிற்கு வந்தலிருந்து, ஆசாரியைத் தேடி தினமும் நாலைந்து பேராவது வருகிறார்கள். எங்க சங்கத்திலே சேரு. அவங்க கூட சேராதே. அவங்க உனக்கு எதுவும் செய்யமாட்டாங்க. செத்தாக்கூடாத்தூக்கிப்போட மாட்டாங்கப்பா சொல்லிட்டோம். ஆம்பளப்பிள்ளை இல்லாதவங்க நீங்க. நல்லா முடிவு செய்துக்கங்க என்று பயமுறுத்தி விட்டுப் போனார்கள். ராத்திரியானால் தூக்கமே வருவதில்லை. காமுதாய் பயந்து போயிருந்தாள். குப்பம்மாள் விடு ஆத்தா கழுதைகள் வராட்டி போகுதுங்க நானிருக்கேன். நம்மா ஜாதி சனத்திலச் சொல்லி மேளதாளத்தோட போய் சேர்த்திடுறேன் என்று சொன்னாள்.

சீனி ஆசாரி அன்றிரவு தெருவில் பாய் விரித்து படுத்தபோது மாரியிடம் விஜயாவின் கல்யாணத்தைத் தான் பேசினார். கொச்சி ஏரோப்பிளேன் பச்சை விளக்கும் சிவப்பு விளக்குமாக அவர்களுக்கு நேராக வானத்தில் பறந்து கொண்டிருந்தது. "இந்த ஏரோப் பிளேன் எத்தனை காலமா பறக்குது மாரி. இரண்டாம் தரமா கல்யாணம் கட்டி காமுவோட இங்க குடியிருக்க வந்ததிலிருந்து இந்த ஏரோப்பிளேனைப் பார்க்கிறேன். நம்ம பிள்ளைகளும் சின்ன துகளிலிருந்து வேடிக்கைப் பாத்திருச்சுக" என்றார் அவர் சொல்லிய பிறகு மாரிக்கு பீடியை புகைக்க மனம் வரவில்லை. வேகமாக ஒரு இழு இழுத்துவிட்டுத் தூரயெறிந்தான். இரவு வெகு சீக்கிரத்தில் தங்களை கடந்து சென்றுவிடுவதாக உணர்ந்தார்கள். நட்சத்திரங்கள் பூக்களைப்போல வானத்தில் சிதறிக்கிடந்தது. வீட்டிற்குள் காமுத்தாய் விளக்கைச்சுருக்கி வைத்தபடி நின்றிருப்பதை சீனிஆசாரி பார்த்தார். அவளோடு விஜயாவும் நின்றிருந்தாள். தன் மூத்ததாரத்துப் பிள்ளையை ஒரு ஆத்திரத்தில் திட்டி விட்டாலும் கோபம் தணிந்த பிறகு தன் பிள்ளையைப்போல அணைத்துக் கொள்வது ஆசாரிக்குத் தெரியும்.

ருக்கு தனக்கு ஒத்தைக்காதை குத்திவிட்டாள் போதுமென அப்பச்சி அப்பச்சி என்று அந்த இரவிலும் தொனதொனத்துக் கொண்டிருந்தாள். ஆசாரியின் வீட்டில் ருக்குவும் விஜயாவும் ஒன்றாகப் படுத்துக்கொள்வதற்கென வந்தார்கள். ருக்குவை ஒரு அதட்டுப்போட்டு குப்பம்மாள் வீட்டுக்குள் அழைத்தப் பிறகுதான் அவர்கள் அடங்கி சென்றனர். சீனி ஆசாரி எத்தனையோ பெண் பிள்ளைகளுக்கு காது குத்திவிட்டவர். ருக்குவை மட்டும் மறந்தவராக இருந்தார்.

விஜயாவுக்குக் காது குத்தி பித்தளைத் தோட்டைத் தான் மாட்டிவிட்டிருந்தார். அவளுக்கும் செவ்வாய் வெள்ளி தலைக்கு குளிக்கும் போது தோட்டைக் கழட்டிப் புளித்தண்ணியில் ஊற வைத்து அவளாகவே மெருகு போட்டுக்கொள்கிறாள். ஆசாரிப் பிள்ளைக்கு இதெல்லாம் சொல்லியா தரணும் என்று ஆசாரி நினைத்துக்கொண்டார். அவள் பெரிய மனுஷியாகி நான்கு வருடங்களுக்கும் மேலாக வீட்டில் இருக்கிறாள். தன் பிள்ளைகளுக்கென்று குண்டுமுத்து தங்கம் கூட சேர்க்கமுடியாமல் வயிற்றுக்கும் கைச்செலவுக்குமென அலைந்தார் சீனிஆசாரி.

5

ஈஸ்வரி வீட்டில் தனியாக அமர்ந்திருந்தாள். அவளுக்கு துணைக்கு யாருமில்லை. ருக்குமணி வீட்டுப்பூனை கூட இல்லை. பூனையை சோலைநாயக்கன்பட்டியில் வளர்த்துக்கொண்டிருந்தாள் ஈஸ்வரி. அந்த பூனையை விட்டுவிட்டுத் தான் குப்பினாசாரிப்பட்டிக்கு வந்தாள்.

130

சோலை நாயக்கன் பட்டியிலிருந்து, குப்பினாசாரிப் பட்டிக்கு வந்து மூன்று தினங்கள் முடிந்து விட்டது. அதற்குள் எப்படி மூன்று தினங்கள் போனது என்று ஈஸ்வரிக்கு என்று புரியவில்லை. தனக்கு புரியாதது இது போல நிறைய இருப்பதாக நினைத்தாள். மூன்று நாட்கள் சென்றது போல கல்யாணம் முடிந்து எப்படித்தான் நான்கு மாதம் முடிந்தது என்று அவளுக்குத் தெரியவில்லை.

ஈஸ்வரிக்கு இப்போது நாள் தள்ளிப்போயிருந்தது. அறுவது நாளுக்கு மேலாகியிருந்தது. சோலைநாயக்கன்பட்டியிலிருந்த மருத்துவச்சி நாடிப்பிடித்துப் பார்த்தாள். துரைசாமிக்கு சந்தோசம். அவரது அம்மாவிற்கும் சந்தோசம். தனக்கு வந்த மருமகப்பிள்ளைகள் இருவரும் சீக்கிரமாகவே பிள்ளைப் பெற்றுக் கொள்கிறார்கள் என்று பேசினாள். அதற்குப்பிறகு ஈஸ்வரிக்கு தலைசுற்றலும் வாந்தியும் வந்தது. வாயிக்கு ஒன்றும் நன்றாக இல்லை. கேப்பைக்கூழ் வைத்து குடித்தாலும் அவளுக்கு வாயிக்கு ஒப்பவில்லை. வாந்தி வாந்தியாக வந்தது. சுருண்டு படுத்துக் கொண்டாள். அடிவயிற்றில் பாரம் சுமப்பது போல உணர்ந்தவளுக்கு என்னவோ போலிருந்தது. வாயில் எச்சில் ஊறியபடி இருந்தது. எதற்கென்றே தெரியவில்லை. சுடு தண்ணீர் குடித்தால் கொஞ்சம் பரவாயில்லை என்பது போல தோன்றியது. துரைசாமியின் அம்மா சுடு தண்ணி போட்டு குடிக்கத் தந்தாள். கடுங்காப்பி சாப்பிட்டால் தாகம் தீருமென்று கருப்பட்டியை தட்டி கொஞ்சமாக காப்பிப்பொடி போட்டு தந்தாள். நிறைய காப்பிப்பொடி போட்டுத் தந்தால் தனது மருமகளும் பிறக்கப்போகும் பிள்ளையும் கருத்துப் போயிடுவார்கள் என்று கொஞ்சமாக போட்டுத்தந்தாள். அவளுக்கு காப்பியைக் குடித்ததும் குமட்டிக்கொண்டு வந்தது. பிறகு தான் துரைசாமி அவளை அவளது அம்மாவிடம் விட்டுவிட்டு வராலாமென்று புறப்பட்டான். சோலைநாயக்கன்பட்டியிலிருந்து மழையோடு வந்து சேர்ந்தார்கள். குப்பினாசாரிப்பட்டியிலும் மழை தான்.

காமுத்தாயிக்கும் சீனி ஆசாரிக்கு கால்கள் தரையில் நிற்கவில்லை. தன் மகளை இரண்டாந்தாரமாக கட்டிக்கொடுத்து தங்கள் மேல் சடவாக இருப்பாள் என்று கவலைப்பட்டுக் கொண்டிருந்தார்கள். யாருடைய புண்ணியமே தங்களது பிள்ளை கல்யாணம் செய்து வாழ போன இடத்தில் சந்தோசமாகயிருக்கிறாள் என்று குலசாமிக்கு காணிக்கை முடித்துவைத்துக்கொண்டனர். ஈஸ்வரிக்கு முதல் பிள்ளைப்பிறந்ததும் மொட்டை எடுத்து காதுக் குத்தி பொங்கல் வைப்பதாக வேண்டிக் கொண்டார்கள்.

ஈஸ்வரிக்கு எதுவும் பிடிக்கவில்லை. படுத்தபடி இருக்கச் சொல்லியது உடம்பு. அவளுக்கு பேச்சுத் துணைக்கென்று லட்சுமியும், வீருசின்னுவும்

இல்லாதது வருத்தமாக இருந்தது. வீட்டிற்கு எதிரேயிருந்த வேப்பமரத்தின் கீழ் போய் கட்டிலைப் போட்டுப் படுத்துக்கொண்டாள். வேப்பமரத்தின் கிளைகளில் பசும் நிறத்தில் தொங்கிக்கொண்டிருந்த வேப்பமுத்துக்களைப் பார்த்தாள். அவளுக்கு சிறுவயதில் வேப்பமுத்துக்களை பொறுக்கி விளையாடியது ஞாபகத்திற்கு வந்தது. ஈஸ்வரியும் லெட்சுமியும் வீரச்சின்னுவும் வேப்பமுத்துக்களை பொறுக்கி கூறுகட்டி காய்கறி விற்பது போல விளையாடுவார்கள். இதே வேப்பமரம்தான். இதே மண் தரைதான். இப்படியான ஒரு மழை காலத்தில்தான். மழை பெய்ய ஆரம்பித்ததும் அவர்களது விளையாட்டுக்கெல்லாம் வீட்டிற்குள்ளே வந்துவிடும். மழை நின்றதும் திரும்பவும் வேப்ப மரத்துப் பக்கம் வந்துவிடும்.

அவளுக்கு அழுகையாக வந்தது. மந்தைக்குப்போக கூட துணைக்கு யாருமில்லை. அவளாகத்தான் போய் வருகிறாள். எந்த நேரமும் அவளைச்சுற்றி கூட்டமாக வயதுவாரியாக பிள்ளைகள் இருப்பார்கள். ஒரு தடவை குப்பம்மாள் வீட்டுக் கழுதை பயந்து போய் எங்கோ ஓடிப்போயிருக்கிறது. ஓடிப்போன கழுதையைப் பிடித்து இழுத்து வந்து கட்டிப்போடுவதற்கு இரவாகிவிட்டது. அன்று முழுவதும் பிள்ளைகள் கழுதையைத் தேடி. தோட்டம் தோட்டமாக போனார்கள். கரட்டுப்பக்கமா நின்றிருந்தது. மாரிமுத்துவும் குப்பம்மாளும் பிள்ளைகளை விரட்டிவிட்டாள். "ஓகண்டனே ஓகண்ட, நிம்மு மணையே ஓகி ஆட்டாடுண்டனே" என்று விரட்டினாள். அவளுக்கு கழுதைகளை ஏதாவது செய்து விடுவார்கள் என்று பயம் வந்துவிட்டது.

ஈஸ்வரிக்கு மந்தைக்குப்போக வேண்டுமென்று தோன்றியது. போய் வந்துவிட்டால் நிம்மதியாகப் படுத்துக்கொள்ளலாமென்று நினைத்தாள். துணைக்குத் தான் யாருமில்லை. யாருடன் போவது என்றும் தெரியவில்லை. மந்தைக்குப் போவதற்கு அவள் படுத்திருக்கும் வேப்பமரத்தினைத் தாண்டித் தான் போக வேண்டும். யாராவது மந்தைக்குப்போனால் அவர்களுடன் சேர்ந்து போய் விடலாமென்று காத்திருந்தாள்.

பொழுது போய்கொண்டேயிருந்தது. யாரும் வரவில்லை. அவளுக்கு அவசரமாக இருந்தது. எழுந்து கொண்டாள். ஈஸ்வரி சேலையை இழுத்துக் கட்டிக்கொண்டாள். பிறகு தானாகவே மந்தைக்குப் போய் வரலாமென்று நடந்தாள். காமுத்தாயிடம் சொன்னதற்கு அவள் விடவேவில்லை. துணைக்கு வருகிறேன் என்று அவளும் புறப்பட்டாள். இப்போது தான் மழை பெய்து முடிந்துவிட்டிருக்கிறது. மண்தரை ஈரமாகி சேறும் சகதியுமாக இருக்கும். ஈஸ்வரிக்கு சங்கட்டமாக இருந்தது. சடங்கான நாளிலிருந்து அவள் அம்மாவுடன் ஒரு பொழுதும் மந்தைக்கு போனதில்லை. குளித்துவிட்டு தலைக்கு சிக்கெடுப்பதற்கு

கூடச் சொல்வதில்லை. எப்போதாவது பேன் பார்ப்பாள். அதுவும் யாருமில்லையென்றால் தான். ஈஸ்வரிக்கு வழக்கமாக பேன் பார்ப்பது குப்பம்மாள்தான். ஆற்றிற்குப் போகாத நாளில் வரிசை யாக மூன்று பிள்ளைகளையும் உட்காரச்சொல்லி போன் பார்த்து சுண்டு கிண்டெல்லாம் பார்த்து தலைவாரி ஒப்படியாக்கிவிடுவாள்.

ஈஸ்வரி எவ்வளவு சொல்லியும் காமுத்தாய் மந்தைக்கு கூடவே வந்தாள். அவளுக்கு தன் பிள்ளை மாசமாயிருக்கும் வேளையில் அதுவும் சாயங்கால வேளையில் ஏதாவது ஆகிவிடுமென்ற பயம். காமுத்தாய் அவளது பின்பாகவே சென்றாள். மந்தை ரொம்ப தூரமெல்லாம் இல்லை. சுடுகாட்டிற்குப் போகிற வழிதான். மந்தையில் உட்கார்ந்திருக்கிற பெண்கள் ஒத்தைக்கொட்டு சத்தத்தைக்கேட்டு எழுந்து கொள்வார்கள். சேலையை இழுத்துவிட்டபடி நிற்பார்கள். மந்தைக்கு எந்த மகராசனே சுத்துக்கால் மதில் எடுத்து வைத்திருந்தான். மண் மதில்தான். மழை பெய்து பெய்து உயரமாக இருந்தது இப்போது குட்டையாகி சின்னப்புள்ளைகள் உயரத்திற்கு வந்துவிட்டது. பஸ்ஸில் போகிறவர்கள் எட்டிப்பார்த்தால் உட்கார்ந்திருப்பது யாரென்று தெரிந்துவிடும்.

ஈஸ்வரி சேலையைத் தூக்கி உட்கார்ந்து கொண்டாள். அவளுக்கு சூடு பிடித்திருந்தது. கேப்பைக்கூழ் குடித்துக்குடித்து ஒன்னுக்கு மஞ்சளாகப் போனது. காமுத்தாய் அவள் மூத்திரம் இருப்பதைப் பார்த்துவிட்டு பிள்ளைக்கு ஆட்டுக்கால் சூப்பு வைத்து தரவேண்டும் என்று நினைத்துக்கொண்டாள். காமுத்தாயிக்கு வெளிக்கு வரவில்லை. வெறுமனே தான் உட்கார்ந் திருந்தாள். ஈஸ்வரி இருந்துவிட்டு வரட்டும் என்று காத்திருந்தாள். மேற்கில் மேகங்கள் திரண்டெழுந்து வந்தது. மேகம் சாம்பல் நிறத்தில் தெரிந்தது. கருத்த மேகங்களைக் கூட நம்பிவிடலாம். எப்போது மழை வரும். எப்போது மழை நிற்கும் என்று சொல்லிவிடலாம். ஆனால் சாம்பல் மேகங்களை சொல்லமுடியாது. நம்பவும்முடியாது என்று காமுத்தாய் எழுந்து கொண்டாள். அவளுக்கு ராத்திரி தான் வெளிக்கு வரும். ராத்திரி அவளும் குப்பம்மாளும் பதறாமல் எல்லா வேலைகளையும் முடித்துவிட்டு மந்தைக்கு வருவார்கள்.

ஈஸ்வரி எழுந்து கொண்டாள். சேலையை கீழேவிட்டு தரையில் விழாதபடித் தூக்கிப்பிடித்துக்கொண்டாள். மந்தையை விட்டு அவர்கள் வெளியேறினார்கள், சின்னமனூருக்குப் போகும் பஸ் மந்தையைத் தாண்டிப் போனதை ஈஸ்வரி பார்த்தாள். அவளுக்கு லெட்சுமியின் ஞாபகம்தான் வந்தது. லெட்சுமி இந்நேரம் அந்த ஊரில் என்ன செய்து கொண்டிருப்பாள். அவளும் தன்னை போல மாதமாக இருப்பாளா. வாந்தியும் தலைசுற்றலுமாக படுத்திருப்பாளா. தன்னைப்

பார்க்க இந்த ஊருக்கு வரமாட்டாளா என்று ஈஸ்வரி நினைத்தாள். அவளது நினைப்புக்கு தகுந்த மாதிரி கால்கள் எட்டுவைத்தன. பின்னால்தான் காமுத்தாயும் நடந்து வந்து கொண்டிருந்தாள். ஈஸ்வரி ஏதோ நினைப்பில் கால்களை மாற்றி ஊன்றினாள். சகதியாக இருந்த இடத்தில் வைத்த காலின் முன் விரல்களின் நுனி பிடிமானமில்லாது வழுக்கிக்கொண்டது. அவள் கீழே விழுந்தாள். காமுத்தாய் ஓடி வந்துப்பிடித்துவிடத்தான் முயன்றாள். அவளால் முடியவில்லை. இதுக்குத்தான் சொன்னேன். எங்க அடிபட்டிச்சோ என்று தலையில் அடித்துக்கொள்ளாத குறையாக அவளைத் தூக்கிவிட்டுக்கொண்டாள். அவளால் எழுந்து நிற்க முடியவில்லை. எங்கு அடிபட்டது என்று தெரியவில்லை. உடம்பு முழுவதும் வலித்தது.

காமுத்தாய் அவளைப்பிடித்துக்கொண்டாள். மெல்ல மெல்ல எட்டுவைத்து நடந்து வந்தாள் ஈஸ்வரி. அவளால் நடக்க முடியவில்லை. வீட்டுக்கு வந்து சேர்வதற்குள் அவளுக்கு வலி உயிர் போய்விடுவது போலாகிவிட்டது. அழுதுவிட்டாள். சேலையைத் தூக்கி விட்டு தண்ணி ஊற்றி கழுவச்சொன்னாள் காமுத்தாய். அவளும் வலியை பொறுத்துக்கொண்டு வெட்கத்தோடு கழுவி முடித்தாள். காமுத்தாய் அவளைப் படுத்துக்கொள்ளச் சொன்னாள். வேப்பமரத்திற்குப்போய் கட்டிலில் படுத்தாள்.

காமுத்தாய் குப்பம்மாளை அழைத்துக்கொண்டு வந்தாள். குப்பம்மாள் பதறியடித்துக்கொண்டு வந்தாள். இங்கே தானே இருக்கேன். இங்கேயேதான் உட்கார்ந்துட்டு இருக்கேன். என்னைய ஒரு வார்த்தை கூப்பிட்டா என்னா? என்று அம்மாவையும் மகளையும் திட்டினாள். குப்பம்மாள் ஈஸ்வரியின் அருகே போனாள். எங்கெங்கு அவளுக்கு அடிபட்டிருக்கிறது என்று பார்த்தாள். மூக்கிற்கு மேல் நெற்றிக்கு அருகேதான் மண் ஒட்டியிருந்தது. உள்ளங்கை இரண்டிலும் மண் ஒட்டியிருந்தது. முழங்கால் சிராய்ந்திருந்தது. இடுப்பில் ஏதாவது அடிப்பட்டிருக்கிறதா என்று தொட்டுப் பார்த்தாள். நல்லவேளையாக அப்படியெதுவுமில்லை. காமுத்தாய் கடுங்காப்பி வைத்துக்கொடுத்தாள். அவளுக்கு ஏதாவது சாப்பிட வேண்டுமென்று தோன்றியது. புட்டு அவித்து தேங்காய் துருவிப் போட்டு தந்தால் சாப்பிட நன்றாக இருக்குமென்று நினைத்தாள். அவள் காமுத்தாயிடம் கேட்கவில்லை. குப்பம்மாளின் முகத்தையே பார்த்துக்கொண்டிருந்தாள். "ஏத் தாயீ ஏட்டியம்மா காவலே" என்று குப்பம்மாள் அவளது நெற்றியைத் தடவியபடி கேட்டாள். அவள் ஒன்றும் பேசவில்லை. காப்பியைக் குடித்தாள்.

குப்பம்மாள் தான் காமுத்தாயிடம் "ராத்திரிக்கு சின்ன அவ்வாவைக்கூட்டிட்டு வந்து துன்னுரு போடச்சொல்லு காமு"

என்று சொன்னாள். காமுத்தாயிக்கு சரியென்று பட்டது. சின்ன அவ்வா குதவையில் இருந்தாள். அவளை யாரைவிட்டு அழைத்து வரச்சொல்லலாம் என்று காமுத்தாய் யோசித்தாள். சீனி ஆசாரி தேவாரத்திற்குப் போயிருக்கிறார். வருவதற்கு ராத்திரியாகிவிடும். மாரிமுத்துவைப் போகச்சொல்லலாமென்றால் ஆளைக்காணோம். சரி என்று அவளே புறப்பட்டாள். குப்பம்மாளை காவலுக்கு வைத்து விட்டு நடந்தாள். மழை பெய்து ஓய்ந்திருந்த போதிலும் சாரல் விழுந்தது. மரத்திற்கு கீழே நடக்கும் போது காற்றிற்கு நீர்த்துளிகள் உதிர்ந்தன. குதவையில் வெள்ளம் கரட்டு பக்கமாக ஓடியிருந்த நீர் தடம் பாதை முழுக்கத் தெரிந்தது. அவள் சின்ன அவ்வா வீட்டிற்கு நடந்து சென்றாள்.

சின்ன அவ்வா அப்போது தான் களியை தெட்டில் கிண்டிக் கொண்டிருந்தாள். அவள் களியை கிண்டும் சத்தம் வீட்டிற்குள் நுழைவதற்கு முன்பாகவே கேட்டது. அவளது மண்வீட்டில் ஒரு துளி மழை நீர் கூட ஒழுகியிருக்கவில்லை. கூரை தான் போட்டி ருந்தாள். அதுவும் பழங்காலத்து கூரை. சின்ன அவ்வாவின் புருஷன் போட்டுவிட்டு போய் சேர்ந்தது. சின்ன அவ்வா சட்டை போட்டி ருக்கவில்லை. மாராப்பாக மட்டும் சேலையை முந்தானையை போட்டுக்கொண்டு துடுப்பில் கழியை கிண்டிக்கொண்டிருந்தாள். மண் சட்டியில் அவள் கிண்டக்கிண்ட அவளது உடம்பு சேர்ந்து ஆடியது. சட்டி பிடிமானமாக இருக்கவேண்டுமென்பதற்காக பாதங்களில் கவ்விப்பிடித்திருந்தாள். சம்மணம் போட்டு அவள் கவ்விப் பிடித்திருந்ததை பார்க்கும் போது லெட்சணமாக இருந்தது. சின்ன அவ்வா நிமிர்ந்து காமுத்தாயை பார்த்தாள். களி கிண்டும் தெட்டை எடுத்து தண்ணி சட்டியில் போட்டுவிட்டு இரண்டு கரண்டி களியை எடுத்து பீங்கான் தட்டியில் போட்டாள். பருப்பு கடைந்து வைத்திருந்தாள். பருப்பின் வாசம் சட்டியைத்திறந்ததும் வீடு முழு வதும் மணந்தது. வற்றல் போடாமல் பச்சைமிளகாய் போட்டு வெங்காயம் வதக்கி கடைந்த பாசிப்பருப்பு, காமுத்தாயிக்கு நாக்கில் எச்சில் ஊறியது. சின்ன அவ்வா எழுந்து இன்னொரு பீங்கான் தட்டை எடுத்து அவளது முன்பாக வைத்தாள். அவளுக்கும் இரண்டு கரண்டி களியை எடுத்துப்போட்டாள். காமுத்தாய் ஒன்றும் பேச வில்லை. வேண்டாமென்றும் சொல்லவில்லை. மோடம் போட்ட தற்கும் அதுக்கும் கம்மென்று இருந்தது. கனப்புக்கு அடுப்பு இருக் கட்டுமென்று இன்னமும் கிழவி அணைத்திருக்கவில்லை. இரண்டு வாய் கழியை விழுங்கிக்கொண்டு பிறகு விசயத்தை சொன்னாள். "அடி பாதகத்தி மகளே. சரி சரி தின்னு, தின்னுட்டு போவோம்" என்று ஒரு சட்டி கழியை இரண்டு பேருமாக சேர்ந்து தின்று முடித்தார்கள்.

காழுத்தாய் தான் சட்டியையும் பீங்கான் தட்டையும் கழுவி வைத்தாள். சின்ன அவ்வா அவளது வீட்டிலிருந்த சாமிப்படங் களுக்கு சூடம் காட்டி கும்பிட்டுக்கொண்டாள். நெற்றி நிறைய்ய விபூதியை பூசிக்கொண்டாள். அவர்கள் இருவரும் அரிக்கேன் விளக்கை எடுத்துக்கொண்டு நடந்தார்கள். சின்ன அவ்வா கதவை சாத்திவிட்டு மட்டும் வந்தாள். அவள் தெருவிலிருந்த பெண்களிடம் சீனி வீட்டுக்குப் போயிட்டு வந்துருரேன் என்று மட்டும் சொன்னாள். அவர்களும் வீட்டை பார்த்துக்கொள்வதாகச் சொன்னார்கள்.

சின்ன அவ்வாவும் காழுத்தாயும் வீட்டிற்கு வந்த போது ஈஸ்வரி உறங்கியிருந்தாள். அவளது பக்கத்திலேயே தான் குப்பம் மாளும் அவளது பக்கத்தில் ருக்குமணியும் விஜயாவும் கறுத்த குட்டிக்கழுதையும் இருந்தது. ருக்குவும் விஜயாவும் கட்டிலின் மேல் உட்கார்ந்து கழுதைக்கு வேப்பங்கொழுந்தை தின்பதற்காக முகத்துக்கு நீட்டிக்கொண்டிருந்தார்கள். குட்டிக்கழுதை முகத்தை வேறு பக்கமாக திருப்பியபடி வாலை ஆட்டிக்கொண்டிருந்தது.

சின்ன அவ்வா வந்ததும் ருக்குமணி பயந்து வீட்டுக்குள் ஓடிப் போய்விட்டாள். சின்ன அவ்வாவுக்கு சாமி வந்தால் யாரையாவது பிடித்து அடித்துவிடும். இல்லையென்றால் சத்தமாக சிரிக்கும். சிரிப்பதைக் கேட்டால் பயந்து காய்ச்சல் வந்துவிடும். அதற்காகவே சின்னப்பிள்ளைகள் யாரும் சின்ன அவ்வாவுக்கு சாமி வரும் போது பக்கத்தில் இருக்கமாட்டார்கள். ருக்குமணியும் விஜயாவும் பொதி களுக்கு பின்பாக போய் ஒளிந்து உட்கார்ந்து கொண்டார்கள். காதை பொத்திக்கொள்வதற்கு ஏதுவாக அழுக்குத் துண்டை எடுத்து தலையை உறுமால் போல சுற்றிக்கட்டிக்கொண்டார்கள்.

சின்ன அவ்வாவிற்கு சாமி வருவதற்காக முதலில் குளவை போடுவார்கள். சூடம் பொருத்துவார்கள். சின்ன அவ்வா ஈஸ்வரி யின் முகத்தைப் பார்த்தாள். அவளை குப்பம்மாள் எழுப்பி விட்டாள். ஈஸ்வரிக்கு எரிச்சலாக இருந்தது. எழுந்து நின்று கொண்டாள். ஓரக்கண்ணால் சின்ன அவ்வாவை பார்த்தாள். அவளுக்கு என்ன செய்வது என்று தெரியவில்லை. சின்ன அவ்வா *துன்னூரை கையில் எடுத்து தலைக்கு மேலாக கொண்டு போய் கண்களை மூடியபடி சாமி கும்பிட்டாள். அவளது கால்கள் தரையில் நிற்க மறுப்பது போல சிறிது சிறிதாக ஆடத் தொடங்கியது. காழுத் தாய் அவ்வாவின் பின்பாக போய் நின்று கொண்டாள். சாமி வந்து ஆடும் போது அவளை பிடித்துக்கொள்வதற்கு தனியாக ஒரு ஆள் வேண்டும். குப்பம்மாள் ஈஸ்வரியின் அருகிலேயே நின்று கொண்டாள். சின்ன அவ்வாவிற்கு சாமி வந்துவிட்டது.

---

* துன்னூர் - விபூதி

சீனிஆசாரியின் மூத்ததாரம் சாமியாக வந்து ஆடியது. அங்கிருந்தவர்களுக்கு முதலில் ஒன்றும் தெரியவில்லை. யாருக்கும் வந்திருப்பது யாரென்று தெரியவில்லை. பிறகு தான் காமு கண்டுகொண்டாள். அவளுக்கும் அந்த சிரிப்பும் பேச்சும் யாரென்று தெரியவில்லை. அந்த தெருவிலிருந்த மற்றப் பெண்களும் வந்தார்கள். ஈஸ்வரி தன் அம்மா சாமியாக வந்திருப்பதை பார்த்தாள். சின்ன அவ்வா ஆடிக்கொண்டிருந்தாள். அவள் வழக்கமாக துருத்தும் நாக்கை இன்று வெளியே காட்டவில்லை. சிரிக்கக் கூட இல்லை. முதலில் சிரித்ததோடு சரி. பிறகு அழுகை தான். ஒரே அழுகை. "என்னைய யாராவது நினைக்கிறீங்களா. எனக்கு யாராவது வேணுங்கிறதை செய்து தற்றீங்களா" என்று அழுதாள். அவளை அழ வேண்டாம் அழ வேண்டாம் என்று அங்கிருந்தவர்கள் கேட்டுக் கொண்டார்கள். வேலுத்தாய் தனக்கு தனது பிள்ளைகளைப் பார்க்கவேண்டுமென்று சொன்னாள். ஈஸ்வரியை முன்னால் கொண்டு நிறுத்தினார்கள். சின்னவளை அழைத் தார்கள். அவளும் ருக்குவும் வந்து வேலமக்காவின் முன் நின் றார்கள். அவள் தன் பிள்ளைகளைப் பார்த்ததும் கட்டிக்கொண்டு அழுதாள். காமுத்தாயும் அழுதாள்.

"என் பிள்ளை இன்னைக்கு புட்டுக்கு ஆசைப்பட்டுச்சு நான் செய்து தராமல் போனேன்" என்று வேலம்மா அழுதாள். ஈஸ்வரி தான் சற்று முன்பாக புட்டு சாப்பிட நினைத்தது எப்படி தெரியும் என்று சின்ன அவ்வாவை பார்த்தாள். அவள் ஆடி ஓய்ந்தவளாக நின்றாள். காமுத்தாய் அவளது கண்களை துடைத்துவிட்டாள். "அடியே காமுத்தாயீ" "ஏக்கா. செப்புக்கா. நிக்கு ஏட்டிக்கா காவலை" "ஈஸ்வரிக்கு தலைசில ஆம்பளப்பிள்ளை பெறக்கட்டும் காமுத்தாயீ. எனக்கு வருஷம் வருஷம் நான் செத்த தேதியிலே சோறாக்கி பத்து பேருக்கு பாயசத்தோட சாப்பாடு போடு. நம்ம தயதிகாரங்க எல்லோரையும் கூப்பிடணும் காமுத்தாய்" என்றாள். அவளும் சரி என்று சொன்னாள். பிறகு வேலமக்கா சீனி ஆசாரியை பார்க்கணும் என்று சொன்னாள். காமுத்தாய் அவர் டவுனுக்கில்லே போயிருக்கிறாரு என்று சொன்னாள். வேலமக்கா இல்லை, அவரு தேவாரத்திலிருந்து வந்துட்டாரு. செட்டியாரு தேயிலைக்கடையில் உட்கார்ந்து காரச்சேவும் மிக்சரும் வாங்கிட்டு இருக்காரு. எனக்கு செட்டியார் கடையிலே ஒரு அதிரசம் வாங்கிட்டு வரச்சொல்லுங்க என்றாள். அங்கிருந்த ஆம்பிளைகள் சிலர் ஓடினார்கள். வேலம்மக்கா சொன்னது போல சீனிஆசாரி, செட்டியார் கடையில்தான் நின்றிருந்தார். அவரிடம் விசயத்தை சொன்னதும் ஒரு டஜன் அதிரசத்தை வாங்கிக்கொண்டு ஓடி வந்தார். "ஆத்தா தாயே என்னை இப்படி கஷ்டப்பட வைச்சிட்டு நீ மட்டும் நிம்மதியா போயிட்டியே" என்று தரையோடு தரையாக விழுந்தார். மாமா மாமா என்று வேலுத்தாய் அவரின் அருகே

உட்கார்ந்து கொண்டாள். அதிரசத்தை பியத்து தின்றாள். தண்ணீர் வாங்கிக் குடித்து விட்டு எல்லோருக்கும் விபூதி பூசிவிட்டாள். ஈஸ்வரிக்கு வயிற்றில் விபூதி போட்டு குலதெய்வத்திற்கு காணிக்கை முடித்துவைக்கச் சொன்னாள். அதற்குப்பிறகு சின்ன அவ்வா படுத்துத்தூங்கினாள்.

6

விஜயாவிற்கு சடங்கு வைத்தார்கள். தள்ளிவைப்பதற்கும், தலைக்கு ஊற்றுவதற்கும் காமுவின் தம்பிதான் முன்னால் நின்றான். அவளது சடங்கிற்கு லெட்சுமியும் வீரசின்னுவும் அவர்களது கணவர்களை அழைத்துக்கொண்டு வந்திருந்தனர். பச்சரிசியில் மாவிடித்துப் பிடித்து வைத்து உருண்டை உருண்டையாக்கி வந்திருந்தவர்களுக்கு எல்லாம் தந்தாள் காமுத்தாய். காமுத்தாயிக்கும் இப்போதே தனது தம்பிக்கு விஜயாவை கல்யாணம் செய்து வைக்க வேண்டுமென்று தவியாய் தவித்துக்கொண்டிருந்தாள். காமுத்தாயின் தம்பி போடியில் தான் பட்டறை வேலை செய்து கொண்டிருந்தான்.

சடங்கானதும் கல்யாணத்திற்கு ஆளாய் பறந்தாள் காமு. சீனிஆசாரி வேண்டாமென்று பள்ளிக்கூடத்திற்கு அனுப்பி வைத்தார். அவருக்கு காமுவின் தம்பிக்கு இரண்டாம் தாரமாக தன் பிள்ளையை கொடுப்பதற்கு விருப்பமில்லை. அவனுக்கு ஏற்கனவே தேவாரத்தில் பெண்ணெடுத்திருந்தார்கள். அவள் பிரசவத்தின் போது இறந்து போனாள். பிள்ளையை அவர்களது வீட்டில்தான் வளர்க்கிறார்கள். காமுவின் தம்பி விஜயாவின் சடங்கிற்குச் செய்முறை செய்து அவளுக்கு பொட்டு வைத்துவிட்டு போனான்.

சடங்கு வீட்டில் ருக்குமணிதான் அவனோடு முதலில் பேசியது. அவளுக்கு ஏற்கனவே யாரோ சொல்லியிருந்தார்கள். அவளும் மாப்பிள்ளையை பார்த்திருந்தாள். "நீங்கதான் எங்க விஜயாவை கல்யாணம் செய்துக்கப்போறீங்களா" என்று கேட்டாள். அவனும் ஆமாம் என்று சொன்னான். அவளுக்கு வெட்கமாக இருந்தது. மாப்பிள்ளை மீசையெல்லாம் முறுக்கிவிட்டிருந்தார். அவளுக்குப் பயமாக இருந்தது. ருக்குமணி வந்து விஜயாவிடம் சொன்னாள். அவள் சிரித்துக்கொண்டாள்.

காமுத்தாய் பிறந்தது டி.தருமத்துப்பட்டியில் தான். கல்யாணத்தை அங்கேயே வைத்துக்கொள்ளலாமென்று பேசினார்கள். விஜயாவை டி. தருமத்துப்பட்டியிலிருந்து மாப்பிள்ளை வீட்டுக்காரர்கள் பெண் பார்க்க வந்திருந்தனர். ருக்குமணி தன் ஒத்தகாதை வைத்துக்கொண்டு மாப்பிள்ளையுடன் சிரித்துச்சிரித்துப் பேசினாள். அவளுக்கு இவ்வளவு தைரியம் எப்படி வந்தது என்று விஜயா ஆச்சரியப்பட்டவளாக உள் அறையில் அமர்ந்திருந்தாள். அவர்களது ஊரிலிருந்து இரண்டு ஊர்

138

ஸ்டாப் தள்ளி தான் போடிநாயக்கனூர் இருக்கிறது. மூன்று பவுன் நகையும் கையில் இரண்டாயிரம் ரூபாயும், மருவீட்டிற்குத் துணியும் எடுத்துத் தருவதாக பேசி முடித்தார்கள்.

விஜயாவிற்குப் பிடிபிடி என்று மாப்பிள்ளை வந்துவிட்டது என்று ஆசாரி தெருவில் பேசினார்கள். திருமணத்திற்கு இன்னமும் ஒரு மாதம் கூட இல்லை. அவளது மூக்கிற்கும் கண்ணிற்கும் மாப் பிள்ளையில்லே நகைப்போட்டுக் கூட்டிட்டுப் போகணும் என்று பேசியவர்கள், அவங்க அக்காவைப் போலத் தான் இவளுக்கும் மாப்பிள்ளை அமைஞ்சிருக்கு. அக்காவிற்கும், தங்கச்சிக்கும் இரண் டாம் தாரமாத்தான் போகணுமின்னு எழுதிவச்சிருக்கிறதை யார் என்ன செய்யமுடியும்? என்று பேசினார்கள்.

சீனிஆசாரிக்கு தன் மகளை கொஞ்சம் நாள் தாகாட்டி வைத் திருந்துப் பார்க்கலாமென்ற நினைப்பும் யோசனையும் இருந்தது. தன் பிள்ளைகள் இரண்டிற்கும் ஏன் இப்படி இரண்டாம் தாரமாக வாக்கப்பட தலையில் எழுதியிருக்கிறது என்று தனியாக இருக்கும் போது நினைத்துக்கொள்வார். அவருக்கு என்ன செய்வது என்று புரியவில்லை. அவசரமும் பதட்டமும் கூடி ஆசாரியின் நிதானத்தையே இழக்கச்செய்திருந்தது. சொந்தத்தில் தான் தனது மகளை கட்டிக்கொடுத்துவிட்டால் நாளைக்கு தனக்கு ஏதென்றாலும் பார்ப்பதற்கு யாராவது ஒருத்தன் வருவான் என்று நினைத்தார்.

தருமத்துப்பட்டி கோயிலில் வைத்து திருப்பூட்டு என்று முடிவு செய்தார்கள். கல்யாணத்திற்கு முன்பே விஜயாவிற்கு காய்ச்சல் வந்துவிட்டது. ஈஸ்வரிக்கும் இதே போல கல்யாண காய்ச்சல் வந்திருந்து போனது. ருக்குமணி காய்ச்சலில் படுத்தே விட்டாள். எழுந்து நடமாடுவதற்கு மூன்று நாட்களானது. பண்டிதம் பார்ப்பதற்கு தனியாக ஒரு ஆள் தேவைப்பட்டது. விஜயாவிற்கு கடுங்காப்பியும் சுடுகஞ்சியும் வைத்து தந்தாள் காமுத்தாய். அவளுக்கும் வேதனையாகத் தானிருந்தது தன்னைப்போல தான் இந்தப் பிள்ளைகளும் இரண்டாம் தாரமாக வாழ்க்கைப் பட்டுப்போகிறார்கள் என்று வெளியே சொல்லாமல் கவலையாக இருந்தாள். பிள்ளைகள் எதையும் வெளியே காட்டிக் கொள்ளவேயில்லை. ஈஸ்வரி வாரத்திற்கு ஒரு தடவை வந்து நாள் முழுக்க இருந்துவிட்டுப் போனாள். விஜயா தனக்கு மாப்பிள்ளைப் பிடித்திருக்கிறது என்று ருக்குவிடம் சொல்லி வெட்கப்பட்டுக் கொண்டாள். ருக்குமணியும் டி. தருமத்துப்பட்டியிலோ இல்லை தருமத்துப்பட்டிக்கு பக்கத்திலோ கல்யாணம் செய்து கொண்டு வந்துவிட்டால் தனக்கு தோதாகப்போகும் என்று நினைத்தாள். ருக்குமணியின் ஊரும் பக்கத்தில் பக்கத்தில் இருக்கும் போது தனக்கு வேறு என்ன வேண்டும் என்று மனதில் நினைத்துக் கொண்டாள்.

திருப்பூட்டிற்கு முதல் ராத்திரியில் நிச்சயதார்த்தம். கருத்தப் பெண்ணிற்கு நீலநிறத்தில் பட்டுப்புடவை எடுத்திருந்தார்கள். புடவையை தட்டில் வைத்து சபைக்கு காட்டினார்கள். முதலில் தம்ளர் தம்ளராக இரு வீட்டுக்காரர்களும் தண்ணீர் குடித்து தட்டுமாற்றுவதற்கு தயாரானார்கள். முதலில் வெற்றிலைப்பாக்கு மாற்றினார்கள். பிறகு ஒவ்வொரு தட்டாக மாற்ற ஆரம்பித்தார்கள். சேலையை ஈஸ்வரிதான் வாங்கிக்கொண்டுப்போனாள். சேலையைக் கட்டிக்கொண்டு சபைக்கு தன் தங்கையை அழைத்து வந்தாள். விஜயா சபைக்கு வந்து கீழே விழுந்து ஆசிர்வாதம் வாங்கிக் கொண்டுப்போனாள். இன்னமும் பாதி வேலை மீதமுள்ளது. அதற்குள் சீனி ஆசாரி எழுந்து பந்திக்குப் போய்விட்டார். அவர் மனதில் என்ன நினைத்தார் என்று தெரியவில்லை. பந்தியில் யாரும் உட்கார்ந்திருக்கவில்லை. அவராகவே வாழை இலையை எடுத்துப் போட்டுக் காய்கறிகளை வைத்து சாதத்தை போட்டு சாப்பிட்டு முடித்தார். பந்தியை பரிமாற நின்றிருந்தவர்கள் "கொஞ்சம் பொறுங்க கொஞ்சம் பொறுங்க" என்று சொல்லச் சொல்ல சாப்பிட்டு முடித்து எழுந்துவிட்டார். இரண்டு மூன்று தடவை சாதத்தை எடுத்துப்போட்டு சாப்பிட்டிருந்தார். மாரிமுத்து வந்து பொண்ணுக்கும் மாப்பிள்ளைக்கும் விபூதி பூசி சந்தனம் குங்குமம் பொட்டு வைக்க அழைத்தான். அவர் சாப்பிட்டு விட்டுத் தான் வருவேன் என்று சொல்லிவிட்டார். மாரிக்கு கூட ஏன் இப்படி செய்கிறார் என்று தெரியவில்லை.

இரண்டு மூன்று பந்தி சாப்பாடு முடிந்த பிறகு தான் கூட்டம் குறையத்தொடங்கியது. ஈஸ்வரியும் ருக்குவும் விஜயாவின் பக்கத்திலேயே நின்றிருந்தனர். சீனிஆசாரி வெற்றிலைப்பாக்குப் போட்டு கோவிலின் முன் படியில் உட்கார்ந்திருந்தார். மாரிக்கு கோபம் வந்து அவரிடம் "நீ என்ன செத்தா போவே. பிள்ளைகளுக்குப் பொட்டு கூட வைக்காமல் அப்படி என்ன பசிக்குது உனக்கு" என்று கேட்டபடி அழைத்தான். அவர் வரவில்லை. கோவிலுக்குள் சென்றுவிட்டான். பந்தி முழுவதும் முடிந்து மாப்பிள்ளையும் பொண்ணும் படுக்க வேறு வேறு இடத்திற்கு சென்றுவிட்டனர். கோவிலைப் பூட்டி விடுவதற்கு ஆட்கள் வெளியே வந்து பார்த்த போது சீனிஆசாரி படியில் படுத்துக் கிடந்தார். எழுப்பிவிட்டார்கள். எழுந்து கொள்ளவில்லை. மாரியை அழைத்து வந்து எழுப்பச்சொன்னார்கள். மாரி வந்து ஆசாரியைத் தொட்ட போது அவரது உடல் ஜில்லென்று குளிர்ந்திருந்தது. மூச்சு அடங்கி சிறிது நேரந்தான் கழிந்திருந்தது. மாரி வாயைப் பொத்தி அழுதபடி சுற்றி நின்றிருந்தவர்களிடம் கையெடுத்துக் கும்பிட்டு "யாரும் பொண்ணுகிட்டே சொல்லாதீங்க சாமிகளா. உங்களுக்குப் புண்ணியமாப் போகட்டும். திருப்பூட்டு முடிஞ்சதும் நான் சொல்லிக்கிறேன்" என்று குதிரைவண்டிப் பிடித்து ஊருக்குப்

போக ஏற்பாடு செய்தான். விடிவதற்குள் ஊருக்குப் போய் விட வேண்டும் என்று அவசர அவசரமாக ஆசாரியைத் தூக்கி வண்டியில் போட்டுக்கொண்டு உட்கார்ந்து கொண்டான். ஆசாரியின் வலது கையில் இரண்டு வெற்றியிலையும், ஒரு பாக்குத் துண்டும் இருந்தது. மாரி அவனையறியாமல் சத்தம் போட்டு அழுதான். குதிரை இருட்டில் வழித்தடம் அறிந்து ஓடியது. எப்போதும் போல கொச்சிக்குப்போகும் ஏரோப்பிளான் வண்டியின் மேல் பச்சையும் சிவப்புமான விளக்குகளை மின்ன விட்டுப் பறந்து கொண்டிருந்தது.

நன்றி

காலச்சுவடு, உயிர்மை, தேவிபாரதி, சுகுமாரன், மனுஷ்யபுத்திரன், கே.என். செந்தில், என். ஸ்ரீராம் ஆகியோருக்கும், கதைகள் வெளியான தருணத்தில் கருத்துக்களைப் பகிர்ந்து கொண்ட சா. தேவதாஸ் அவர்களுக்கும் நன்றி.

பத்து வருடங்களுக்குப் பிறகு இந்த நெடுங்கதைத் தொகுப்பு இரண்டாவது திருத்தப்பட்ட பதிப்பாக வெளிவருகிறது. ஸீரோ டிகிரி பதிப்பகத்தாருக்கு நன்றி.

எஸ்.செந்தில்குமார் (1973) 1999ஆம் வருடத்திலிருந்து எழுதி வருகிறார். மனைவியின் பெயர் மலர்விழி. மகள், மஞ்சுளா காதம்பரி. இவர் தேனி மாவட்டம் போடிநாயக்கனூரில் வசித்து வருகிறார்.

ஆசிரியரின் பிற நூல்கள்

சிறுகதைத் தொகுப்பு

1. வெயில் உலர்த்திய வீடு
2. சித்திரப்புலி
3. மஞ்சள் நிற பைத்தியங்கள்
4. விலகிச்செல்லும் பருவம்
5. அலெக்ஸாண்டர் என்கிற கிளி
6. அனார்கலியின் காதலர்கள்
7. சிவப்புக்கூடை திருடர்கள்

நாவல்:

1. ஜீ. செளந்தரராஜனின் கதை
2. முறிமருந்து
3. நீங்கள் நான் மற்றும் மரணம்
4. காலகண்டம்
5. மருக்கை
6. கழுதைப் பாதை

கவிதைத் தொகுப்பு:

1. குழந்தைகள் இல்லாத வீட்டில் உடையும் ஜாடிகள்
2. சமீபத்திய காதலி
3. முன்சென்ற காலத்தின் சுவை

கட்டுரைத் தொகுப்பு:

1. சிறுகதை

விருதுகள்:

1. 2009ஆம் ஆண்டிற்கான இளம் படைப்பாளிகளுக்கான 'சுந்தரராமசாமி விருது'

2. 2013ஆம் ஆண்டிற்காக SRV பள்ளி நிறுவனத்திலிருந்து வழங்கிய படைப்பூக்கத்திற்கான தமிழ் விருது.

3. 2016ஆம் ஆண்டிற்கான சுஜாதா அறக்கட்டளையிலிருந்து வழங்கிய சுஜாதா சிறுகதை விருது.

4. 2018ஆம் ஆண்டிற்கான கோவை வாசகர் வட்டமும் விஜயா பதிப்பகமும் இணைந்து வழங்கிய கவிஞர் மீரா விருது.

5. 2018ஆம் ஆண்டிற்கான Sparrow இலக்கிய விருது.

9 789388 860840